पुणे विद्यापीठाच्या द्वितीय वर्ष कला शाखेच्या (S. Y. B. A.) २०१४-१५च्या सुधारित अभ्यासक्रमानुसार लिहिलेले क्रमिक पुस्तक तसेच महाराष्ट्रातील इतर सर्व विद्यापीठांना उपयुक्त.

राजकीय समाजशास्त्र

(Political Sociology)

I0638095

डॉ. विलास आवारी

डॉ. सुरेश देवरे

डायमंड पब्लिकेशन्स

राजकीय समाजशास्त्र
डॉ. विलास आवारी, डॉ. सुरेश देवरे

Rajkiya Samajshastra
Dr. Vilas Awari, Dr. Suresh Deore

प्रथम आवृत्ती : जून २०१४

ISBN 978-81-8483-584-7

© डायमंड पब्लिकेशन्स

मुखपृष्ठ
शाम भालेकर

प्रकाशक
डायमंड पब्लिकेशन्स
२६४/३ शनिवार पेठ, ३०२ अनुग्रह अपार्टमेंट
ओंकारेश्वर मंदिराजवळ, पुणे-४११ ०३०
☎ ०२०-२४४५२३८७, २४४६६६४२

info@diamondbookspune.com
www.diamondbookspune.com

प्रमुख वितरक
डायमंड बुक डेपो
६६१ नारायण पेठ, अप्पा बळवंत चौक
पुणे-४११ ०३० ☎ ०२०-२४४८०६७७

मनोगत

'राजकीय समाजशास्त्र' हे पुस्तक आपल्या हाती देताना आम्हाला विशेष आनंद वाटतो आहे. सदर पुस्तक हे पुणे विद्यापीठाने जून २०१४ पासून नेमलेल्या द्वितीय वर्ष कला शाखेच्या अभ्यासक्रमावर आधारित आहे. महाराष्ट्रातील सर्व विद्यापीठांतील पदवी व पदव्युत्तर वर्गातील राज्यशास्त्र या विषयाच्या अभ्यासाबरोबरच नेट व सेट राज्यशास्त्र या विषयाचा अभ्यास करण्यासाठी राज्यसेवा व केंद्रीय लोकसेवा आयोग राज्यशास्त्र मुख्य परीक्षेसाठी हा ग्रंथ उपयुक्त पडेल अशी आशा आहे.

या पुस्तक लिहिण्याच्या कामी आमच्या महाविद्यालयाचे प्राचार्य डॉ. बी. एस. यादव, कोपरगाव तालुका एज्युकेशन सोसायटीचे अध्यक्ष अशोकराव रोहमारे व सचिव ॲड. संजीव कुलकर्णी ग्रंथपाल तसेच आमचे सर्व सहकारी मित्र, पुणे विद्यापीठातील राज्यशास्त्र अभ्यासमंडळाचे अध्यक्ष प्रा. डॉ. एकनाथ खांदवे व सर्व सदस्यमित्र यांचे सहकार्य लाभले; त्यांचे आम्ही ऋणी आहोत. त्याचप्रमाणे हे पुस्तक लिहिताना आम्हाला अनेक ग्रंथांचा आधार घ्यावा लागला त्यांचा नामोल्लेख संदर्भसूचीत करण्यात आलेला आहे; त्या सर्व ग्रंथलेखकांचे आम्ही खूपच ऋणी आहोत.

डायमंड पब्लिकेशन्सचे श्री. दत्तात्रेय पाष्टे सर यांनी हे पुस्तक प्रकाशित करण्याचे मनावर घेतले आणि वेळेत विद्यार्थ्यांच्या हाती दिले याबद्दल आम्ही त्यांचे आभारी आहोत. हे पुस्तक आपणा सर्वांचे आहे. अभ्यासक-विद्यार्थ्यांचे आहे. या पुस्तकामध्ये काही त्रुटी अथवा नवीन स्वरूपाची माहिती राहून गेली असल्यास आपण आम्हाला जरूर कळवावे, त्याचा आम्हाला अधिकच उपयोग होईल. त्याचप्रमाणे प्रत्यक्ष व अप्रत्यक्षपणे ज्या हितचिंतकांची आम्हाला या कामी मदत झाली त्या सर्वांविषयी आम्ही कृतज्ञता व्यक्त करतो.

डॉ.विलास आवारी
डॉ. सुरेश देवरे

लेखक परिचय

डॉ. विलास आवारी

के. जे. सोमैया महाविद्यालय, कोपरगाव येथे २३ वर्षांपासून राज्यशास्त्र विभागात सेवेत कार्यरत असून चार वर्षांपासून विभाग प्रमुखपदी आहेत. राज्यशास्त्र विषयाचे पदवी व पदव्युत्तर अभ्यासक्रमावर अधारित चार पुस्तकांचे लेखन केलेले असून पुणे विद्यापीठाच्या अभ्यासमंडळावर सदस्य म्हणून त्यांनी काम पाहिले आहे. महाराष्ट्र राज्यशास्त्र व लोकप्रशासन समितीचे ते आजीव सदस्य आहेत. विविध ठिकाणी राज्यपातळीवरील तसेच राष्ट्रीय व आंतरराष्ट्रीय चर्चासत्रात सहभाग घेऊन शोधनिबंधांचे सादरीकरण केले आहे. राष्ट्रीय सेवा योजना पुणे विभागातील प्रदीर्घ अनुभव त्यांच्यापाठीशी असून त्या कार्याबद्दल पुणे विभागाचे अनेक पुरस्कार त्यांना प्राप्त आहेत. त्यांच्या मार्गदर्शनातून विभागातील पदवी व पदव्युत्तर वर्गातील दोन विद्यार्थ्यांनी सुवर्ण पदकांची प्राप्ती केलेली आहे. जानेवारी महिन्यात टिळक महाराष्ट्र विद्यापीठाने त्यांना पीएच. डी. प्रदान केली असून विद्यार्थ्यांच्या शैक्षणिक समस्या सोडविण्यात त्यांचा लौकिक असून समाज सेवेत त्यांना अधिक रुची आहे.

डॉ. सुरेश देवरे

के. जे. सोमैया महाविद्यालय कोपरगाव, येथे राज्यशास्त्र विभागात सह प्राध्यापक म्हणून कार्यरत. विविध ठिकाणी राज्यपातळीवरील तसेच राष्ट्रीय व आंतरराष्ट्रीय चर्चासत्रात सहभाग घेऊन शोधनिबंधांचे सादरीकरण केले आहे. तीन पुस्तकांचे लेखन व एका पुस्तकाचे संपादन केलेले असून फेब्रुवारी २०१४ मध्ये जे. जे. टी. विद्यापीठाने त्यांना पीएच. डी. पदवीने सन्मानीत केले आहे.

अनुक्रम

मनोगत

लेखक परिचय

प्रकरण १

राजकीय समाजशास्त्राच्या व्याख्या, स्वरूप आणि व्याप्ती

(Definition, Nature and Scope of Political Sociology)

प्रास्ताविक

राज्यशास्त्र हे सामाजिक शास्त्र म्हणून ओळखले जाते. प्राचीन काळापासून मानवी जीवनाच्या व समाजाच्या राजकीय बाबींचे अध्ययन राज्यशास्त्रात केले जाते. राज्यशास्त्राच्या अध्ययनाची परंपरा प्राचीन ग्रीक राज्यांच्या काळापासून सुरू होते. प्रख्यात विचारवंत ॲरिस्टॉटलने आधुनिक राज्यशास्त्राच्या अध्ययनाचा पाया रचला.त्यामुळे त्यास राज्यशास्त्राचा जनक मानले जाते. नैसर्गिक अवस्थेत जीवन व्यतीत करणाऱ्या मानवाच्या गरजा दिवसेंदिवस वाढत जाऊन त्यांच्या पूर्ततेसाठी, मानव समूहाने राहू लागला. समूहातील मानवाने एकमेकांच्या साहाय्याने सामाजिक जीवन प्रस्थापित करण्याच्या प्रयत्नातून कुटुंबसंस्थेची निर्मिती केली.समूहभावना व आत्मसंरक्षणाची गरज मानवाला एकसंघ राहण्यास भाग पाडू लागली. त्यातूनच राज्यव्यवस्था अस्तित्वात आली. मानवी समूह समाजव्यवस्था व राज्यव्यवस्था या अनुक्रमे मानवी गरजा व विकासाची फलनिष्पत्ती मानली जाते. राजकीय गरजेतून एकत्र राहणाऱ्या मानवाचे सामाजिक प्रवृत्तीतून राजकीय वर्तन घडू लागले. मानव हा सामाजिक प्राणी असल्याने व सर्व सामाजिक राजकीय प्रक्रियांचा केंद्रबिंदू मानवच असल्याने त्याच्या वर्तनास महत्त्व प्राप्त होऊन त्याच्या वर्तनाचा अभ्यास करण्यावर भर दिला जाऊ लागला. तेव्हापासून मानवाच्या राजकीय वर्तनाचा अभ्यास करणारी स्वतंत्र विद्याशाखा म्हणून राज्यशास्त्राचा विचार केला जाऊ लागला.

पहिल्या महायुद्धानंतर युरोपचा राजकीय आणि अर्थिक नकाशाच बदलत गेला. दुसऱ्या महायुद्धानंतर आफ्रिका आणि आशिया खंडातील नवोदित राष्ट्रांना राजकीय स्वातंत्र्य मिळाले आणि तेथे स्वराज्यव्यवस्था स्थापन झाल्या, त्यामुळे जुन्या सामाजिक, आर्थिक तसेच राजकीय संकल्पनांमध्ये बदल झाला. नवोदितांनी काही

प्रमाणात जुन्याच संकल्पना स्वीकारल्या, तरी त्या राष्ट्रांतील सांस्कृतिकीकरण, सामाजिकीकरण,अर्थव्यवस्था,राजकीय ध्येय आणि अपेक्षा यानुसार त्यांच्या राजकीय आचार विचारांची जडणघडण होऊ लागली.

राजकीय समाजशास्त्र

राजकीय समाजशास्त्रात राज्यशास्त्र आणि समाजशास्त्र यांच्यात बरोबरीने देवाणघेवाण होते. यामध्ये राजकीय घटकांतील तथ्याप्रमाणे सामाजिक घटकांतील तथ्याचाही अभ्यास करून त्यामधील कार्यकारणसंबंध स्पष्ट केला जातो. लिपसेट यांच्या मते, राज्यशास्त्राची सुरुवात राज्याने होते, तर समाजशास्त्राला सुरुवात समाजाने होते. राजकीय समाजशास्त्र हे समाजाचा राज्यावर कसा प्रभाव पडतो, याचा अभ्यास करते. तसेच राज्य आणि समाज हे दोन्हीही परस्परपूरक आहेत. राजकीय घटना आणि व्यवहारांचे आकलन सामाजिक अनुबंध करून घेण्याचा प्रयत्न केला जातो. राज्यशास्त्राच्या अभ्यासात समाजशास्त्रातील दृष्टिकोनाचा वापर वरचेवर वाढत गेला. त्यामुळे राजकारणाचे समाजशास्त्र हे स्वरूप बदलून राजकीय समाजशास्त्र निर्माण झाले. राजकीय समाजशास्त्रामध्ये राजकीय संस्थेच्या अंतरंगाप्रमाणेच व्यक्तीच्या राजकीय वर्तनाचासुद्धा अभ्यास केला जतो. व्यक्तीच्या मतदानाच्या प्रवृत्तीवर सामाजिक शक्ती प्रभाव पाडतात.

व्याख्या

समाज आणि राज्यव्यवस्था यातील व सामाजिक रचना आणि राजकीय संस्था यातील परस्परसंबंधाच्या अभ्यासाला राजकीय समाजशास्त्र असे म्हणता येईल.

– एस.एम. लिपसेट

राजकीय समाजशास्त्र म्हणजे राजकारण व समाज, राजकीय व सामाजिक रचना आणि राजकीय व सामाजिक वर्तणूक यातील संबंध अभ्यासणारे शास्त्र होय. राजकीय समाजशास्त्र म्हणजे समाजशास्त्र व राज्यशास्त्र यांना जोडणारा सैद्धांतिक पूल होय. **– रश व अल्थाफ**

राजकीय व सामाजिक घटकांचा किंवा प्रक्रियांचा परस्परसंबंध अभ्यासण्या-बरोबरच राजकीय गोष्टींचा किंवा राज्यशास्त्रीय अभ्यासविषयांचा स्वतंत्र घटक म्हणून विचार करणारे शास्त्र म्हणजे राजकीय समाजशास्त्र होय. **– रून्सीमन**

राजकीय समाजशास्त्र म्हणजे समाजशास्त्राच्या चौकटीत केलेला राजकीय वर्तणुकीचा अभ्यास होय. **– डाऊझे**

वरील व्याख्यांचा विचार करता राजकीय समाजशास्त्र हे राजकीय घडामोडींचे

आणि सत्ता संबंधाचे समाजामधील त्यासंबंधी पायाभूत सामाजिक संबंध व प्रक्रियांच्या आधाराने होणारे आकलन आहे असे म्हणता येते. राजकीय समाजशास्त्र हा विषय नवीन राहिलेला नसला, तरी राजकीय समाजशास्त्राच्या तंतोतंत व्याख्यांबाबत अजून एकमत आढळत नाही. राजकीय समाजशास्त्र हे संघटनांच्या औपचारिक आणि अनौपचारिक अशा दोन्हीही विभागांचा अभ्यास करते. यामध्ये सरकार 'नोकरशाही कायदा' हितसंबंधी गट तसेच मतदार या सर्वांचा अभ्यास होतो. यावरून या मताशी सहमत व्हावे लागते की राजकीय समाजशास्त्र हे राजकारण व समाजकारण यांना साधणारा दुवा आहे.

स्वरूप

वरील विविध व्याख्यांवरून राजकीय समाजशास्त्राचे स्वरूप लक्षात येते. राजकीय समाजशास्त्राच्या अभ्यासात मोठया प्रमाणात विविधता आहे. हा विषय समाजशास्त्रज्ञ, मानसशास्त्रज्ञ अशा सर्वांकडून अभ्यासला जातो, त्यामुळे राजकीय समाजशास्त्र हे राज्यशास्त्राची शाखा आहे की समाजशास्त्राची, असा संभ्रम देखील झाल्याशिवाय राहात नाही. समाजशास्त्रज्ञांनी सुरुवातीला शासनसंस्था आणि राजकारण हे परावलंबी घटक आहेत असे मानले. सामाजिक स्तरीकरण,लोकसंख्येतील बदल यांचा शासनसंस्थेवर व राजकारणावर प्रभाव पडत असल्याने सामाजिक घटक हा स्वतंत्र घटक असून राज्य हा परावलंबी घटक असल्याचे मानले जाऊ लागले. राजकीय समाजशास्त्राच्या दृष्टिकोनावर अणि पद्धतीवर समाजशास्त्राचाच प्रभाव जास्त आहे. म्हणून राजकीय समाजशास्त्र ही समाजशास्त्राची शाखा ठरू शकते, असे प्रतिपादन केले जाते.

राजकीय समाजशास्त्र ही समाजशास्त्राची शाखा आहे हा विचार काही विचारवंतांनी अमान्य केला. राजकीय परिस्थिती, मागणी, पक्ष, सरकार व मतदान या गोष्टींचा देखील व्यक्तीच्या अथवा गटाच्या वर्तनावर प्रभाव पडतो, म्हणून त्यांना स्वतंत्र घटक म्हणावे अशा आशयाचे मत सारतोरी या विचारवंताने मांडले. राज्यशास्त्रीय विषयांचा समाजशास्त्रीय अभ्यास हे राज्यशास्त्राचे समजाशास्त्रीय अवहेलन आहे, असे मत सारतोरी याने मांडले. सामाजिक घटक हा समाजशास्त्राचा अभ्यासविषय आहे. तसेच राजकीय घटक राज्यशास्त्राचा अभ्यासविषय आहे. हे दोन्हीही विषय एकमेकांपासून वेगळे दाखविता येतात. मात्र राजकीय समाजशास्त्रात या दोघांचेही एकत्रीकरण दिसते.

राज्यशास्त्र समाजशास्त्राचा एक भाग आहे. शैक्षणिकदृष्टया तो विषय स्वतंत्रपणे विकसित झालेला आहे. राज्यशास्त्राचा अभ्यास मोठया प्रमाणात समाजशास्त्रामुळे प्रभावित झालेला आहे. कार्ल मार्क्स, मॅक्स वेबर व मोस्का इत्यादी समाजशास्त्रज्ञांनी

राजकीय अभ्यासकांना प्रभावित केले आहे. कोणतीही राजकीय संस्था, राजकीय व्यवस्था अथवा राजकीय नेता पोकळीत काम करत नाही.ते ज्या वातावरणात काम करतात ते कसे आहे हे दाखविण्याचे काम समाजशास्त्र करते. समाजशास्त्र राज्यशास्त्राला अभ्यास करण्यासाठी आवश्यक ती स्थिती व तिच्या स्वरूपाची माहिती देते. त्या आधारावर राजकीय अभ्यासक सर्वसाधारण विधाने करीत असतात. विकसित व अविकसित समाजाचा अभ्यास करून राज्यशास्त्रज्ञ लोकशाहीच्या यशापयशाचे भविष्य वर्तवीत असतात. राजशास्त्राच्या अभ्यासकांना यावेळी समाजशास्त्राचा मोठा उपयोग होत असतो, कारण समाजशास्त्र त्यांना समाजाच्या वर्तनाची, वृत्ती व प्रवृत्तीची माहिती पुरवते. एखादा समाज लोकशाही प्रवृत्तीचा आहे का लोकशाही विरोधी प्रवृत्तीचा आहे, हे राज्यशास्त्रांच्या अभ्यासकांना सांगता येते.

एखाद्या शासनाचा प्रकार जर सामाजिक रचनेमुळे, सामाजिक प्रवृत्तीमुळे यशस्वी किंवा अयशस्वी होत असेल, तर त्याचा अभ्यास आवश्यक आहे. हा अभ्यास पूर्णतः समाजशास्त्राचा होऊ शकत नाही. तसेच तो अभ्यास पूर्णतः राज्यशास्त्राचाही होऊ शकत नाही. यासाठी राज्यशास्त्र व समाजशास्त्र या दोन्ही शास्त्रांच्या आधारे अभ्यास आवश्यक आहे. तशा प्रकारचा अभ्यास मोठया प्रमाणात झाला. या प्रकारच्या अभ्यासातून जे निर्माण झाले, जी शिस्त अस्तित्वात आली, त्यालाच राजकीय समाजशास्त्र असे अधिकृतरित्या म्हटले गेले.

व्याप्ती

राजकीय समाजशास्त्र ही समाजशास्त्रातील अभ्यासशाखा तुलनात्मकदृष्टया अगदी आधुनिक असल्यामुळे अभ्यासाविषयी व्याप्ती ठरविणे गुंतागुंतीचे ठरते. राजकारण आणि समाजकारण या घटकांचा एकत्रित विचार करता, राजकीय समाजशास्त्राच्या व्याप्तीत पुढील घटकांचा प्राधान्याने समावेश करावा लागतो.

१. राजकीय सत्तेचे वितरण आणि सत्तेची संकल्पना एका व्यापक संदर्भात अभ्यासण्यात येते. तसेच सामाजिक स्तरीकरण आणि सत्ता यांच्याही परस्पर संबंधात्मक अभ्यासाबरोबरच प्रभावाची संकल्पनाही अभ्यासली जाते.

२. अधिकार आणि अधिमान्यता या दोन संकल्पना अभ्यासल्या जातात. वास्तविक सामाजिकतेच्या दृष्टीने सत्तेच्या विशुद्ध संकल्पनेला अधिमान्यतेची जोड दिल्याशिवाय ती सामाजिकतेच्या पायावर उभीच राहू शकत नाही. नोकरशाही हाही एक महत्त्वाचा विषय असून सत्ता गाजविणारा एक सत्ताधिष्ठित संघटित वर्ग म्हणून त्याचा अभ्यास महत्त्वाचा ठरतो.

३. राजकीय सामाजिकीकरण, राजकीय संस्कृती, राजकीय संसूचन व राजकीय भरती

या सर्व गोष्टींचा अभ्यास राजकीय समाजशास्त्रात अंतर्भूत होतो. राजकीय सहभागाचा अभ्यास हा सामाजिक नियंत्रणाचा भाग म्हणून अभ्यासण्यात येतो, तसेच त्यात परंपरा, विरोध आणि क्रांतीचाही अभ्यास होतो.

४. सामाजिक राजकीय गतिक्षमतेचा अभ्यास राजकीय समाजशास्त्रातील एक महत्त्वाचा भाग असून त्यात स्थिरता व संघर्ष, राजकीय विकास, राजकीय बदल, आधुनिकीकरण आणि विचारसरणी यांचे राजकीय बदलातील योगदान इत्यादी बाबींचा अभ्यास होतो.

५. सामाजिक राजकीय नियंत्रणाचा अभ्यास हा आधुनिक काळात महत्त्वाचा झालेला भागही त्यात अभ्यासला जातो. त्या अंतर्गत हितसंबंधी व दबाव गट,राजकीय पक्ष, श्रेष्ठिजन इत्यादीचा अभ्यास होतो.

६. याशिवाय सामाजिक आणि राजकीय क्षेत्रात ज्यांचा प्रभाव जाणवतो किंवा जे समस्या, गैरव्यवस्था निर्माण करतात अशा नियमित किंवा अचानक उद्‌भवणाऱ्या गोष्टींचाही अभ्यास या शास्त्रात अंतर्भूत होतो. उदा. धार्मिक गट, अल्पसंख्याकांचे गट, एकात्मता व तत्सम प्रश्न इत्यादी.

७. राजकीय व्यवस्थांचा अभ्यास हा सुद्धा या विषयातील एक महत्त्वाचा अभ्यासविषयक होय. जगातील प्रमुख राजकीय वैशिष्ट्ये लक्षात घेऊन व त्यांची उद्दिष्टे व कार्यपद्धती विचारात घेऊन वर्गीकरण करण्यात येते व तसेच त्यांच्या कार्याचेही अध्ययन होते.

८. राजकीय वर्तणुकीचा अभ्यासही यात समाविष्ट होतो. विशेषतः निवडणुका आणि मतदान या क्षेत्रांत अशा अभ्यासांना जास्त प्राधान्य दिले जाते.

दिवसेंदिवस राजकीय समाजशास्त्राच्या अध्ययनाच्या कक्षा विस्तारत आहेत. समाजातील सांस्कृतिक, आर्थिक आणि धार्मिक प्रवाहांचा व शक्तींचा राजकारणावर व निर्णयप्रक्रियेवर प्रभाव वाढत असलेला दिसून येतो.याशिवाय अलीकडील सर्वात प्रभावी घटक म्हणजे जागतिकीरणाने राजकीय विचारसरणीत होऊ पाहात असलेल्या बदलाबरोबरच 'नागरी समाज' योग्य या संकल्पनेच्या स्वीकाराने या शास्त्राच्या अभ्यासकांना नवीन आव्हानांना सामोरे जावे लागत आहे.

अभ्यासावरील मर्यादा

प्रा ॲलन आर. बॉल यांचे मते, राजकीय समाजशास्त्राच्या अभ्यासात पुढील मर्यादांचा विचार प्रामुख्याने करावा लागतो.

१. राजकीय समाजशास्त्रामुळे राज्यशास्त्राच्या स्थानाला धक्का लागून राज्यशास्त्र हे समाजशास्त्राचे अंकित बनेल. त्यामुळे राज्यशास्त्राचे स्वातंत्र्य अडचणीत येईल.

२. राजकीय समाजशास्त्राने राजकीय व्यवस्थेमधील फक्त आदान प्रदान प्रक्रियेला विशेष महत्व दिले. यामध्ये मतदान, मतदानाचे वर्तन, जनमत, राजकीय पक्ष, दबावगट इत्यादींचा अभ्यास केला जातो. या गटांचा अभ्यास जितक्या प्रमाणात केला जातो तितक्या प्रमाणात शासनसंस्था, कायदा मंडळ, प्रशासन,न्यायव्यवस्था यांचा अभ्यास केला जात नाही.

राजकीय समाजशास्त्राच्या अभ्यासाचे महत्त्व

औद्योगिक क्रांतीनंतर विविध क्षेत्रांत जागतिक स्वरूपाचे बदल झपाट्याने घडून आले, त्यामुळे राज्य आणि समाज यांच्यातील संबंधाबद्दल नवीन जाणीव निर्माण होऊन अभ्यासकांना नवीन क्षेत्र मिळाले. त्यातून राजकीय समाजशास्त्राला उपयोगी पडेल अशी बरीच माहिती उपलब्ध झाली. राज्य अथवा राजकारण या गोष्टी परावलंबी नसून त्या स्वतंत्रपणे इतरांवर प्रभाव पाडू शकतात हे आता लक्षात आले होते. राजकीय समाजशास्त्राने मात्र व्यक्ती आणि राज्य यांचे परस्परसंबंध जसे आहेत तसे अभ्यासणे महत्त्वाचे मानले. त्यामुळे प्रक्रियांमधील विश्लेषण बऱ्याच प्रमाणात वास्तव बनले. समाजाच्या सर्व स्तरांवर आणि पातळ्यांवर राजकारण प्रक्रियेचे अस्तित्व जाणवते. त्यामुळे समाजातील संघर्ष संपविण्याचा प्रयत्न होतो. समाजातील मूल्यवाटप व्यवस्था निश्चित केली जाते. याबद्दल राजकीय समाजशास्त्राने मोठा हातभार लावला. मानवाच्या वर्तनात असणाऱ्या सातत्याचा अभ्यास करून त्याचे विश्लेषण करण्याचे काम राजकीय समाजशास्त्र करू शकते.

समाजातील अनेक शक्तींच्यामुळे जशी राजकीय व्यवस्था टिकते, त्याचप्रमाणे काही शक्तींमुळे राजकीय व्यवस्था धोक्यात येते, हे आता सर्वज्ञात झाले आहे. व्यक्तीचा राजकीय दृष्टिकोन निर्माण करण्यामागे विविध माध्यमे जबाबदार असतात. त्या माध्यमांचा प्रभाव कसा पडतो, समाजिकीकरणाची प्रक्रिया कशी महत्त्वाची असते, ठराविक प्रकारचे लोकमत निर्माण होण्यासाठी कोणत्या दिशेने प्रयत्न करावे इत्यादींचा विचार करता येतो. हितसंबंधांची निर्मिती कशी होते, त्या आधाराने विविध गट कसे निर्माण होतात, त्यांचा राजकीय प्रक्रियेवर कसा प्रभाव पडतो या गोष्टी आता समजणे शक्य झाले आहे. सत्ता, अधिकार, प्रभाव यांचा सामाजिक अधिकार कोणता, स्थिरतेकरिता सनदशीरता कशी महत्त्वाची आहे, यांचीही माहिती समजते. कोणत्याही व्यवस्थेमध्ये राजकीय अभिजन असतात याची जाणीव झाल्याने लोकशाहीचा पुनर्विचार होतो आहे. राजकीय प्रक्रियेवर आणि व्यवस्थेवर लोकसंख्या परिणाम करते, त्यामुळे अतिरिक्त लोकसंख्येवर नियंत्रण ठेऊन राजकीय व्यवस्थेचे नियोजन करणे शक्य झाले आहे. जागतिकीकरणाच्या संकल्पनेने आर्थिक, सामाजिक बदलाबरोबर

राजकीय धृवीकरणाचा वेग दुपटीने वाढलेला असून त्या बरोबर बदलत्या संकल्पना स्वीकारणे राजकीय समाजशास्त्राच्या अभ्यासातून सहज शक्य व अपरिहार्यतेचे बनले आहे.

_____

प्रश्न

अ) खालील प्रश्नांची थोडक्यात उत्तरे लिहा.

१. राजकीय समाजशास्त्राचे महत्त्व सांगा.

२. राजकीय समाजशास्त्राच्या मर्यादा सांगा.

ब) खालील प्रश्न सोडवा. (५०० शब्दांत)

१. राजकीय समाजशास्त्राचा अर्थ, स्वरूप आणि व्याप्ती स्पष्ट करा.

प्रकरण २

बुद्धिवंतांचे राजकीय समाजशास्त्रातील योगदान
(Intellectual Foundation of Political Sociology)

प्रास्ताविक

अ) कार्ल मार्क्स

राज्यशास्त्र, समाजशास्त्र तसेच अर्थशास्त्र आणि मानसशास्त्र या सामाजिक शास्त्रांच्या अभ्यासात विविध बुद्धिवंतांचे योगदान अतिशय महत्त्वाचे ठरते.त्यांनी केलेल्या विचारमंथनातून सामाजिकशास्त्रातील अभ्यासास नवीन उंची प्राप्त झालेली आहे. राजकारण आणि समाजकारण या क्षेत्रांतील त्यांचा अभ्यास आजही मार्गदर्शक ठरत आहे. त्यात कार्ल माक्सने मांडलेले विचार क्रांतिकारक ठरले. त्याच्या अभ्यासाशिवाय राजकीय समाजशास्त्राचा अभ्यास पूर्णच होऊ शकत नाही. त्या दृष्टीने कार्ल मार्क्सच्या विचारांच्या योगदानाचा आपण विचार करू.

मार्क्सचा भौतिकवादी विरोध विकास (Dialectical Materialism)

द्वंद्वाची म्हणजेच विरोधी विकासाची कल्पना मार्क्सने हेगेलपासून घेतली. तर्कप्रक्रिया हेगेलने तीन टप्प्यांत वर्णन केली. तत्त्व (Thesis) याच्या विरोधी निर्माण होणारे विरोध – तत्त्व (Anti-thesis) आणि दोन्हीच्या संघर्षातून समतत्त्व (Synthesis) व त्यातून विकासाकडे वाटचाल अशी प्रक्रिया हेगेलने कल्पना किंवा चितशक्तीच्या क्षेत्रात वर्णिली. याच तर्कशुद्ध प्रक्रियेने मानवी संस्थांचा विकास होतो व जग चालते असे त्याने म्हटले.मार्क्सला तर्कप्रक्रिया व विरोध विकासाचे तत्त्व मान्य होते, मात्र या प्रक्रियांचा संदर्भ मान्य नव्हता. त्याच्या मते, हे द्वंद्व व्यक्ती व समाजाच्या आत भौतिक वस्तूच्या (Matter) प्राप्तीसाठी चालते व त्यात दोन तत्त्वं निर्माण होऊन त्यांच्या संघर्षातून विकास होतो आणि यातूनच मानवी संस्था उद्‌भवतात, नष्ट होतात. समाज, सामाजिक संस्था, संस्कृती, नैतिकता व राज्य या सर्व संस्था यातूनच निर्माण

होऊन पूर्वनियोजित अवस्थेप्रत चालत जातात व त्यातून जग चालते असे मार्क्स प्रतिपादन करतो व या प्रक्रियेला भौतिकवादी विरोधविकासवाद (Dialectical Materialism) असे संबोधतो.

मार्क्स म्हणतो,'माझ्या अभ्यासाचे फलित म्हणून मी हा निष्कर्ष काढतो, की वैधानिक संबंध आणि राज्याचे प्रकार हे केवळ त्यांच्या अभ्यासाने समजू शकत नाहीत. किंवा मानवी मनाच्या तथाकथित प्रगतीच्या अधारावरही समजू शकत नाहीत. त्यांचे मूळ १८ व्या शतकातील इंग्लिश व फ्रेंच विचारवंतांच्या पद्धतीने हेगेलने नागरी समाज (Civil Society) या नावाने उल्लेखिले असून त्या समाजातील आर्थिक भौतिक परिस्थतीत ते मूळ असते. आणि या नागरी समाजाची आंतररचनाही राजकीय अर्थव्यवस्थेतच सापडते.'

मार्क्सने हेगेलचा हा सिद्धांत बदलवून घेतला; यात प्रामुख्याने हेगेलप्रणीत राज्याचे नागरी समाजातील आंतर- विरोधाला सोडविणारे एक उच्च सार्वत्रिक साधन या कल्पनेचा त्याग असून उलट राज्याचा आधारच समाजातील असे आंतरविरोध हे होय. समाजांतर्गत भांडवलशाही उत्पादनपद्धती संपत्ती आणि दारिद्रय त्यातून वर्गसंघर्ष भांडवलदार व श्रमिक-मजूर इत्यादीतून हा आंतर संघर्ष प्रगट होतो. राज्य हे अशा सामाजिक प्रक्रियांवर अवलंबून असते, की ज्यात एका विशिष्ट उत्पादन पद्धतीतून निर्माण होणारे प्रवाह हेच प्रमुख असतात असे मार्क्स म्हणतो. त्याच्या मते, इतिहासाच्या प्रत्येक कालखंडातील जी आर्थिक उत्पादनाची व विनिमयाची व्यवस्था प्रचलित असते व तिच्या अनुषंगाने जी समाजरचना अपरिहार्यपणे निर्माण होते, ती समाजाला आधारभूत असते. त्या कालखंडातील राजकीय व बौद्धिक इतिहासाची उभारणी याच आधारावर झालेली असून त्या काळातील इतिहासाचा उलगडाही त्याच्या साहाय्याने करता येणे शक्य असते. भौतिक वस्तूच्या प्राप्तीसाठी व्यक्ती व व्यक्तीच्या गटांची, समाजाची सतत चाललेली धडपड व त्यातून उद्भवणारा संघर्ष यातूनच सर्व संस्थांचा उगम होतो व मानवी समाजाचा इतिहास, वर्तमान व भवितव्य ठरते, असे तो म्हणतो.

इतिहासाचे वस्तुवादी भौतिकवादी स्पष्टीकरण (Economic Interpretation of History)

राजकीय समाजशास्त्राला मार्क्सचे प्रमुख योगदान म्हणजे मानवजातीच्या ज्ञात इतिहासाचे त्याने केलेले स्पष्टीकरण होय. आर्थिक घटकावर आधारित सामाजिक व्यक्तींच्या कृती, त्यातील विरोध व संघर्ष आणि अशा व्यक्ती किंवा व्यक्तिगटांच्या हितसंबंधातून निर्माण होणाऱ्या सामाजिक संस्था, त्यांचा उदय व ऱ्हास, त्यातून निर्माण होणारी वर्गयुध्दे, महायुध्दे आणि या सामाजिक प्रक्रियांचा पूर्वनिश्चित शेवट

म्हणून निर्माण होणारी शास्त्रशुद्ध समाजवादाची वर्गविरहित, शोषणविरहित समताधिष्ठित अवस्था या सर्व तर्कशुद्ध विचारमालिकेचे योगदान मार्क्सने दिले असून त्याच्या मते 'मानवजातीचा ज्ञात इतिहास हा वर्गसंघर्षाचा इतिहास आहे'. शोषक व शोषित सत्ताधीश व दलित यांच्यातील संघर्षाचा इतिहास आहे.

या इतिहासाची सुरुवात आदिमानवाच्या निरागस अवस्थेपासून होते. जेव्हा अत्यल्प गरजा असलेला मानव हा रानटी परंतु निरागस व भौतिक गरजांच्यासाठी संघर्षविरहित जीवन जगत असतो, त्या अवस्थेचे वर्णन मार्क्स आदि साम्यवादी अवस्था असे करतो. पुढे विवाहसंस्था, कुटुंब आल्याने या अवस्थेचे विघटन सुरू होते. गरजा वाढत गेल्याने व्यक्ती संचयाच्या मागे लागते, त्यातून मालक-गुलाम निर्माण होतात. भूमीचे स्वामित्व वाढत जाते,सरंजामशाही निर्माण होते ; त्यात सरंजामदार व जमिनीवर काम करणारे मजूर हे वर्ग उद्भवतात व संघर्ष संघटित व तीव्र होत जातो. नंतर विज्ञानयुगाची सुरुवात व यंत्रसामुग्रीचा शोध लागल्यावर उद्योगधंदे निर्माण होतात व भांडवलाची गुंतवणूक यंत्रसामुग्री घेऊन उद्योगधंद्यांना श्रमिक मजूर मोठ्या प्रमाणावर आवश्यक असतात. त्यातून श्रमिक मजूर वर्गाची निर्मिती होते. अशा भांडवलदार व श्रमिक मजूर या दोन वर्गांची निर्मिती होते. भांडवलदार मजूर वर्गाला कमीतकमी मजुरी देतो.मजूर वर्ग हा संख्येने अधिक असल्याने त्यांना बाजारात येईल त्या किमतीला आपली श्रमशक्ती विकावी लागते. भांडवलदार अधिकाधिक श्रीमंत होत जातात, तर मजूर अधिकाधिक गरीब होत जातात. भांडवलदार कमी होतात, तर मजूर संख्येने वाढत जातात. या दोन वर्गांतील अंतर वाढत जाते व जसजसे शोषण वाढते, तसतसे मजूर एकत्रित येऊन संघटित होत जातात. एक मध्यमवर्ग निर्माण होतो, परंतु तोही पुढे मजूर वर्गात मिसळतो. मजूर हा मजुरीचा गुलाम बनतो. अशा रीतीने भांडवलशाही अवस्था निर्माण होते.

मार्क्सच्या मते, भांडवलशाही व्यवस्थेत तिच्या विनाशाची बीजे पेरलेली असतात. समाजातील भांडवलदार परस्परांशी स्पर्धा करतात व त्यातून गोंधळयुक्त अर्थव्यवस्था निर्माण होते. संयुक्त भांडवली मंडळी, एकाधिकार भांडवल, बेरोजगारी इत्यादी निर्माण होतात. प्रबल भांडवलदार टिकतात, तर दुबळे नष्ट होतात. समाजातील लोक प्रामुख्याने मजूरच असल्याने इतके दुबळे होतात, की त्यांची क्रयशक्ती नष्ट होते, त्यामुळे उत्पादनास मागणी राहात नाही, म्हणून नफा मिळणे बंद होते, म्हणून भांडवलदार विदेशातील बाजारपेठांत प्रवेश करतात. तेथे वसाहती स्थापन करतात. त्यासाठी राज्याच्या सत्तेचा पाठिंबा घेतात, कारण राज्याची सत्ता भांडवलदारांच्याच हाती असते. वसाहतवाद व साम्राज्यवाद ही भांडवलशाहीचीच एक अवस्था होय असे मार्क्स म्हणतो.अशा रीतीने समाजाचे आतून परस्परसंघर्ष आणि नफा मिळणे बंद

झाल्याने भांडवलशहा नष्ट होतात, तर बाहेर दुसऱ्या देशातील भांडवलशहांशी वसाहतीसाठी महायुद्ध होऊन भांडवलशाही राज्यव्यवस्था परस्परास नष्ट करतात व शेवटी समताधिष्ठित शोषणविरहित समाजव्यवस्था निर्माण होते, जी राज्यविरहित असते. अशा रीतीने भांडवलशाही व्यवस्थेचा अंत आणि साम्यवादी व्यवस्थेची निर्मिती ही पूर्वनिश्चित गोष्ट आहे असे मार्क्स म्हणतो.

वर्ग कलह/वर्ग युद्ध (Class-War)

समाजव्यवस्थेच्या अंतर्गत निर्माण झालेल्या आर्थिक आधारावरील वर्गांमधील कलहाला मार्क्सने फार महत्त्व दिले आहे. किंबहुना या वर्गाच्या निर्मितीमुळे आणि त्यांच्यातील संघर्षासाठी परस्परांना दमनासाठी निर्माण झालेले बळ किंवा हिंसा यावर आधारित साधनांची म्हणजे राज्याची निर्मिती होते, असे तो म्हणतो. प्रथम हे साधन आर्थिकदृष्ट्या प्रबळ असलेल्या भांडवलदारांच्या हाती असते. मजुरांची संख्या वाढून त्यांचे संघटन झाल्यावर भांडवलदार व मजूर यांच्यात संघर्ष निर्माण होतो. यात बळाच्या वापराला मार्क्स प्राधान्य देतो. शेवटी मजूर संघटितरित्या क्रांती घडवून आणतात आणि वर्ग कलहाचे साधन-राज्य मजूर हे भांडवलदारांकडून हिसकावून आपले हाती घेतात.

वास्तविक भांडवलशाहीत तिच्या विनाशाची बीजे पेरलेली असल्यामुळे तिचा विनाश अटळ असल्याचे मार्क्स म्हणतो, परंतु मार्क्सच्या मते, ती प्रक्रिया पार पाडण्यास इतका प्रदीर्घ काळ लागेल की मजूर तोपर्यंत टिकाव धरू शकणार नाही, म्हणून व्यवस्था परिवर्तन स्वाभाविक प्रक्रियांवर न सोडता त्याची गती शीघ्र करणारा घटक वापरणे आवश्यक आहे व तो म्हणजे मजुरांनी संघटितपणे केलेला बळाचा वापर होय. म्हणून वर्गयुद्ध होणे अनिवार्य ठरते व त्यानंतर सत्ता भांडवलदारांच्या हातून श्रमिक मजुरांच्या हुकूमशाहीच्या हाती हस्तांतरित होते. याही अवस्थेत वर्ग राहतात, राज्य असते व राज्याच्या बळाचा एका वर्गाने दुसऱ्या वर्गाचे दमन करण्यासाठी उपयोग-म्हणजे वर्गसंघर्षही राहतो. परंतु आता सत्ता श्रमिक मजुरांच्या हाती असते व तिचा उपयोग भांडवलदारांचे दमन करण्यासाठी, त्यांची अतिरिक्त संपत्ती व दर्जा काढून घेण्यासाठी व श्रमजीवींच्या स्थितीचा विकास करण्यासाठी वापरतात.एका व्यापक अशा साम्यवादी आर्थिक कार्यक्रमानुसार ही प्रक्रिया चालते. म्हणजेच उत्पादन,वितरण आणि त्याबाबतचे संबंध याची न्याय्य अशी फेररचना करण्यात येते.

या प्रक्रियेच्या शेवटी केवळ आर्थिक संस्था व संबंधच नव्हे, तर कुटुंब, धर्म, नीती इत्यादींचीही पुनर्रचना होते व नवीन उत्पादन वितरण व्यवस्थेला अनुरूप असे बदल अनिवार्यपणे होतात.

राजकीय व्यवस्थेसंबंधी मार्क्सचे विचार

मार्क्स अराज्यवादी विचारवंत असून तो क्रांतिकारी अराज्यवादी आहे. राज्याकडे तो हिंसेचे संघटित स्वरूप आणि इतिहासाच्या एका विशिष्ट वळणावर वर्गकलहासाठी निर्माण करण्यात आलेले साधन म्हणून पाहतो. प्रथम एक वर्ग दुसऱ्या वर्गाविरुद्ध व क्रांतीनंतर दुसरा वर्ग पहिल्या वर्गाविरुद्ध त्याचा वापर करतो, परंतु साम्यवादी कार्यक्रम अमलात येऊन शोषणविरहित, वर्गरहित, समताधिष्ठित, साम्यवादी समाज निर्माण झाल्यावर वर्गकलह संपुष्टात येतो व म्हणून कलहाचे साधन जे राज्य निरुपयोगी होते व ते आपोआपच नष्ट होते. अशा प्रकारे मार्क्स, राज्याला कोणतीही सकारात्मक भूमिका किंवा कार्य आहे हे मानायला तयार नाही.

अतिरिक्त मूल्याचा सिद्धांत (Doctrine of surplus value)

मार्क्सच्या आर्थिक विवेचनात मान्यता पावलेला हा सिद्धांत असून भांडवलदाराला मिळणाऱ्या नफ्याचे शास्त्रशुद्ध विवेचन तो करतो. वस्तूत उपयोगिता मूल्य मजुराच्या श्रमशक्तीमुळे निर्माण होते. तसेच बाजारातील मागणी पुरवठ्याच्या शक्तीमुळे वस्तूला विनिमयमूल्य निर्माण होते. या दोहोतील फरक म्हणजे अतिरिक्त मूल्य नफा होय. ज्या श्रमिकाने उपयोगिता निर्माण केली व तिच्यामुळे विनिमयमूल्य आले, त्याला नफा मिळायला हवा, परंतु असे न होता मध्यस्थ भांडवलदार नफा लुबाडतो व मजुराला केवळ त्याचा आत्मा व शरीर एकत्रित राहील एवढेच वेतन मिळते, म्हणून भांडवलदाराचे निर्मूलन केल्याशिवाय मजुराला त्याच्या श्रमशक्तीने निर्माण झालेल्या उत्पादनावरील न्याय्य नफा मिळणार नाही असे तो म्हणतो.

मार्क्सने वर्णन केलेली अंतिम अवस्था ही शास्त्रशुद्ध समाजवादाची म्हणजेच साम्यवादाची अवस्था होय. या अवस्थेत सर्व प्रकारचे शोषण संपुष्टात येते. वर्गविरहित, समताधिष्ठित साम्यवादी समाज निर्माण होतो. राज्य नष्ट होते व त्याचे जागी केवळ उद्योगधंदे, कारखाने यांचे नियमन करण्यासाठी एक किरकोळ प्रशासकीय यंत्रणा राहते पण हिला कोणत्याही अर्थाने सर्वाधिकार किंवा सत्ता नसते. धर्माचे अस्तित्व नसते व प्रत्येक व्यक्तीला आपल्या भवितव्याची खात्री नसते.

मार्क्स साम्यवादाला 'पद्धतीचा सिद्धांत' म्हणतो, कारण ज्या तत्त्वांवर भांडवलशाहीचे समाजवादात स्थित्यंतर होते, त्याच्या कार्यपद्धती तो मांडतो. समाजातील संबंध उत्पादनाच्या शक्तीशी संबंधित असतात. उत्पादनाची नवी साधने आली की उत्पादनाचे प्रकार बदलतात, त्यातून अर्थार्जनाच्या व जीवनाच्या पद्धती बदलतात व त्यातूनच सामाजिक संबंधही बदलतात, असे कार्ल मार्क्स म्हणतो.

मार्क्सच्या विचारसरणीचे आणि त्याने समाजशास्त्र, अर्थशास्त्र, राज्यशास्त्र

इत्यादी विषयांसाठी केलेल्या योगदानाचे मूल्यमापन करण्याचा प्रयत्न त्याच्या नंतरच्या विचारवंतांनी केलेला आहे. राजकीय समाजशास्त्राच्या दृष्टीने तर मार्क्सचा प्रभाव विशेष ठळक व मूलगामी दिसतो.

मार्क्सच्या विचारांचे योगदान

मॅक्समिलेन रूबेल म्हणतात, अरिस्टॉटलपासून चालत आलेल्या सामाजिक ज्ञानाच्या परंपरेचे टीकात्मक संयुक्तिकरणासाठी त्याने केलेले प्रयत्न ही त्याची विशेषता होय. त्याने स्वीकारलेल्या भूमिकेतून व्यक्तीविकास व सामूहिक विकास दोन्ही साधण्याची परिस्थिती लक्षात घेणे व त्यातून साम्यवादी समाजाप्रत जाणे हे त्याचे अंतिम उद्दिष्ट होते. एका बाजूने अभ्यासात्मक आकलन आणि दुसऱ्या बाजूने राजकीय कृती या दोन्हीला तो बद्ध होता.

मार्क्सच्या कार्याचे दोन भाग पाडता येतात : पहिला मार्क्सवाद ही विचारधारा जी पक्षाची विचारधारा म्हणून व राजकीय कारणांनी प्रसृत करण्यात येते आणि दुसरा म्हणजे मार्क्सने शोधलेल्या सैद्धांतिक आधारावर वाढलेले संशोधन व अभ्यासात्मक कार्य की ज्याचा सामाजिक विज्ञानातील अनेक शाखांवर प्रभाव पडला आहे.

मार्क्सला जेव्हा दिसले की त्याचे प्रशंसक त्याच्या विचारांचा 'मार्क्सवाद' म्हणून उल्लेख करीत आहेत तेव्हा त्याने त्यांना समज दिली व सांगितले, की मी मार्क्सवादी नाही. मार्क्स हा प्रामुख्याने समाजवादाच्या नवीन शास्त्राचा संस्थापक म्हणून मानला जातो व एंजल्सने त्याला दोन शास्त्रीय संशोधनांबद्दल श्रेय दिले; त्यापैकी एक म्हणजे इतिहासाचे वस्तुवादी स्पष्टीकरण आणि दुसरे म्हणजे अतिरिक्त मूल्याचा सिद्धांत हे होत.

ब) मॅक्स वेबर

मॅक्स वेबर राजकीय वास्तववादी होता. त्याने सत्ताधिष्ठित राजकारणाचे विश्लेषण करताना राजकीय अभियांत्रिकीचे दृष्टिकोनातून संवैधानिक समस्यांकडे पाहिले, त्यासाठी त्याने नैतिक समस्या व सांस्कृतिक संदर्भ विचारात घेतले. तो राजसत्तावादी होता, तरी त्याने कैसरला जाहीरपणे विरोध केला. उदारमतवादी असूनही जनतेबद्दल निराशावादी होता व वैयक्तिक नेतृत्वाचा पुरस्कर्ता होता आणि व्यक्तिवादी असूनही त्याला समूहवादाला सामोरे जावे लागले. वेबरने ऐतिहासिक ज्ञान व समाजशास्त्रीय अनुभव यांचा मध्य गाठण्याचा प्रयत्न केला. कांटच्या व्यावहारिक व विशुद्ध तर्कबुद्धीतील अंतर दर्शविणाऱ्या विश्लेषणाचा उपयोग वेबरने ज्ञान व कृतीतील अंतर स्पष्ट करण्यासाठी केला, तर कांटच्या १९ व्या शतकात जर्मनीत असलेल्या राज्य व समाज यातील भेदाला त्याने आचरणवादाच्या आधारावर पुनर्प्रतिपादित केले व त्यासाठी

उपयोगितावादाचा तसेच जर्मनीतील क्रिमिनल लॉचा आधार घेतला. वेबरवर मार्क्सचा प्रभाव असला, तरी तो केवळ एक गृहीत कृत्य म्हणून इतिहासाचे वस्तुवादी स्पष्टीकरण मान्य करीत होता. सैद्धांतिक स्वरूपात मात्र हेगेल आणि मार्क्स दोहोंच्याही कल्पना त्याला मान्य नव्हत्या. सामाजिक उत्क्रांतीच्या सिद्धांताला आणि उपयोगितावादालाही त्याचा विरोध होता; कारण हे सर्व सिद्धांत संपूर्ण समाज विचारात घेऊन प्रतिपादन केलेले होते आणि वेबर मात्र समाजशास्त्रीय विश्लेषणातील घटक महत्त्वाचे मानत होता.

उपयोगितावादाला त्याने व्यावहारिक आणि अभ्यासपद्धतीच्या आधारावर विरोध केला. आर्थिक व्यवहारातसुद्धा केवळ व्यक्तीहित हा अंतिम घटक नसून सामाजिक संदर्भ लक्षात घ्यावे लागतात, मात्र उपयोगितावादी व्यक्तीला त्यापासून कृत्रिमरित्या दूर करतात असे त्याचे म्हणणे होते. तसेच अभ्यासपद्धतीच्या दृष्टीने पाहता सुखाचा कोणताही हिशेब हा 'आहे' आणि 'असावे' यांच्या संमिश्रणातून होतो, हे त्याला शास्त्रशुद्ध वाटत नव्हते. फार तर व्यक्तीच्या प्राथमिक वर्तणुकीवर आधारित अभ्यास म्हणून त्यास महत्त्व देता येईल, असे त्याचे म्हणणे होते.वेबरला असा शास्त्रशुद्ध अभ्यास अपेक्षित होता, की ज्यात वैयक्तिक मूल्यमापन आणि शास्त्रशुद्ध निर्णय हे परस्परांपासून अलग करता येतील.

समाजशास्त्राचा अभ्यास

मॅक्स वेबर समाजशास्त्राच्या अभ्यासात सामाजिक कृतीला प्राधान्य देतो. 'सामाजिक कृतीच्या स्पष्टीकरणातून तिचा बोध करून घेणारे आणि त्या द्वारा त्या कृतीची दिशा आणि परिणाम समजून घेण्यास मदत करण्याचा प्रयत्न करणारे शास्त्र म्हणजे समाजशास्त्र होय.' असे तो म्हणतो. समाजशास्त्राला शास्त्र बनविण्याच्या आपल्या प्रामाणिक प्रयत्नांत त्यानी खालील गोष्टीवर भर दिला.

१. 'काय आहे' यावरच लक्ष केंद्रित करावे. 'काय असावे' यावर विचार करू नये.

२. आदर्शविरहित आधारावर मानवी संबंधाच्या ऐतिहासिक विकासातील बाबींचा अभ्यास

३. मूल्यविरहित विश्लेषणावर भर

४. सामाजिक जीवनातील मूलभूत प्रक्रियांमध्ये सापडणाऱ्या घटनाक्रमांचा तसेच त्यातील क्रियांचा कारणासहित अभ्यास

५. विभिन्न सांस्कृतिक तत्त्वातील आंतरक्रियांचे शास्त्रशुद्ध विवेचन

शास्त्रशुद्ध अध्ययनपद्धती

समाजविषयक शास्त्रांमध्ये व्यक्तिनिष्ठ किंवा मूल्याधिष्ठित निष्कर्षाऐवजी कठोर शास्त्रशुद्ध पद्धतींचा वापर सुरू करण्याचे श्रेय वेबर यास जाते. पद्धतीशास्त्राचा अभ्यास त्यांच्यामुळे स्वीकारला गेला. विज्ञानातील अभ्यासपद्धतीचा उपयोग सामाजिक तथ्ये आणि प्रक्रियांच्या अभ्यासात करता येऊ शकतो, हे त्याने प्रतिपादन केले.

सामाजिक क्रिया

कृतीमध्ये सर्व मानवी वर्तणुकीचा अंतर्भाव होतो असे वेबर म्हणतो. कृती करणाऱ्या व्यक्ती किंवा समूहांना जो अर्थ अभिप्रेत असतो, त्यामुळे इतरांच्याही वर्तणुकीची दखल घेतली जाते आणि कृतीला विशिष्ट वळण मिळते. परंपरागत कृती, क्रिया आणि नावीन्यपूर्ण कृती इत्यादी सामाजिक क्रिया परिचित किंवा अपरिचित व्यक्तींच्या भूतकाळातील, वर्तमानकाळातील किंवा भविष्यकाळातील वर्तणुकीमुळे प्रभावित होतात. प्रत्येक क्रिया सामाजिक असतेच असे नाही. काही बाह्य क्रिया असामाजिक असू शकतात. उदा. अचेतन अशा जड वस्तूंच्या संबंधातील क्रिया. मानवी प्राण्याच्या प्रत्येक क्रियेला सामाजिक कृती असे म्हणता येत नाही, कारण त्यासाठी कृती करणारी प्रत्येक कृती दुसऱ्यांच्या कृतीशी संलग्न असावी लागेल. सामाजिक क्रिया इतर अनेक व्यक्तींनी केलेल्या तत्सम क्रियांशी समान असतेच असे नाही किंवा केवळ दुसऱ्या व्यक्तीमुळे प्रभावित क्रियेलाही सामाजिक क्रिया असे म्हणता येत नाही. वेबरच्या मते, केवळ अनुकरणातून झालेल्या क्रियांना वेबर चार प्रकारांमध्ये वर्गीकृत करतो.

१. तर्कयुक्त (Rationalistic) : विचारपूर्वक व विशिष्ट उद्दिष्टासाठी केलेली क्रिया

२. मूल्यमापनात्मक (Evaluative) : जी एखाद्या कलात्मक, धार्मिक किंवा नैतिक आधारावर अवलंबून असते व कोणत्याही तर्कयुक्त कारणाशिवाय होऊ शकते.

३. प्रभावात्मक (Effective) : भावनांवर आधारित असते. उदा. क्रोध, प्रेम, शत्रुत्व ही बहुधा तर्कविरोधी असते.

४. पारंपरिक (Traditional) : सामाजिक प्रथा-परंपरांतून अशा क्रिया स्वीकारल्या जातात.

अधिकाराची संकल्पना : सत्ता ही मूलभूत स्वरूपांमध्ये प्रगट होते आणि खालील तीन आधारांवर सत्ता गाजविण्यात येते.

१. वैधानिक अधिकार (Legal Authority) : या ठिकाणी सत्ता गाजविण्याचा अधिकार राज्यघटना किंवा कायद्यातून प्राप्त झालेला असतो आणि त्या पदाचे लोकांच्या मनात असलेल्या अधिमान्यतेमुळे आज्ञापालन होते.

२. परंपरागत अधिकार (Traditional Authority) : ही सत्ता वर्षानुवर्षे चालत आलेल्या प्रथा-परंपरांतून प्राप्त झालेली असते आणि सत्ताधाऱ्यांच्या लहरीप्रमाणे तिचा वापर करण्याचीही सत्ता यातून प्राप्त होते उदा. परांपरागत सत्ता.

३. दिव्यवलयी किंवा संमोहक अधिकार (Charismatic Authority) : सत्ताधारी व्यक्तीच्या अंगी व्यक्तिमत्त्वाचे काही अचाट गुण असतात असे व्यक्तीला आणि अनुयायांनाही वाटत असते, त्यामुळे त्या व्यक्तीचा चमत्कृतीजन्य प्रभाव लोकांवर असतो व त्यातून आज्ञापालन होते.

वरील तीनही प्रकार स्वतंत्र किंवा संमिश्र स्वरूपातही सापडतात. यातील कोणत्याही प्रकारच्या अधिकाराचा वापर करताना अतिरेक झाल्यास त्यात बदल होऊ शकतो किंवा एका प्रकारची सत्ता दुसऱ्या प्रकारातही बदलू शकते.

नोकरशाही

वेबरने नोकरशाहीचे सुसूत्र विवेचन केलेले आहे. त्याच्या मते, नोकरशाही म्हणजे अशी एक श्रेणीयुक्त संघटना आहे की जिचा उद्देश मोठया प्रमाणावर प्रशासकीय कार्य चालविणाऱ्या अनेक व्यक्तींच्या कार्याचे तर्कनिष्ठ स्वरूपात समन्वय करणे हा असतो. समाजशास्त्रज्ञांच्या दृष्टीने नोकरशाही या संकल्पनेत अशा एका संरचनेचा बोध होतो की ज्यातील विशिष्ट संघटनेत असमान असलेल्यांची तर्कनिष्ठरित्या सांगड घालण्यात येते.

नोकरशाहीची काही वैशिष्टये वेबरने खालीलप्रमाणे दिली आहेत

१. अधिकारी आणि कर्मचारी यांचे कार्यक्षेत्र विशिष्ट पद्धतीने वाटून देण्यात येते आणि हे कायदे-नियमांच्या आधारे होते.

२. नोकरशाहीच्या संघटनात श्रेणीयुक्त रचना किंवा उतरंड महत्त्वाची असते. वरून आज्ञा खाली येते आणि कनिष्ठांवर देखरेख करण्यात येते व कनिष्ठांकडून वरिष्ठांच्या आज्ञेचे पालन होते व अपिले त्यांचेकडे जातात.

३. लेखी कागदपत्र आणि फाईल्स यांच्याद्वारा कार्यसंचालन होते.

४. आधुनिक नोकरशाहीत ऑफिसचे कार्य विशेष स्वरूपाचे झाल्यामुळे प्रशिक्षणाची आवश्यकता असते.

५. कामाचा व्याप वाढल्यामुळे कामाच्या तासांमध्ये वाढ व त्यातून कार्यकौशल्य दाखवून पदोन्नतीची शक्यता असते.

६. कार्यालयीन व्यवस्थापनाचे नियम व त्याबद्दल विशिष्ट शिक्षण यामुळे परिणामतः नोकरशाहीतील अधिकाऱ्यांचा तो एक व्यवसाय बनलेला आहे आणि कामाच्या

बाबतीत प्रामाणिकपणा यास महत्त्व येते. समाजातील इतर लोकांपेक्षा त्यांना जास्त प्रतिष्ठा प्राप्त होते.उच्च पदाधिकाऱ्यांच्या आज्ञा पाळण्यात येतात व त्यांना महत्त्व प्राप्त होते. अशा उच्च पदस्य वरिष्ठांच्या नेमणुका राजकीय पदाधिकारी करतात. त्यामुळे स्थायी पदाधिकाऱ्यांच्याही नेमणुका कराव्या लागतात. बदली,बढती, सेवानिवृत्ती इत्यादी गोष्टी नोकरशाहीत असतात. राजकीय पक्षांचे लोकशाहीतील स्वरूप नोकरशाहीसारख्या संरचनेत बदलतही जाते. भांडवलशाही व समाजवादी या दोन्ही अर्थव्यवस्थांत नोकरशाही प्रबळ झालेली दिसते.

सामाजिक वर्ग आणि दर्जा

वेबरची सामाजिक वर्गाची संकल्पना प्रामुख्याने आर्थिक आधारावर बसविण्यात आली आहे, परंतु समाजातील आंतरक्रियांनाही त्यांनी महत्त्व दिले आहे. त्याच्या मते, सामाजिक वर्ग हे सामाजिक व्यवस्थेचे एक अंग होय. सत्तेच्या संकल्पनेतून तो सामाजिक व्यवस्थेची व्याख्या करतो. 'सत्ता म्हणजे एक व्यक्ती किंवा काही व्यक्तींची एखाद्या सामूहिक कृतीत आपली इच्छा पूर्ण करून घेण्याची व आवश्यक तो बदल घडवून घेण्याची पात्रता होय'. स्वतःच्या उद्दिष्टपूर्तीकरता जे आवश्यक ती सत्ता वापरू शकतात, ते सत्तावान होत. यात आर्थिक घटकाला तो प्राधान्य देतो. केवळ आर्थिक लाभच नव्हे, तर सामाजिक प्रतिष्ठाही प्राप्त व्हावी हा उद्देश त्यात असतो. सामाजिक प्रतिष्ठा ही राजकीय आणि आर्थिक सत्तेचा आधार बनते. वेबरच्या मते, ज्या पद्धतीने सामाजिक प्रतिष्ठा कोणत्याही समूहात किंवा विशिष्ट समूहामध्ये वाटली जाते, त्या पद्धतीस समाप्त अवस्था असे म्हणतात. सत्ता, सामाजिक प्रतिष्ठा व समाजव्यवस्था यातील परस्परसंबंध ते स्पष्ट करतात.

सामाजिक, आर्थिक व वैधानिक व्यवस्थेमध्ये त्याने भेद केलेला आहे, परंतु सामाजिक आणि आर्थिक व्यवस्थेशी सुसंगत अशी वैधानिक व्यवस्था असते असे तो मानतो. सामाजिक वर्गाचे स्पष्टीकरण देताना त्याने लोकांच्या जीवनात येणाऱ्या संधी, वस्तूंची प्राप्ती किंवा त्यांच्यावर नियंत्रण, उत्पन्नातील समानता, आर्थिक हितसंबंध आणि श्रमबाजारातील स्थिती यातील समानतेवर भर दिला आहे. तो खालील तीन वर्ग वैशिष्टये सांगतो.

१. एका वर्गातील सर्व व्यक्तींना समान आर्थिक संधी व आर्थिक सोयी

२. आर्थिक हितसंबंधांचा आधार समान असून वस्तूंवर नियंत्रण आणि उत्पन्न यासंबंधी समान आणि निश्चित संधी

३. या संधी आणि सोयी वस्तूंच्या आणि श्रममूल्यांच्या बाजारभावाप्रमाणे बदलत राहतात.

मार्क्सप्रमाणे वेबरनेही राजकारणाचे विश्लेषण करण्यासाठी सामाजिक संरचनेचा सर्वसमावेशक व व्यापक दृष्टिकोन स्वीकारला, परंतु वेबरने समाजजीवनात आर्थिक संबंध आणि सामाजिक दर्जा, प्रतिष्ठा व समाज या दोघांनाही समाविष्ट केले. त्याच्या मते, आधुनिक समाजाच्या निर्मितीत ज्या ऐतिहासिक प्रक्रियांचा अंतर्भाव होतो, त्यांच्यात राजकीय संस्थांपासून आर्थिक, सामाजिक संरचनांचे विलगीकरण अभिप्रेत असते. वेबरने ज्ञान आणि श्रद्धा यामधील परस्परसंबंध, विज्ञान आणि क्रिया यातील संबंध, नोकरशाही आणि अलौकिक गुण यातील संबंध या विषयांवरील उत्तरे शोधण्याचा प्रयत्न केला. या विषयांवरील योग्य उत्तरे शोधण्यासाठी जगाचा इतिहास अभ्यासला व त्यातूनच निरनिराळ्या घटकांचा आणि ऐतिहासिक प्रक्रियांचा त्याने सखोल अभ्यास केला. सामाजिक कृती आणि वर्तनाचे प्रकार याबाबतचे त्याचे विश्लेषण, धर्म तसेच आर्थिक, राजकीय आणि सामाजिक पद्धतींचा त्याने केलेला तौलनिक अभ्यास प्रचलित परिस्थितीतील विवेकीकरण आणि नोकरशाहीतील परस्परसंबंधातील त्याची जाण यासारख्या विविध विषयांचा उपयोग राजकीय समाजशास्त्रात आज होताना दिसतो आहे.

क) वर्तनवादी दृष्टिकोन (Behavioral Approach) :

वर्तनवाद हा राज्यशास्त्राचा आधुनिक दृष्टिकोन म्हणून ओळखला जातो. पारंपरिक राज्यशास्त्राबद्दल असलेल्या असंतोषातून निर्माण झालेली चळवळ म्हणजे वर्तनवाद होय. १९ व्या शतकाच्या उत्तरार्धात राज्यशास्त्राच्या अध्ययनासंबंधी काही महत्त्वाचे प्रश्न उपस्थित करण्यात आले. राज्यशास्त्राचे अध्ययन फारशा समाधानकारक स्थितीत नाही, अशी टीका केली जाऊ लागली. त्यातून समाजशास्त्र व राज्यशास्त्राच्या अध्ययनाविषयी जे नवे दृष्टिकोन पुढे आले, त्या नव्या दृष्टिकोनांपैकी वर्तनवाद हा एक होय.

वर्तनवादाचा उदय

राज्यशास्त्र हे एक सामाजिक शास्त्र आहे. इतर सामाजिक शास्त्रांत विशेषतः समाजशास्त्र, मानसशास्त्र, अर्थशास्त्र यांनी संशोधनाच्या नव्या पद्धती शोधून काढल्या व प्रत्यक्ष अनुभवाच्या आधारावर नवे सिद्धांत मांडून या शास्त्रांना प्रगत आणि शास्त्रीय स्वरूप प्राप्त करून दिले. अशा या नव्या अध्ययनपद्धतीचा राजकीय जीवनाचे विश्लेषण करण्याच्या दृष्टीने जास्त उपयोग होतो, याची जाणीव आधुनिक राज्यशास्त्रज्ञांना होऊ लागली व म्हणून या राज्यशास्त्रज्ञांनी चालविलेली एक बौद्धिक क्रांती म्हणजे वर्तनवाद होय.

अर्थ व स्वरूप

वर्तनवादी दृष्टिकोन हा जीवशास्त्रातून घेतलेला आहे. प्राण्याच्या प्रत्येक कृतीमागे उत्तेजन असते.याचा अर्थ, प्राण्यांच्या कृती विनाकारण नसतात. हाच आधार या दृष्टिकोनाचा आहे. हा दृष्टिकोन असे मानतो की 'आमच्या इंद्रियांव्दारे ज्या गोष्टीचे ज्ञान आम्हास होत नाही, परिणामतः त्याची पडताळणी होत नाही, ती वास्तविकता नसते. तेव्हा अभ्यासासाठी प्रमाण मानण्यास वर्तनवादी तयार नसतात. उत्तेजना (Stimulus) मिळताच प्राणी प्रतिसाद (Response) देतात.या प्राणीशास्त्रीय निरीक्षणावर सामाजिक शास्त्रांचा वर्तनवादी दृष्टिकोन आधारित आहे.मानवी वर्तनाचा अभ्यास याच विकासातून केला जातो. याचा मागोवा राज्यशास्त्रात घेण्यात आला आणि वर्तनवादाच्या अभ्यासास सुरुवात झाली.

वर्तनवादाचा इतिहास

वर्तनवाद हा शासन आणि राजकारण यांच्या व्यक्ती आणि गटांच्या राजकीय वर्तनाच्या संदर्भात शास्त्रशुध्दरित्या अभ्यास करणारा एक महत्त्वपूर्ण दृष्टिकोन मानला जातो. द्वितीय महायुध्दानंतर अमेरिकेतील राज्यशास्त्रज्ञांनी वर्तनवादाचा विकास केला.वर्तनवाद हा काही पूर्णपणे नवा विचार म्हणता येणार नाही. तथापि अभ्यासाचा वर्तनवादी दृष्टिकोन १९५० पासून महत्त्वाचा मानला जाऊ लागला.१९६० नंतर सामाजिक शास्त्रांच्या विविध दृष्टिकोनांत वर्तनवादाला विशेष स्थान प्राप्त झाले.१९७० नंतर वर्तनवादाची लाटच निर्माण झाली.वर्तनवाद हा केवळ एक अभ्यासविषय न राहता सामाजिक शास्त्रांना विज्ञानाचा किंवा शास्त्राचा दर्जा प्राप्त करून देणारा विचार ठरला. वर्तनवादाचे प्रमुख चार दृष्टिकोन आढळतात.ते पुढीलप्रमाणे :

१) डेव्हीड ईस्टनचे विचार

'राजकीय व्यक्ती ज्या राजकीय व्यवहारात सहभागी होतात', त्या मानवाचा अभ्यास म्हणजे वर्तनवाद' असे तो म्हणतो. त्यासाठी वेगळी गृहीते व संशोधनाच्या पध्दती त्याने सांगितल्या आहेत. व्यक्तीचा विचार आल्यानंतर भावना, पूर्वग्रह आवड निवड यांचा विचार महत्त्वाचा ठरतो. त्या घटकांचा परिणाम जसा व्यक्तीच्या दैनंदिन जीवनावर होतो, तसा राजकीय संस्थेतील त्याच्या व्यावहारिक जीवनाशी संबंधित असतो. अशा महत्त्वपूर्ण विचारामुळे डेव्हीड ईस्टन यास वर्तनवादाचा प्रवर्तक मानले जाते.

२) आल्फ्रेड दि ग्राझिया

हा शिकागो येथील विद्यापीठाचा विद्यार्थी होता.त्याने ईस्टनच्या या विचाराचा विरोध केला. वर्तनवादाचा विषय इतर शास्त्रांशी संबंध ठेवण्यास पुरेसा नसल्याचे मत तो व्यक्त करतो. नवीन संशोधनाच्या पध्दतीला तो श्रेय देत नाही.

३) रॉबर्ट डहाल

अनुभवजन्य शास्त्रांचे सिध्दांत, कार्यपध्दती-ते वापरून राजकीय जीवनाचे अनुभवजन्य भाग स्पष्ट करणे आणि त्याद्वारे राजकारणाविषयी समज वाढविणे हा वर्तनवादाचा प्रमुख हेतू त्याने स्पष्ट केला आहे.

४) ट्रूमन

यांनी वरील सर्व विचारांमधला सुवर्णमध्य स्वीकारलेला आहे. समाजशास्त्र व राज्यशास्त्र यात फरक नाही. मूल्यरहित विश्लेषण करणारे, संख्यात्मकतेवर भर देणारे एका बाजूला, तर दुसऱ्या बाजूला या विचारांना विरोध करणारे अशा परस्परविरोधी विचारांत समन्वय साधण्याचा त्याने प्रयत्न केलेला दिसतो.

वर्तनवादाची गृहीतके (वैशिष्टये)

डेव्हीड ईस्टन हा वर्तनवादी दृष्टिकोनाचा एक प्रमुख पुरस्कर्ता होता. त्याने वर्तनवादी दृष्टिकोनाचा पाया घातला असे मानले जाते.त्याने ' राजकीय व्यवस्था ' ('The Political System An Enquiry in to the State of Political Science') या ग्रंथात वर्तनवादाची पुढील वैशिष्टये/गृहीतके सांगितली आहेत.

१) नियमितता (वारंवारता): मानवाच्या राजकीय वर्तनात भिन्नता असते. म्हणजे प्रत्येक व्यक्तीचे राजकीय वर्तन वेगवेगळ्या प्रकारचे असते.तथापि त्याच्या वर्तनात काही प्रसंगी नियमितता किंवा वारंवारता आढळून येते. उदा. काही लोक निवडणुकीत सातत्याने विशिष्ट राजकीय पक्षाला मतदान करत असतात. काही निवडक मतदार संघांचा अभ्यास करून संशोधकाला त्याच्या सर्वेक्षणात सर्व मतदारसंघांत मतदानाबाबतचा हा नियमितपणा आढळून आला तर मग काही लोक निवडणुकीत सातत्याने विशिष्ट राजकीय पक्षाला मतदान करतात हा सिद्धांत मांडला जाऊ शकतो. मतदारांच्या मतदानाचा संबंध त्यांचे शिक्षण, वय, आर्थिक दर्जा, राहण्याचे ठिकाण इत्यादी गुणांशी जोडून पाहता येईल. वर्तनवादी समाजातील वर्तनाचा नियमितपणा शोधून एक सर्वसामान्य सिद्धांत शोधून काढता येईल . अशा या सिद्धांताच्या आधारावर भविष्यात कोणत्या बाबतीत, केव्हा आणि कसे वर्तन राहील हेही निश्चितपणे सांगता येईल. नैसर्गिक शास्त्रात सिद्धांताच्या बाबतीत जितका निश्चितपणा आहे, तितका निश्चितपणा राज्यशास्त्रात राजकीय वर्तनातील संबंधाच्या बाबतीतही शोधून काढण्याचा प्रयत्न करता येतो.

२) निष्कर्षाचा पडताळा : संशोधकांनी पुराव्याच्या आधारे काढलेले निष्कर्ष खरे आहेत किंवा नाही हे तपासून पाहणे आवश्यक असते.यालाच निष्कर्षाचा पडताळा

म्हणतात. यासाठी संशोधकांनी ज्या क्षेत्रात संशोधन केले, त्याऐवजी दुसऱ्या क्षेत्राची निवड करून जे निष्कर्ष काढले, ते दुसऱ्या क्षेत्रातही तपासून पाहिले, तर निष्कर्षांचा खरे खोटेपणा सिध्द होईल.संशोधनाव्दारे काढलेल्या निष्कर्षांच्या पडताळ्यानी नंतर सत्यता सिद्ध करता आली तरच ते ग्राह्य मानता येतील.

३) अध्ययनतंत्रे : नैसर्गिक शास्त्रामध्ये सत्य शोधण्यासाठी ज्या अभ्यासतंत्राचा व पध्दतींचा वापर केला जातो, त्याच तंत्राचा वापर राजकारण प्रक्रियेचा अभ्यास करण्यासाठी झाला पाहिजे. माहिती गोळा करणे, संकलन व विश्लेषण करणे, गणिती पध्दतीने मांडणी करणे इत्यादी अभ्यासपध्दती तौलनिक अभ्यासासाठीही उपयुक्त आहेत. या अभ्यासपध्दतीत सर्वेक्षण केले जाते. माहिती मुलाखतीव्दारे गोळा केली जाते, आकडेवारी जमा केली जाते, तसेच त्याचे विश्लेषण केले जाते व सर्वसाधारण विधाने केली जातात. वर्तनवाद्यांची ही अध्ययनतंत्रे शास्त्रीय दृष्टिकोनाची मांडणी करण्यास उपयुक्त आहेत.

४) परिमाणन (मोजमाप) : परिमाणन म्हणजे मोजमाप करणे होय. वर्तनवादी अभ्यासकांनी परिमाणन पध्दतीचा अवलंब करण्याच्या आवश्यकतेवर भर दिला आहे.त्यांच्या मते, या पध्दतीमुळे अभ्यासविषयाच्या निरनिराळ्या घटकांचे अचूक मोजमाप करता येते. उदाहरणार्थ, 'पंचायत राज्यव्यवस्थेतील स्त्रियांचा सहभाग वाढता आहे.' असा सिद्धांत मांडण्यासाठी पंचायत राज्यस्तरावरील स्त्रियांच्या राजकीय सहभागाचा अभ्यास करून पंचायत राजव्यवस्थेतील विविध स्तरांत स्त्रिया सहभाग घेतात. राजकीय प्रश्नाबाबत त्यांच्यात जाणीव कशी आहे? राजकीय प्रश्न सोडविण्यासाठी त्या पुढाकार घेतात का? राजकीय कार्यात सहभाग घेताना त्यांना सामाजिक अडचणी येतात का? आल्यास त्यावर त्या कशा मात करतात? राजकीय पक्षाबाबत त्यांची भूमिका कशी असते? इत्यादी गोष्टींचे मोजमाप करता येऊ शकते. समजा, त्या क्षेत्रातील स्त्रियांची विशिष्ट संख्या अभ्यासासाठी नमुना म्हणून निश्चित करून तेथील स्त्रियांचा पंचायत राज्यव्यवस्थेतील राजकीय सहभाग वाढतो आहे किंवा नाही हे पाहता येते. राजकीय परिस्थितीसारख्या गुंतागुंतीच्या गोष्टीसंबंधी संकलित केलेल्या माहितीतून काटेकोर व अचूक निष्कर्ष काढणे शक्य व्हावे म्हणून परिमाणनाचा अवलंब करणे आवश्यक ठरते.

५) मूल्यनिरपेक्षता : संशोधकाने सत्य घटनांच्या आधारावर निष्कर्ष मांडायला पाहिजे. त्यात मूल्यांचा प्रश्न आणू नये. पारंपरिक राज्यशास्त्रात मूल्यसापेक्षतेला महत्त्व होते, तर वर्तनवादात मूल्यनिरपेक्षतेला महत्त्व दिले जाते.विविध तंत्रांच्या आधारावर मूल्यनिरपेक्ष संशोधन होऊ शकते. लोकशाही, स्वातंत्र्य, समानता वगैरे मूल्यं कितीही

उत्तम असली, तरी त्यांचा बरे–वाईटपणा शास्त्रीय कसोट्यांवर सिद्ध होणारा नसल्यामुळे त्यावर वस्तुनिष्ठ संशोधन होऊ शकत नाही. संशोधन कार्य करताना संशोधकाने स्वतःची मूल्यात्मक बांधीलकी आणि आपले अग्रक्रम दूर ठेवायला पाहिजेत.

६) व्यवस्थितपणा : संशोधन करताना व्यवस्थितपणा असायला पाहिजे. व्यवस्थितपणा म्हणजे अध्ययनात व संशोधनात विशिष्ट प्रकारची शिस्तबध्दता असणे होय. संशोधन आणि सिध्दांत यात परस्परसंबंध असला पाहिजे. तथ्यसंकलन विश्लेषण व त्याआधारे प्रमेय मांडणी अशा पध्दतीने संशोधनाचे कार्य झाले पाहिजे शिस्तबध्द रीतीने केलेल्या संशोधनातून सिध्दांताची मांडणी झाली, तरच ते संशोधन नैसर्गिक शास्त्राप्रमाणे काटेकोर होईल असे वर्तनवादी विचारकांचे मत आहे.

७) शास्त्रशुद्धता (विशुद्धशास्त्र) : ज्या शास्त्राचे नियम त्रिकालाबाधित असतात त्याला विशुध्दशास्त्र असे म्हणतात. संशोधन हे विशुद्धशास्त्र आहे. त्याचा उपयोग सामाजिक व राजकीय प्रश्न सोडविण्यासाठी झालाच पाहिजे असा आग्रह शक्य नाही; मात्र राज्यशास्त्रातही प्रथमतः शासनसंस्था, सत्ता इत्यादी संकल्पनांविषयी निर्भेळ व त्रिकालाबाधित सत्य सांगणारे सिद्धांत शोधून काढण्याबरोबरच वर्तनाच्या आधारावर शुद्ध शास्त्रीयता आणण्याचा वर्तनवाद्यांचा प्रयत्न आहे.

८) आंतरविद्याशास्त्रीय एकत्रीकरण : इतर सामाजिक शास्त्रांचा राज्यशास्त्रात उपयोग केल्याशिवाय राजकीय सिध्दांताला सर्वसाधारण पातळी आणता येणार नाही. सामाजिक शास्त्रांचा अभ्यासविषय मानव प्राणी आहे. प्रत्येक सामाजिक शास्त्राचा संबंध मानवाच्या जीवनाशी असल्यामुळे एकमेकांपासून अलग राहून त्याचा अभ्यास होऊ शकत नाही. सामाजिक आणि आर्थिक बाजू राजकीय जीवनातून अलिप्त राहू शकत नाही. राज्यशात्र हे सामाजिकशास्त्र असल्याने त्याचा इतर सामाजिक शास्त्रांशी संबंध अटळ आहे.वर्तनवाद्यांच्या मते अनेक शास्त्रांच्या संबंधातून अधिक चांगले अध्ययन करता येते.

वर्तनवादी दृष्टिकोन टीका/मर्यादा

वर्तनवादी दृष्टिकोनाने सुरुवातीच्या काळात राज्यशास्त्रामध्ये अभ्यासकांचे लक्ष वेधून घेतले होते.वर्तनवादी दृष्टिकोनामुळे राज्यशास्त्राच्या अध्ययनात फार मोठी क्रांती घडून आली आहे आणि एक परिपूर्ण शास्त्र होण्याच्या दिशेने राज्यशास्त्राची वाटचाल चालू झाली आहे असा काहींनी समज करून घेतला होता. परंतु वर्तनवादाने सुरुवातीच्या काळात निर्माण केलेली ही लाट लवकरच ओसरली, त्यामुळे त्यातील मर्यादा हळूहळू अभ्यासकांच्या लक्षात येऊ लागल्याने वर्तनवादावर पुढील टीका केल्या जाऊ लागल्या.

१) तंत्रापेक्षा आशयाला महत्त्व : नैसर्गिक शास्त्राप्रमाणे राज्यशास्त्राच्या अध्ययनास शास्त्रीय दर्जा प्राप्त करण्याच्या वर्तनवाद्यांच्या कल्पनेने अनेक शास्त्रीय तंत्रे व पध्दतीच्या उपयोगावर भर दिला गेला.काहींनी तर ही तंत्रे वापरणे म्हणजेच राज्यशास्त्राचा अभ्यास असा समज करून घेतला. त्यामुळे त्यांनी अध्ययनतंत्राला अवास्तव महत्त्व दिले,मात्र त्यामुळे राज्यशास्त्राच्या मूळ आशयाकडे दुर्लक्ष झाल्याने अध्ययनास फारसे महत्त्व उरले नाही.

२) शास्त्रीय दर्जाचा अभाव : राज्यशास्त्र हे सामाजिक दर्जाचे शास्त्र आहे.वर्तनवादी अभ्यासकांनी राज्यशास्त्राला शास्त्रीय दर्जा देण्यावर भर दिला, मात्र त्यांना नैसर्गिक शास्त्राप्रमाणे शास्त्रीय दर्जा देता आला नाही. मानव व त्याचे राजकीय वर्तन हे घटक नेहमी परिवर्तनीय असल्याने त्यातून एकच ठाम निष्कर्ष काढता येत नाही. उदा.एखाद्या राजकीय पक्षास मतदान करणाऱ्या मतदारांचे प्रमाण प्रत्येक निवडणुकीत सारखेच असत नाही, त्यामुळे अभ्यासकांना अभ्यासासंदर्भात निश्चित असे गृहीतक मांडण्यावर मर्यादा पडतात,यामुळे शास्त्रीय दर्जाचा अभाव दिसून येतो.

३) मूलभूत प्रश्नाकडे दुर्लक्ष : राज्यशास्त्राच्या अध्ययनाला नवी दिशा देणे आणि हे अध्ययन अर्थपूर्ण बनविणे हे वर्तनवाद्यांना अपेक्षित होते, मात्र राज्यशास्त्राच्या अध्ययनात वर्तनवाद्यांना नव्याने कोणतीही भर घालता आली नाही. त्यांनी राज्यशास्त्राच्या अध्ययनाच्या नव्या पध्दती, अध्ययनाची नवी व प्रगत तंत्रे यांची चर्चा अधिक केली आणि राज्यशास्त्रातील मूलभूत प्रश्नाकडे दुर्लक्ष केले. वर्तनवादी अभ्यासकांबाबत असे म्हटले जाते, की त्यांनी संशोधनासाठी व अध्ययनासाठी दुय्यम प्रश्नांचीच निवड केली व त्याचाच ऊहापोह करण्यात वेळ व शक्ती खर्च पडली, त्यामुळे मूलभूत प्रश्नाकडे दुर्लक्ष झाल्याची टीका या दृष्टिकोनावर करण्यात येते.

४) मूल्यनिरपेक्ष संशोधन शक्य नाही : राजकारणाचा अभ्यास मूल्यमुक्त करणे हे वर्तनवादी दृष्टिकोनात अभिप्रेत होते. शेवटी राजकारणाचा अभ्यास हा व्यक्तीच करत असल्याने एखाद्या बऱ्यावाईट गोष्टीचा परिणाम तिच्या अध्ययनावर झाल्याशिवाय राहात नाही. राजकीय प्रश्नाचे स्वरूप असे असते, की त्यात मूल्यनिरपेक्ष राहून चालत नाही. वर्तनवादी विचारक जरी मूल्यनिरपेक्षतेवर भर देत असले, तरी त्यांच्या विचारसरणीवर भांडवलशाहीचा प्रभाव असल्याचा आरोप केला जातो. मूल्यांचा विचार न करता केवळ वस्तुस्थितीचे वर्णन करणे निरर्थक स्वरूपाचे होते. समाजाला मार्गदर्शन करण्याचे कार्य मूल्यनिरपेक्ष राहून होऊ शकत नाही, त्यामुळे मूल्यनिरपेक्ष संशोधन शक्य नाही. अशी टीका वर्तनवादावर होताना दिसते.

५) आंतरविद्याशाखीय दृष्टिकोन अप्रस्तुत : राज्यशास्त्राच्या अभ्यासकांनी इतर

सामाजिक शास्त्रांकडून विविध तंत्रे, अध्ययनपध्दती, संकल्पना व सिध्दांत यांचा अवलंब करण्याचा प्रयत्न राज्यशास्त्राच्या अध्ययनात केलेला होता, मात्र ही एक प्रकारची उसनवारी असून वर्तनवादी अभ्यासकांनी त्याची प्रमाणाबाहेर उसनवारी केल्यामुळे राज्यशास्त्राच्या स्वतंत्र अस्तित्वास धोका निर्माण झाल्याने इतर शास्त्रांच्या संबंधावर आक्षेप घेतले जातात. शिवाय इतर सामाजिक शास्त्रांवरही या मर्यादा कमी अधिक प्रमाणात पडत असल्याने राज्यशास्त्राला त्यांच्या सहयोगातून नैसर्गिक शास्त्राप्रमाणे सिद्धांत मांडणी करता येईल की नाही याचे उत्तर नवीन अभ्यासकांजवळ नाही.

६) अभ्यासकांचा भ्रमनिरास : सुरुवातीच्या काळात वर्तनवादी विचाराने प्रेरित होऊन अनेक अभ्यासकांनी संशोधनकार्य हाती घेतले.त्यातून अनेक नवीन सिद्धांतांची मांडणी करण्यावर भर दिला जाऊ लागला, मात्र संशोधन प्रत्यक्षात उपयुक्त असलेच पाहिजे असा आग्रह न धरल्यामुळे केवळ यांत्रिक पध्दतीने संशोधनावर भर दिला गेला. अल्पावधीतच या दृष्टिकोनातील उणिवा समोर आल्याने अभ्यासकांची मोठ्या प्रमाणावर निराशा झाली.

७) स्वतंत्र अस्तित्वाचा प्रश्न : राज्यशास्त्राचा अभ्यास सर्वसमावेशक दृष्टिकोनातून व्हावा, यात दुमत नाही, पण सर्वसमावेशक दृष्टिकोनाच्या नावाखाली राज्यशास्त्राचे मूळ स्वरूपच बदलून जाण्याची भीती आज निर्माण झाली आहे. राज्यशास्त्र हे नाव जाऊन राजकीय समाजशास्त्र (Political Sociology) हे नाव आज रूढ करण्याचा प्रयत्न होत आहे. राज्यशास्त्राच्या अभ्यासक्रमात आधुनिकीकरणाच्या नावाखाली जुना अभ्यासक्रम बदलून फक्त संशोधनाच्या पद्धती व समाजशास्त्र या दोनच गोष्टींचा प्रामुख्याने अंतर्भाव करण्यात येतो.राज्यशास्त्राचे स्वतंत्र अस्तित्वच आज धोक्यात आले आहे. इतर शास्त्रांतील संशोधनपद्धतींच्या वापराला कोणाचाही विरोध असू शकत नाही,पण राज्यशास्त्राने आपला मूळ विषय विसरून भलत्याच गोष्टीचा अभ्यास करण्यात वेळ घालवू नये.नवीन राज्यशास्त्रज्ञ मूळ हेतू व महत्त्व विसरल्याने पैसा,श्रम व वेळ वाया जात आहे,असा आक्षेप घेतला जाऊ लागला आहे.

वर्तनवादी दृष्टिकोनावर अशा प्रकारे बरीच टीका होत असली, तरी काही गोष्टी गैरसमजुतीतून निर्माण झाल्या. वर्तनवादी दृष्टिकोनातून अभ्यास केल्यास भौतिक शास्त्राप्रमाणे काटेकोर नसला तरी स्थायी स्वरूपात सर्वसामान्य सिध्दांताची मांडणी करणे शक्य आहे, त्यामुळे राज्यशास्त्राचे अध्ययन शास्त्रशुद्ध होण्यासाठी हा दृष्टिकोन पूर्णपणे कालबाह्य झाला आहे असे म्हणून चालणार नाही.

प्रश्न

अ) खालील प्रश्नांची थोडक्यात उत्तरे लिहा.

१. मार्क्सचे राज्यविषयक विचार सांगा.

२. मार्क्सचा अतिरिक्त मूल्याचा सिद्धांत सांगा.

३. वर्तनवादाची वैशिष्ट्ये सांगा.

ब) खालील प्रश्न सोडवा. (५०० शब्दांत)

१. वर्तनवादी सिद्धांताचे चिकित्सक विश्लेषण करा.

२. कार्ल मार्क्सच्या विचारांचे परीक्षण करा.

३. मॅक्स वेबरच्या राजकीय समाजशास्त्रातील योगदानाची चर्चा करा.

प्रकरण ३

राजकीय संस्कृती
(Political Culture)

प्रास्ताविक

प्रत्येक व्यक्तीचे एक विशेष व्यक्तिमत्त्व असते. स्वभावविशेष, शारीरिक गुणधर्म, सवयी इत्यादी बाबतींतील साम्य व्यक्तीव्यक्तीत क्वचितच सापडते. विशिष्ट कौटुंबिक, सांस्कृतिक नीतिमूल्यांच्या प्रभावाने व्यक्ती घडत असते. त्यातून त्या व्यक्तीच्या स्वभावाचे जे विविध पैलू दृष्टीस येतात, त्यात तिचे आचार-विचार इत्यादी वागणुकीबाबतची गुणवैशिष्ट्ये समाविष्ट असतात.या गुणवैशिष्ट्यांनाच वागण्याची पध्दती, सभ्यता किंवा संस्कृती असे म्हणतात. हीच गोष्ट व्यक्तीप्रमाणे राष्ट्राच्या बाबतीतही दिसून येते.प्रत्येक राष्ट्राचे स्वतःचे आगळे वेगळे वैशिष्टयपूर्ण व्यक्तिमत्त्व असते.स्वतःची अशी संस्कृती असते. प्रत्येक राजकीय व्यवस्था त्या देशाच्या राजकीय कोंदणात काम करीत असते. त्यातून राजकीय व्यवस्थेचे यश-अपयश, राजकीय विचारधारा, राजकीय मानसिकता इत्यादी बाबी लक्षात येतात. तेव्हा त्याचा समावेश राजकीय संस्कृतीत केला जातो.

राजकीय विश्लेषणाच्या अध्ययनात राजकीय संस्कृती ही संकल्पना मानववंशशास्त्र व समाजशास्त्रातील संस्कृती या संकल्पनेवर आधारलेली आहे.गॅब्रिअल आल्मंड यांनी १९५६ साली ती वापरली. 'सिव्हीक कल्चर' या आल्मंड व सिडने व्हर्बा यांच्या पुस्तकामुळे ती राज्यशास्त्रात रूढ झाली. त्यानंतर लुसियन पाय व सिडने व्हर्बा यांच्या 'पॉलीटीकल कल्चर ॲण्ड पॉलीटीकल डेव्हलपमेंट' या पुस्तकातून राजकीय संस्कृतीचा राजकीय विकासाशी असलेला दृष्टिकोन स्पष्ट केल्यानंतर राज्यशास्त्राच्या अध्ययनात राजकीय संस्कृती या संकल्पनेचा सर्रास वापर होऊ लागला.

अर्थ : प्रत्येक समाजाची एक सामूहिक जीवनपध्दती असते.विशिष्ट कला, विश्वास, ज्ञानमान्यता असतात. त्यांचा समावेश संस्कृती या शब्दात केला जातो. 'संस म्हणजे

चांगले.कृती म्हणजे करणे, यावरून संस्कृती म्हणजे चांगली कृती, कार्य करणे होय'. हे जसे व्यक्तीच्या बाबतीत लागू पडते, तसेच राष्ट्राच्या बाबतीतही महत्त्वाचे मानले जाते.

व्याख्या : राजकीय संस्कृती सामान्य संस्कृतीचे अभिन्न अंग असते.सामान्य संस्कृतीची उपसंस्कृती असेही तिला म्हणतात.राजकीय व्यवस्थेच्या बाबतीत समाजाचा दृष्टिकोन, मते, विश्वास व व्यवहार या गोष्टींचा समावेश राजकीय संस्कृतीत होतो. राजकीय व्यवस्थेच्या संदर्भात प्रत्येक समाजाचा राजकीय व्यवहार सारखा नसतो. परिणामतः प्रत्येक देशाची राजकीय संस्कृती वेगवेगळी असते, त्यामुळे तिच्या वेगवेगळ्या व्याख्या आढळून येतात.

आल्मंड व पावेल :'एखाद्या राजकीय व्यवस्थेत असणाऱ्या व्यक्तीच्या राजकीय जीवनात आढळून येणारी मनप्रवृत्ती आणि प्रेरणांचा आकृतिबंध म्हणजे राजकीय संस्कृती'.

लुसियन पाय : ' राजकारणाच्या संदर्भात व्यक्त केल्या जाणाऱ्या प्रतिक्रिया, व्यक्त केली जाणारी मते, या प्रतिक्रिया व मते निर्माण करणारी समाजाची मानसिकता यास राजकीय संस्कृती म्हणतात'.

रॅडम हाऊस : ' राजकीय संस्कृती म्हणजे एकूण संस्कृतीचा तो भाग आहे, जो सरकारने कोणती कामे करावीत, कोणती करणे आवश्यक आहे, याकडे अंगुलीनिर्देश करतो. सर्वसाधारण संस्कृतीच्या या भागास राजकीय संस्कृती म्हणतात'.

सिडने व्हर्बा : 'राजकीय संस्कृती म्हणजे राजकारणाच्या संदर्भातील अनुभवमूलक श्रध्दा, अभिव्यक्ती, प्रतीके व मूल्ये यांची गुंफण होय'.

गॅब्रियल आल्मंड : ' प्रत्येक राजकीय व्यवस्था ही विशिष्ट प्रकारच्या मूल्यांच्या, प्रेरणांच्या आणि प्रवृत्तीच्या कोंदणात कार्य करीत असते.ही सर्व मूल्ये व प्रेरणा म्हणजे राजकीय संस्कृती होय.'

वरील सर्व व्याख्यांतून राजकीय संस्कृतीबाबत एकच सर्वमान्य अर्थ असा निघतो, की राजकीय व्यवस्थेने कोणत्या गोष्टी कोणत्या पद्धतीने कराव्यात यासंबंधी त्या देशातील जनतेची सर्वसामान्य मूल्ये, श्रद्धा आणि दृष्टिकोन होय. यावरून शासनाने जनतेसाठी काय करावे म्हणजे जनता व शासनाचे हितसंबंध जोपासले जातील याचा एक दृष्टिकोन तयार होतो.जनता व शासनाच्या परस्पर संबंधातून राष्ट्राची राजकीय संस्कृती जोपासण्याचा प्रयत्न केला जातो.

राजकीय संस्कृतीचे स्वरूप

संस्कृती या संकल्पनेतून समाजाची सभ्यता, चांगुलपणा व्यक्त होतो, तर राजकीय संस्कृतीतून विशिष्ट राष्ट्राची, तेथील राजकारणाची स्थिती, समाजाचा राजकारणविषयक दृष्टिकोन व्यक्त होतो.त्यामुळे संस्कृतीचा राजकारणाशी संबंध जोडताना तिच्या राजकीय स्वरूपाचा अभ्यास करावा लागतो.राजकीय संस्कृतीच्या स्वरूपात पुढील घटकांचा समावेश होतो.

१) राजकीय संस्कृती : एक उप संस्कृती : सिडने व्हर्बाने म्हटल्याप्रमाणे राजकीय संस्कृती म्हणजे राजकारणाच्या संदर्भातील अनुभवमूलक श्रद्धा, अभिव्यक्ती, प्रतीके व मूल्ये यांची गुंफण असते.प्रत्येक समाजाची विशिष्ट अशी मूल्ये असतात.त्यातून समाजातील लोकांचा समाज आणि समाज घटकाबद्दलचा दृष्टिकोन किंवा मानसिक कल, समाजातील व्यक्ती, गट, पक्षीय सभासद, इतर संस्था, संघटनांच्या वर्तनाचे नियम, मूल्यव्यवस्था, नैतिक-अनैतिक, चांगले, वाईट, योग्य-अयोग्य याबद्दलचे निकष यास समाजाची संस्कृती असे सामान्यतः राजकीय व्यवस्थेत म्हटले जाते.समाजाच्या या राजकीय व्यवस्थेतील व्यापक संस्कृतीचा एक भाग म्हणजे राजकीय संस्कृती. कारण सामाजिक संस्कृतीतील मूल्ये, प्रेरणांच्या आधारे राजकीय व्यवस्थेवर परिणाम होत असतो, म्हणून राजकीय संस्कृती ही संस्कृतीची उप संस्कृती म्हणून कार्य करीत असते.शासनाला राजकारभार चालविताना मूल्ये, श्रद्धा, भावनिक दृष्टिकोन याला महत्त्व द्यावे लागते, कारण या सामाजिक मूल्यांतूनच शासनाच्या अस्तित्वाला आधार प्राप्त होत असतो.

२) राजकारण राजकीय संस्कृतीशी संबंधित आहे : प्रत्येक समाजावर विशिष्ट संस्कृतीचा प्रभाव असतो.आणि त्या प्रभावाखालीच तो समाज वावरत असतो,त्यामुळे तेथील राजकीय व्यवस्थेवर आणि राजकारणावरही संस्कृतीचे पडसाद उमटतात. राजकीय संस्कृतीनुसार तेथील राजकारणाच्या दिशा ठरत असतात. उदा.लोकशाहीत लोकशाही मूल्यांची जोपासना केली जाते, तर हुकूमशाहीत लोकशाही मूल्यांची पायमल्ली होताना दिसते.जसे, राजकीय संस्कृतीतून राजकारणाचे स्वरूप निश्चित होते, म्हणून राजकीय व्यवस्थेने स्वीकारलेला दृष्टिकोन हा राजकारणात महत्त्वाचा असतो, कारण राजकीय व्यवस्थेचा दृष्टिकोन राजकीय संस्कृतीशी संबंधित असतो.

३) राजकीय संस्कृतीचे अलगत्व : राजकीय संस्कृती ही संस्कृतीची उपसंस्कृती म्हणून ओळखली जात असली, तरी आल्मंडने राजकीय संस्कृती ही स्वतंत्र व अलग असल्याचे म्हटले आहे, म्हणूनच व्यक्तीचे वैयक्तिक मत हे सार्वजनिक मताहून भिन्न असते. उदा. मद्यपान करणारे सभासद दारूबंदी धोरणास पाठिंबा देताना दिसतात

किंवा निवडणुकांच्या काळात वाड्या-वस्ती व झोपडपट्टी येथील जनतेबद्दल आस्था दाखविणारे उमेदवार मंत्रीपदावर गेल्यावर पुन्हा मतदारसंघात फिरकतही नाहीत. इत्यादी बाबींमुळे राजकीय संस्कृतीचे स्वरूप अलग असल्याचे दिसून येते.

४) संस्कृतीतील गतिमानता : राजकीय संस्कृती ही नेहमी बदलणारी असते. संस्कृतीवर ज्याप्रमाणे नवीन घटकांचा प्रभाव पडतो, त्याप्रमाणे परकीय किंवा बाहेरील देशातील कल्पनांचा प्रसार वाढतो. औद्योगिकीकरण, नवीन नेतृत्वाचा प्रभाव, शिक्षण व दळणवळण क्षेत्रातील वाढ इत्यादी विविध कारणांनी संस्कृतीचे स्वरूप नेहमीच बदलणारे असते. या बदललेल्या स्वरूपामुळे अनेक बरेवाईट अनुभव राजकीय व्यवस्थेत येत राहतात. बदलाचे हे चक्र प्रत्येक संस्कृतीत पाहावयास मिळते,त्यामुळे संस्कृतीचे स्वरूप हे गतिमान असल्याचे म्हटले जाते.

५) राजकीय संस्कृतीतील एकजिनसीपणाचा अभाव : राजकीय संस्कृती ही गतिमान असल्याने तिच्यात एकजिनसीपणा नसतो.व ती कोठेच एकसारखी नसते, त्यामुळे प्रत्येक राजकीय संस्कृतीत विविधता आढळते.भारतात तर विविध प्रांतांची संस्कृती भिन्न असल्याचे दिसते. असे असले, तरी भारतीय राजकीय संस्कृतीत त्याचा अडथळा येत नाही, म्हणूनच राजकीय संस्कृतीच्या स्वरूपात विभिन्न संस्कृतींचे एकत्रीकरण दिसून येते.उदा. इंग्लंडची राजकीय संस्कृती अतिशय प्राचीन आहे. ब्रिटिश समाज हा भिन्न वांशिक गटांच्या मिश्रणातून निर्माण झालेला आहे, त्यामुळे तेथे संस्कृतीतील भिन्नता दिसून येते.

थोडक्यात, राजकीय संस्कृतीचे स्वरूप हे देश, कालपरत्वे बदलणारे असते. राजकीय संस्कृती ही संपूर्णपणे एकजिनसी कधीच नसते, कारण भौतिक परिस्थिती नेहमी बदलणारी असते, त्यामुळे मानवी दृष्टिकोन बदलला जाऊन त्यानुसार राजकीय संस्कृतीचे स्वरूपही बदलले जाते.

राजकीय संस्कृतीचे प्रकार

गॅब्रियल आल्मंड व सिडने व्हर्बा यांनी त्यांच्या 'The Civic Culture' या पुस्तकात राजकीय व्यवस्थेतील घटक-व्यक्ती राजकीय व्यवस्थेच्या उद्दिष्टांकडे आणि कार्याकडे कोणत्या दृष्टीने पाहतात किंवा त्याबाबत त्याच्या जाणिवांची स्थिती काय आहे या आधारावर राजकीय संस्कृतीच्या वर्गीकरणाचे पुढील चार निकष केले आहेत.

१) देशाच्या औपचारिक रचनेविषयी लोकांचा दृष्टिकोन कोणता आहे : देशाची प्रस्थापित राजकीय व्यवस्था सर्वसामान्य जनतेला मान्य असेल, तर शासनाच्या

कार्यवाहीमध्ये जनतेचे सहकार्य मिळविणे अवघड नसते, मात्र देशाची औपचारिक रचना किंवा सरकार जनतेला मान्य नसल्यास लोक सरकारला सहकार्य करीत नाहीत.उदा. स्वातंत्र्यपूर्व भारतातील राजवटीला भारतीयांचा विरोध होता, कारण ती भारतीयांना मान्य नव्हती. स्वातंत्र्यानंतर भारताने धर्मनिरपेक्षता, राष्ट्रवाद, संसदीय लोकशाही या तत्त्वांवर आधारित शासनाची निर्मिती केली ती सर्वमान्य नसली तरी बहुसंख्याकांना मान्य आहे. त्यामुळे भारतीयांनी तिचा स्वीकार केला असला, तरी कम्युनिस्टांना लोकशाही मान्य नसल्याने त्यांच्याकडून या शासनपद्धतीस विरोध होताना दिसतो.

२) शासनातील विविध अधिकारपदे भूषविणाऱ्या लोकांविषयी जनतेचा दृष्टिकोन कोणता आहे : शासनाची घटनात्मक चौकट मान्य असली, तरी काही वेळा हे शासन चालविणाऱ्या अधिकारी व्यक्तींविषयी तसेच राजकीय नेत्यांविषयी काही कारणामुळे तिरस्काराची भावना आढळते. या भावनेमुळे जनतेच्या उत्स्फूर्त सहभागावर आणि सहकार्यावर बंधने पडतात. उदा. भारतात लोकशाही शासनाबद्दल आपुलकी असल्याने ही शासनरचना मान्य असूनही भ्रष्टाचारी नेते आणि अधिकारी यामुळे जनतेत तीव्र नाराजी व्यक्त होताना दिसते, त्यामुळे ते शासनाशी असहकार्य दाखवितात.उलट जनतेला शासनरचना मान्य नसूनही नेत्यांच्या लोकप्रियतेमुळे वा अधिकाऱ्यावरील विश्वासामुळे लोकांकडून सहकार्याची भावना ठेवली जाते.

३) शासनाच्या धोरणाविषयी जनतेचा दृष्टिकोन कोणता आहे : घटनात्मक चौकट स्वीकारलेले नेतृत्व मान्य आहे, मात्र नेत्यांची धोरणे लोकांना मान्य असतीलच असे नाही. ज्यांना एखादे धोरण मान्य असते, त्यांचा त्या धोरणास पाठिंबा मिळतो, तर धोरण मान्य नसल्यास विरोध होतो.कधी नेतृत्व मान्य असूनही नेत्यांच्या धोरणाला जनतेकडून विरोध होतो.त्यामुळे सहकार्याऐवजी विरोधी भूमिका घेतली जाते. उदा. १९७५ ते १९७७ या काळातील धोरणामुळे इंदिरा गांधींच्या नेतृत्वावर जनतेने अविश्वास दाखविला होता.

४) व्यक्तींचा सर्वसामान्य दृष्टिकोन कोणता आहे : देशातील एकूण राजकीय परिस्थितीचा विचार करून सर्वसामान्य व्यक्तीचे मत ठरत असते. व्यक्तीचा सर्वसामान्य दृष्टिकोन कसा आहे, यावरून राजकीय ज्ञान लक्षात येते.राजकारणाविषयी मत मांडताना विवेकाला प्राधान्य दिले जाते, की भावनेच्या भरात निर्णय घेतले जातात यावरून राजकीय संस्कृती ठरत असते.

वरील निकषांच्या आधारे गॅब्रियल आल्मंड व सिडने व्हर्बा यांनी राजकीय संस्कृतीचे वर्गीकरण पुढील तीन प्रकारे केले आहे.

१) संकुचित/स्थानांकित/संकीर्ण (Parochial/Political/Culture) : संकुचित, स्थानांकित राजकीय संस्कृतीत लोकांना राष्ट्रातील राजकीय व्यवस्थेबद्दल जाणीव नसते किंवा अत्यल्प असते. या व्यवस्थेतील सर्व नसले तरी बरेच लोक अशा प्रकारचे असतात. विकसित राष्ट्रांमध्ये असे लोक कमी असतात, मात्र अविकसित तसेच विकसनशील राष्ट्रांमध्ये त्यांचे प्रमाण जास्त आढळते.व्यक्तीच्या तसेच समाजाच्या राजकीय जाणीव जागृतीचा विकास अगदी अल्प असल्याने अशी परिस्थिती दिसते.उदा. युगांडा व मोझंबीक इत्यादी देशांत वरील प्रकारची राजकीय संस्कृती आढळते.

वैशिष्टये

- समाज परंपराप्रधान असतो : भूमिकांचे विशेषीकरण झालेले नसते.
- समाजाला राजकीय प्रक्रियांचे ज्ञान नसते,माहिती नसते, त्यामुळे राजकीय जागरूकता अत्यंत मर्यादित असते.

जनतेला राजकारणामध्ये अजिबात रस नसतो.

२) आज्ञांकित/प्रजांकित : (Subject political culture) : आज्ञांकित किंवा प्रजांकित राजकीय संस्कृतीतील जनतेला राजकीय ज्ञान थोड्या फार प्रमाणात असते, मात्र व्यवहारात त्याचा उपयोग करता येईलच असे नाही. उदा. राजकीय व्यवस्थेसंबंधीची व धोरणाच्या अंमलबजावणीसंबंधीची जाणीव विशेष प्रमाणात असते, परंतु मागण्यांचे निर्णयात रूपांतर करण्याची जी आदान (Input) किंवा राजकीय प्रक्रिया असते, त्यात आपली काही भूमिका आहे; म्हणजेच व्यवस्थेच्या कार्यात सहभागी व्हावे असे त्यांना वाटत नसते.ते निष्क्रिय असतात.अशा प्रकारची राजकीय संस्कृती मेक्सिको तसेच घाना इत्यादी देशांत आढळते.

वैशिष्टये

- राजकीय प्रक्रियेची माहिती असते, परंतु राजकारणात प्रत्यक्ष भाग घेण्याची इच्छा नसते.
- राजकारणात आपणास यश लाभणार नाही, अशा भूमिकेमुळे उदासीनता निर्माण होते.
- एकंदर समाजामध्ये कायम स्वरूपाची वर्गवारी झाल्याने सत्तेची उतरंड निर्माण झालेली असते.

३) सहभागप्रधान/ सहभागांकित (Participant political culture): सहभागप्रधान किंवा सहभागांकित राजकीय संस्कृतीतील जनता केवळ आपल्या व्यवस्थेचा प्रकार व स्वरूप याबद्दल जागरूक असतात असे नाही, तर ते त्या व्यवस्थेच्या कार्यभागातही

सहभागी असतात. तिच्या आदानप्रदान प्रक्रियेविषयी व संबंधित संरचनांविषयी तसेच स्वतःच्या भूमिकेविषयी जाणिवा मोठ्या प्रमाणात असतात, त्यामुळे तेथील जनतेचा राजकीय व्यवस्थेच्या कार्यातील सहभागही मोठ्या प्रमाणात असतो, परिणामी राजकीय व्यवस्थेसंबंधीचे परिपूर्ण ज्ञान जनतेला प्राप्त होते.उदा. इंग्लंड, अमेरिका या देशांत या संस्कृतीचा विकास झालेला दिसतो.

वैशिष्टये

- सर्वसामान्य नागरिकाला राजकीय व्यवस्थेतील विविध राजकीय प्रक्रियांविषयी जाणीव असते.
- व्यक्तीला आपल्या हक्क आणि कर्तव्याविषयी जाणीव असते.
- राजकीय व्यवस्थेच्या निरनिराळ्या पातळ्यांवर व्यवस्थेच्या उद्दिष्टांविषयी, कार्याविषयी आणि कार्यपद्धतीविषयी व्यक्तीत जागरूकता असते.

फायनर यांनी केलेले वर्गीकरण

एस.इ. फायनर यांनी राजकीय व्यवस्थेतील लष्कराचे स्थान आणि लष्करी हस्तक्षेपाची शक्यता या आधारावर राजकीय संस्कृतीचे वर्गीकरण केले आहे. या वर्गीकरणामध्ये नागरी सत्तेचे प्रभुत्व ज्या ठिकाणी आहे, ती संस्कृती विकसित मानली आहे. उलटपक्षी लष्कराची प्रभुत्व असलेली राजकीय संस्कृती कनिष्ठ मानली आहे. यांच्या मते, राजकीय संस्कृतीचे पुढील प्रकार सांगता येतात.

१) परिपक्व राजकीय संस्कृती (Mature political culture) : या राजकीय संस्कृतीत लष्करी हस्तक्षेप अयोग्य मानला जाऊन त्याचा तिटकारा केला जातो. अशा हस्तक्षेपास लोक अनुमती देत नाहीत. लोकांना राजकीय व्यवस्थेचे ज्ञान मोठ्या प्रमाणावर झालेले असल्याने त्यांचा राजकीय सहभाग वाढलेला असतो, त्यामुळे शासनावर जनतेचे नियंत्रण असते. शासनाला लोकहिताविरोधी निर्णय सहसा घेता येत नाही, म्हणूनच या राजकीय संस्कृतीला परिपक्व राजकीय संस्कृती म्हणतात. उदा. इंग्लंड, अमेरिका, कॅनडा व ऑस्ट्रेलिया इत्यादी देशांचा समावेश यात करता येतो.

२) विकसित राजकीय संस्कृती (Expanded political culture): या राजकीय संस्कृतीचे वैशिष्टय म्हणजे या व्यवस्थेत प्रभावी अशा संघटनांत लोक एकत्रित आलेले असतात व शासकीय कार्यपद्धती आणि अधिकारी संघटना लोकांत रुजलेले असतात; परंतु अशा राजकीय व्यवस्थेत सार्वभौम सत्तेविषयी वाद असून लष्करी हस्तक्षेपास विरोध असतो. यात साम्राज्यस्थापनेपासून ते हिटलरच्या राजवटीपर्यंतचा जर्मनी व दुसऱ्या महायुध्दापर्यंतचा जपान इत्यादी देशांचा समावेश होतो.

३) कनिष्ठ राजकीय संस्कृती (Adjective political culture) : या प्रकारात मोडणाऱ्या व्यवस्थेतील लोक कमी संघटित असतात व राज्यांतर्गत संस्था आणि कार्यपध्दती या वादग्रस्त असतात.लष्करी हस्तक्षेपास लोकमत विशेष प्रतिकूल नसते. तुर्कस्थान, अर्जेंटिना, स्पेन, इजिप्त, सीरिया, पाकिस्तान, इराण, सुदान व दक्षिण कोरिया या देशांचा समावेश या प्रकारात करता येतो.

४) दुर्बल राजकीय संस्कृती (Feeble political culture) : या प्रकारात लोक राजकीयदृष्टया जागरूकही नसतात व विशेष संघटितही नसतात, त्यामुळे कोणतेही सरकार लोकमताकडे दुर्लक्ष करू शकते.मेस्किको व अर्जेण्टिना हे देश त्यांच्या सुरुवातीच्या अर्धशतकाच्या काळात व कांगो ही उदाहरणे या प्रकारात येतात.

स्थूल मानाने केलेले प्रकार

राजकीय संस्कृतीचे स्थूल मानाने पुढील दोन प्रकार पाडले जातात.

१) खंडित राजकीय संस्कृती (Fragmented political culture) : खंडित राजकीय संस्कृतीमध्ये समाजात वैचारिक टोकाचे मतभेद असतात. विविध राजकीय गट असतात.या प्रकारच्या राजकीय संस्कृतीचा उदय साधारणतः सरकारच्या अपयशातून होतो.

वैशिष्टये

अंतर्गत द्वेष : राजकीय व सामाजिक स्तरावर मोठया प्रमाणात गट असतात. त्यांच्यात परस्पर द्वेष असतो. उदा. द.आफ्रिकेतील काळा व गोऱ्यातील भेद किंवा भारतात जातीव्यवस्थेतील द्वेष.

अस्थिर शासन : विविध गटांमुळे स्थिर सरकारची शक्यता कमी असते.सरकार सतत बदलते. फ्रान्समध्ये द गॉल सत्तेवर येण्यापूर्वी ही स्थिती होती. भारतात १९८९ नंतर या स्थितीची मालिका सुरू झालेली दिसते.

राष्ट्रनिष्ठेचा अभाव : खंडित राजकीय संस्कृतीत प्रादेशिक, जातीय, धार्मिक निष्ठेस प्राथमिकता असते, त्यामुळे राष्ट्रनिष्ठेस दुय्यम स्थान दिले जाऊन विधायक कार्ये करण्याऐवजी विघातक कारवाया करण्यावर अधिक भर दिला जातो.भारत व पाकिस्तान सारख्या देशांत वरील परिस्थिती आढळते.

सामाजिक तणाव : मोठ्या प्रमाणात सामाजिक विषमता असल्याने सामाजिक संघर्ष तीव्र स्वरूपात असतो.समाजाचे विभाजन विविध स्तरांत झालेले असल्याने परस्परांत अविश्वासाचे वातावरण निर्माण होऊन सामाजिक तणाव निर्माण होतो.

२) अखंडित राजकीय संस्कृती (Integrated political culture) : या राजकीय संस्कृतीत जनतेत राजकीय जाणिवांचा विकास मोठया प्रमाणात झालेला असतो, त्यामुळे वैचारिक प्रगल्भतेतून राजकीय प्रश्न सोडविण्याचा प्रयत्न होतो. गटातटाच्या राजकारणाऐवजी समन्वयावर भर दिल्याने शासनाची भूमिका लोककल्याणकारी स्वरूपाची असते.

वैशिष्टये

राष्ट्रनिष्ठा महत्त्वाची : वैयक्तिक हिताऐवजी राष्ट्रीय हित महत्त्वाचे मानल्याने इतर मतभेद दूर ठेवले जातात.जेव्हा देशाचा प्रश्न निर्माण होतो, तेव्हा व्यक्तिगत हित गौण समजले जाते.

राजकीय हिंसेचे अल्प प्रमाण : संघर्ष मिटविण्यासाठी नागरी पद्धती रूढ झालेल्या असतात. शासनसंस्थेचा प्रकार, रचना, शासनकर्ते निवडण्याची पद्धत, संघर्ष मिटविण्याचे मार्ग व इतर प्रमुख राजकीय प्रश्नांबद्दल समाजात एकमत तयार झालेले असते. राजकीय हिंसेचे प्रमाण फार कमी झालेले असते. राजकीय संघर्ष राजकीय व्यवस्थेच्या स्वरूपाबाबत वा इतर प्रश्नांबाबत नसतात, तर ते फक्त आदान प्रदान प्रक्रियेसंबंधी असतात.

सामाजिक गटांमध्ये सामंजस्य : राजकीय व्यवस्थेत असलेल्या विविध राजकीय गटांबरोबरच सामाजिक गटांमध्ये परस्पर सामंजस्य असल्याने सामाजिक व राजकीय प्रश्न सोडविण्यासाठी शांततेच्या मार्गांचा आधार घेतला जातो.

शासनव्यवस्थेवर विश्वास : लोकांचा राजकीय व्यवस्थेवर मोठ्या प्रमाणावर विश्वास बसलेला असल्याने या राजकीय व्यवस्थेत शासनव्यवस्थेस आपली कार्यं योग्य प्रकारे पार पाडता येतात.

थोडक्यात, या प्रकारात शासन व जनता यात मोठ्या प्रमाणात सामंजस्य असते. जनता मोठया प्रमाणावर राजकीय कार्यात सहभागी असते, त्यामुळे या शासन व्यवस्थेस प्रगत व्यवस्था समजले जाते.उदा. इंग्लंड व अमेरिका इत्यादी देशांतील राजकीय व्यवस्थांचा यात समावेश होतो.

राजकीय संस्कृतीचे मिश्र स्वरूप

वरील प्रकारच्या आधारावर राजकीय संस्कृतीचे वर्गीकरण केले जात असले, तरी कोणत्याही राजकीय व्यवस्थेत संस्कृतीचा एक प्रकार नष्ट होऊन दुसरा प्रकार निर्माण होत नाही, तर या सर्व प्रकारातूनच राजकीय व्यवस्था आकारास येत असल्याने कोणत्याही व्यवस्थेत मिश्र संस्कृतीचे दर्शन घडते.राजकीय अभ्यासाच्या दृष्टीने राजकीय

संस्कृतीचे विविध प्रकार अस्तित्वात असल्याचे मानले जात असले, तरी आल्मंडने म्हटल्याप्रमाणे कोणताही प्रकार कोणत्याही व्यवस्थेत शुद्ध स्वरूपात आढळत नाही. प्रत्येक संस्कृतीत या सर्व प्रकारांचे मिश्रण आढळते. राजकीय संस्कृती ही संमिश्र संस्कृती असते. 'सहभागी दृष्टिकोनाबरोबर अस्तित्वात असलेले पारंपरिक दृष्टिकोन व राजकीय प्रदान संरचना आणि भूमिका संरचनांना स्वीकृत करणारे आज्ञांकित दृष्टिकोन यांची राजकीय संस्कृती बनलेली असते.'

आल्मंडच्या या विधानातून संस्कृतीचे मिश्र स्वरूप लक्षात येते.या मिश्रणानुसार – अ) संकुचित आज्ञांकित, ब) आज्ञांकित सहभागी, क) सहभागी संकुचित अशा तीन प्रकारच्या संस्कृती त्याने सांगितल्या आहेत, तर या सर्व प्रकारचे मिश्र स्वरूप राजकीय व्यवस्थेत अस्तित्वात असते. संकुचित संस्कृतीच्या अवस्थेत आज्ञांकित संस्कृतीचे, आज्ञांकित संस्कृतीत सहभागी संस्कृतीचे, तर सहभागी संस्कृतीत संकुचित राजकीय संस्कृतीचे मिश्रण आढळून येते. हे आल्मंड आणि व्हर्बा यांनी इंग्लंड, अमेरिका, जर्मनी, इटली व मेक्सिको या देशांच्या अभ्यासातून स्पष्ट केले आहे. त्याचबरोबर राजकीय संस्कृतीवरून राजकीय व्यवस्थेचे स्वरूप ठरत असते, किंवा विशिष्ट राजकीय व्यवस्थेत तिच्या दर्जावरून तिची संस्कृती लक्षात येते, म्हणूनच आल्मंडने वर्गीकरणात संमिश्र राजकीय संस्कृती गृहीत धरून तिचा संबंध व्यवस्थेच्या स्वरूपाशी जोडला आहे. त्यानुसार –

१. संकुचित संस्कृती व पारंपरिक राजकीय व्यवस्था

२. आज्ञांकित संस्कृती व केंद्रवर्ती हुकूमशाही व्यवस्था

३. सहभागी संस्कृती व लोकशाही व्यवस्था

यांत परस्परसंबंध निर्माण झाल्याचे दिसते, त्यामुळे या मिश्र स्वरूपासंबंधात राजकीय संस्कृतीची गणना कोणत्या गटात करावी असा संभ्रम पडतो.

नागरी संस्कृती (Civic Culture)

मिश्र स्वरूपाच्या राजकीय व्यवस्थेचा आणखी एक प्रकार आल्मंड आणि व्हर्बा यांनी सांगितलेला आहे. त्यास त्यांनी नागरी संस्कृती असे म्हटले आहे.त्यांच्या मते, नागरी संस्कृती म्हणजे लोकशाहीत नागरिकांनी कसे वागावे, राजकारणात कसे सहभागी व्हावे, तसेच सारासार विचार करून राजकारणात कसे निर्णय घ्यावेत या नागरिकशास्त्रातील आदर्श विचारांशी साम्य असलेली विचारसरणी, ही नागरी संस्कृतीत अभिप्रेत असते, त्यामुळे या दोन्ही राजकीय संस्कृतींत बरेच साम्य दिसून येते. त्याबरोबर या संस्कृतीचा मोठा भाग हा जनतेच्या सहभागातून व्यक्त होत असतो.नागरी संस्कृती नागरिकांच्या सहभागावर जोर देते.राजकीय कृती, प्रगत राजकीय संसूचन

प्रक्रिया, राजकारणावरील चर्चा या गोष्टी नागरी संस्कृतीत अपेक्षित असतातच, पण त्याचबरोबर हेही लक्षात घ्यावे लागते,की नागरी संस्कृती ही निष्ठापूर्वक सहभागदर्शक संस्कृती आहे.

या संस्कृतीचे महत्त्वाचे वैशिष्ट्य म्हणजे या संस्कृतीत विकसित समाजाच्या संस्कृतीबरोबरच अर्धविकसित समाजाच्या संस्कृतीचे गुणधर्मही नाकारता येत नाहीत. त्यामुळे नागरी संस्कृती ही विविध राजकीय संस्कृतींचे प्रतिनिधित्व करताना दिसते. तसेच नागरी संस्कृती असलेल्या समाजातील व्यक्ती राजकारणात सहभागी होत असल्या तरी त्यांनी आपले संकुचित आणि आज्ञांकित दृष्टिकोन सोडून दिलेले नसतात, तर सहभागदर्शक दृष्टिकोनाशी हे दृष्टिकोन मिळणारे असतात. त्यामुळे शासनाला जनतेला निर्णयाचे स्वातंत्र्य देण्याबरोबरच त्यांच्या पसंती- नापसंतीकडे लक्ष पुरवावे लागते. आल्मंड आणि व्हर्बा यांच्या अभ्यासपाहणीतून असे आढळून आलेले आहे की, इंग्लंड व अमेरिका या देशांच्या संस्कृतीमध्ये सहभागी व निष्क्रिय दृष्टिकोनामधील समतोल साधला गेला आहे.दोन्ही देशांतील फरक एवढाच, की इंग्लंडमध्ये आज्ञांकित व निष्क्रिय दृष्टिकोनाचे प्राबल्य अमेरिकेपेक्षा जास्त असल्याचे दिसते. याचे महत्त्वाचे कारण असे, की ब्रिटिश समाज हा लोकशाहीवर विश्वास ठेवणारा आणि व्यक्ती स्वातंत्र्याचा पुरस्कार करणारा असला तरी इंग्लिश व्यक्ती ही परंपराप्रिय आहे, म्हणूनच तेथे 'राजपद' सारखी परंपरेवर आधारित संस्था टिकून आहे. याउलट अमेरिकन जनता दैववादी नाही, तर कर्तव्यावर निष्ठा ठेऊन सतत प्रयत्न करणे आणि यश पदरी पाडणे यावर त्यांचा अढळ विश्वास आहे. अमेरिकन माणूस लोकशाही शासन व्यक्तिस्वातंत्र्य आणि व्यक्तिगत अधिकारांचा कट्टर पुरस्कर्ता आहे. आल्मंड व व्हर्बा यांच्या मते, नागरी संस्कृती ही लोकशाहीस पूरक व व्यावहारिकदृष्टया उपयोगी आहे. लोकशाही व्यवस्थेस परिणामकारक कार्य करायचे असेल, तर शासनाकडे पुरेशी सत्ता असली पाहिजे व त्याने स्वतंत्रपणे निर्णय घेतले पाहिजेत, पण त्याचबरोबर लोकांना हे शासन जबाबदार वाटले पाहिजे. शासनाची भूमिका जनतेप्रति उत्तरदायित्वाची असेल, तरच शासकीय सत्ता व शासनाचा लोकांना प्रतिसाद यांच्यामध्ये समतोल साधला जाईल. असा समतोल नागरी संस्कृतीत असलेल्या समाजात शक्य आहे.थोडक्यात, नागरी संस्कृती असलेल्या राजकीय समाजात शासकीय रचना व संस्कृती यांचा मेळ बरोबर बसलेला असतो.त्यातून लोकशाही सुस्थिर होण्यास हातभार लागतो.

राजकीय संस्कृतीचे आधार/परिणाम करणारे घटक

प्रत्येक राजकीय व्यवस्थेत ज्या विशिष्ट प्रवृत्ती वा प्रेरणा लोकांत दिसून

येतात, त्यांच्या निर्मितीमागे काही कारणे असतात. या कारणांनाच राजकीय संस्कृतीचे आधारभूत घटक किंवा राजकीय संस्कृतीवर प्रभाव टाकणारे घटक असे म्हणता येईल.

१) इतिहास : लोकांची मूल्ये, दृष्टिकोन, प्रेरणा किंवा प्रवृत्ती ठरण्यामागे त्यांना मिळालेला ऐतिहासिक वारसा महत्त्वाचा असतो.इतिहासकालीन घटनांचा मानवी मनावर काही वेळा जबरदस्त प्रभाव असतो व त्याच्या अंतःप्रवृत्ती त्यामुळे ठरत असतात.तेराव्या शतकापासूनच ब्रिटनमध्ये राजा, सरदार व प्रजा यांच्यात जे ऐतिहासिक स्वरूपाचे संघर्ष व करार झाले त्याचा प्रभाव ब्रिटनमधील लोकांवर आजही मोठया प्रमाणात दिसून येतो.

फ्रेंच राज्यक्रांतीतील स्वातंत्र्य, समता व बंधुता या तीन तत्त्वांचा प्रभाव फ्रान्समधील १९ व्या व २० व्या शतकातील अनेक राजकीय संघर्षांवर पडलेला दिसतो. अमेरिकेतील यादवी युध्द, मेक्सिकोतील क्रांती, इटलीतील मुसोलिनीची राजवट व भारतीयांचे १८५७ चे बंड इत्यादी ऐतिहासिक घटना त्या त्या देशाच्या राजकीय संस्कृतीच्या बाबतीत महत्त्वाच्या ठरलेल्या दिसतात. आशिया व आफ्रिका खंडातील देशांच्या बाबतीत त्यांच्यावर पूर्वी असलेल्या वसाहतवादी राजवटीचा प्रभाव महत्त्वाचा असल्याचे दिसते. भारतात जेथे ब्रिटिशांचा प्रत्यक्ष कारभार होता, ते प्रांत इतर भागांपेक्षा की जेथे ब्रिटिशांचा कारभार अप्रत्यक्ष चालत होता ते प्रांत राजकीयदृष्ट्या विशेष प्रगत दिसतात. पाकिस्तानपेक्षा भारतात संसदीय लोकशाही रुजू शकली, याचे कारण भारतीय नेत्यांना या शासनपद्धतीचा मिळालेला दीर्घकाळ अनुभव हे होय. म्हणजेच इतिहास किंवा ऐतिहासिक अनुभव या गोष्टी विशिष्ट प्रेरणांच्या निर्मितीवर प्रभाव पाडताना दिसतात.

२) भौगोलिक वैशिष्टये : व्यवस्थेला लाभलेले भौगोलिक स्थान वा भौगोलिक परिस्थिती हा घटक देखील राजकीय संस्कृतीच्या विशिष्ट स्वरूपास कारणीभूत ठरतो.याचे सर्वपरिचित उदाहरण द्यावयाचे झाल्यास ब्रिटन या देशाचे देता येईल. ब्रिटन हा देश चारही बाजूंनी समुद्राने वेढलेला असल्याने परकीय आक्रमणाचा धोका ब्रिटनला कधी झाला नाही, त्यामुळे ब्रिटिशांना अंतर्गत प्रश्नाकडे लक्ष केंद्रित करता आले.साहजिकच लोकशाहीच्या विकासास अनुकूल परिस्थिती प्राप्त झाली. अमेरिकेत रुजलेल्या व्यक्तिस्वातंत्र्यवादी विचारसरणीमागे त्या देशास लाभलेली अमर्याद भूमी, साधनसामग्रीच्या बाबतीत विपुलता व वितुष्टवादी शेजारी राष्ट्रांचा अभाव ही भौगोलिक परिस्थिती कारणीभूत ठरल्याचे दिसते. स्वित्झर्लंडमध्ये विकसित झालेली 'प्रत्यक्ष लोकशाही' ही प्रामुख्याने त्या देशाच्या नैसर्गिक स्वरूपाच्या प्रादेशिक विभागणीमुळे

निर्माण झाल्याचे दिसते.सर्व प्रदेश डोंगरदऱ्यांत विभागला गेला असल्याने स्थानिक पातळीची लोकशाही व्यवस्था राबविणे शक्य झाले आहे. इस्त्राईल हा देश सर्व बाजूंनी शत्रू राष्ट्रांनी वेढलेला असल्याने तेथे प्रखर राष्ट्रवाद निर्माण झालेला दिसतो.

३) वांशिक धार्मिक भेद : वांशिक व धार्मिक भेदामुळे सांस्कृतिक विविधता निर्माण होते.ब्रिटन,अमेरिका,कॅनडा व द.अफ्रिका इत्यादी देशांत वंशभेदामुळे सांस्कृतिक विविधता निर्माण झाली आहे व त्यामुळे राजकीय संस्कृतीतही विविधता आली आहे.ब्रिटन व अमेरिकेत वांशिक गटांचा मोठ्या प्रमाणात समन्वय साधला गेला असला,तरी कॅनडा व द.आफ्रिकेत वांशिक गटांनी स्वतःची भाषा टिकवून धरली आहे.भाषा व धर्म यांच्या साहाय्याने स्वतःचे स्वतंत्र व्यक्तिमत्त्वही जोपासले आहे.

काही देशांत धार्मिक भेद महत्त्वाचे ठरले आहेत. स्वतंत्र भारतात हिंदू-मुसलमान या धार्मिक भेदाचा प्रभाव पडून धर्मनिरपेक्ष अशा राजकीय संस्कृती निर्माण होण्यास अडथळे येतात. हिंदू व मुस्लीम दोघांसाठी समान नागरी कायदा निर्माण करणे, गोवधबंदीसंबंधी निश्चित भूमिका घेणे इत्यादी बाबतींत शासनास अडचणी निर्माण होतात. विशिष्ट धर्माच्या विचारसरणीवर आधारित राजकीय पक्ष असलेल्या समाजात देखील धार्मिक भेद मोठ्या प्रमाणात दिसून येतात.

४) सामाजिक व आर्थिक रचना : हा देखील राजकीय संस्कृतीचा महत्त्वाचा आधार ठरतो.ग्रामीण व नागरी समाजाची सामाजिक व आर्थिक वैशिष्ट्ये निरनिराळी असतात. व त्यामुळे त्यांचे दृष्टिकोनही निरनिराळे असतात. नागरी भागातील सामाजिक संबधात औपचारिकता व गुंतागुंत अधिक असते.विचारांची देवाण घेवाण अधिक जलद गतीने व मोठ्या प्रमाणावर होते. लोकांचा शैक्षणिक दर्जा उंचावलेला असतो.गटात विविधता असते व निर्णयप्रक्रियेत लोकांचा सहभाग मोठ्या प्रमाणात असतो.नागरी समाजात सुधारणाविषयक अनुकूल असा दृष्टिकोन मोठ्या प्रमाणात दिसतो, तर ग्रामीण समाज बहुधा स्थितिप्रिय असतो व बदल आणि सुधारणांचा स्वीकार करण्यास सहसा तयार नसतो, म्हणून ग्रामीण लोकसंख्याधिष्ठित राज्ये ही अधिक सनातनी प्रवृत्तीची आढळतात.

सामाजिक आणि आर्थिक परिस्थितीचा प्रभाव प्रचलित मूल्ये व दृष्टिकोन यावर पडल्याचे दिसून येते.औद्योगिक समाजात स्थानिक किंवा प्रांतिक निष्ठांपेक्षा राष्ट्रीय निष्ठा प्रभावी ठरतात. किंवा समाजाच्या वाढत्या औद्योगिकीकरणाबरोबर राष्ट्रीय निष्ठांचा विकास होत जातो.ज्या समाजात शेतकरी वर्ग मोठया प्रमाणात असतो त्या समाजातील सनातनी प्रवृत्तीबरोबरच शासकीय कृतींविषयी तिरस्कार व शासकीय क्षेत्रासंबंधी अज्ञान या गोष्टीही मोठ्या प्रमाणात आढळतात.

समाजातील वर्गभेद राजकीयदृष्टया महत्त्वाचे ठरतात.गरीब लोकांची प्रवृत्ती डाव्या पक्षांना पाठिंबा देताना आढळते, तर श्रीमंत लोक उजव्या पक्षांचा पाठपुरावा करतात.तथापि औद्योगिकदृष्टया विकसित समाजात वर्गरचना गुंतागुंतीची असल्याने या बाबतीतही भिन्नता आढळते. समाजातील आर्थिक व सामाजिक भेद हे विशिष्ट प्रकारची विचारसरणी लोकांत निर्माण करतात व त्यामुळे वर्गविषयक विविधता असणाऱ्या समाजात मूल्ये, आदर्श, विचारप्रणाली, राजकीय सहभाग इत्यादी विषयक विविधता निर्माण होते.

५) शिक्षण : शिक्षण ही संस्कारांची शाळा आहे.स्वातंत्र्यानंतर भारतात हेतुतः समता, स्वातंत्र्य, धर्मनिरपेक्षता या मूल्यांना शिक्षणाचे महत्त्व देण्यात आले. लोकशाहीसाठी पूरक राजकीय संस्कृती निर्माण करण्यासाठी साम्यवादी देशात साम्यवादच फक्त चांगला असतो असा विचार शिक्षणातून शिकवला जातो.आता हे सर्वमान्य आहे की इंग्रजी शिक्षणामुळेच भारतात प्रबोधनाची सुरुवात झाली व उदार राष्ट्रवादाची सुरुवात झाली.

शिक्षणामुळे जाणिवेचा विकास होतो, माहिती मिळते, आपल्याला विकासापासून हेतुतः दूर ठेवण्यात आले याची माहिती मिळते. परिणामतः पृथक्करणवादी प्रवृत्ती वाढीस लागते.१९५२च्या तुलनेत १९९८च्या निवडणुकीत मतदानाच्या टक्केवारीत लक्षणीय वाढ झाली, याचे श्रेय साक्षरता व शिक्षणालाच द्यावे लागेल.

६) राजकीय घटक : प्रत्येक देशाची राजकीय व्यवस्था काही मूल्ये जोपासत असते, तर काही मूल्यांचे खच्चीकरण करीत असते. राजकीय व्यवस्थेला समाजाची अधिमान्यता प्राप्त करण्यासाठी हवी तशी राजकीय संस्कृती अर्थात सामाजिक मानसिकता निर्माण करण्याचा प्रयत्न राजकीय व्यवस्थेकडून केला जातो.राजकीय घटकांमध्ये सरकार राजकीय पक्ष, संविधान नेत्याचे वर्तन यांचा समावेश केला जातो. हे घटक निश्चित राजकीय दृष्टिकोनाची पेरणी समाजात करतात.त्यानुसार समाज राजकीय प्रश्नावर प्रतिक्रिया व्यक्त करीत असतो. राजकीय घटक संस्कृतीची बांधणी करतात. राजकीय घटकांमुळेच रशियात व चीनमध्ये परंपरागत राजकीय संस्कृती अस्तित्वात आली. राजकीय घटकांमध्ये वृत्तपत्रांचाही समावेश होतो. ते देखील निश्चित राजकीय दृष्टिकोन निर्माण करतात.

७) प्रतीके : प्रत्येक देशाचे राष्ट्रगीत, राष्ट्रध्वज हे ऐक्याचे प्रतीक असतात. हिटलरचे स्वस्तिक, साम्यवाद्यांचा कोयता-हातोडा, महात्मा गांधींचा चरखा व इतर प्रतीके राजकीय विचारांना जन्म देतात. प्रतीकांचा वापर विशिष्ट चळवळीसाठी झालेला असतो, वंशश्रेष्ठत्व दाखविण्यासाठी झालेला असतो. त्यावेळचे राजकीय विचार प्रतीकांना चिकटलेले असतात. प्रतीके राजकीय संस्कृतीच्या निर्मितीबरोबरच राजकीय अस्मिता

निर्माण करतात. अफगाणिस्तानमध्ये साम्यवादी सत्तेवर असताना त्या सरकारने राष्ट्रध्वज बदलला तेव्हा लोकांना राग आला होता.

८) दळण-वळण, विचारसरणी : जलद दळणवळणाची साधने राजकीय मूल्यांना व विश्वासाला तडा देतात. विचारसरणीदेखील निश्चित दृष्टिकोन निर्माण करते.भारतात विचारसरणीरहित राजकीय पक्षांच्या कारवायांमुळे सामान्यतः राजकीय उदासीनता निर्माण झालेली आहे.जगातील जवळपास सर्व देशांत हेच राजकीय संस्कृतीचे आधार मानले जातात.

अशा रीतीने या विविध घटकांचा प्रभाव प्रत्येक देशाच्या राजकीय संस्कृतीवर कमी-अधिक प्रमाणात पडत असतो व त्यामुळे देशादेशात राजकीय संस्कृतीच्या बाबतीत विविधता निर्माण होते.

राजकीय संस्कृतीचे महत्त्व/अध्ययनाची आवश्यकता

राजकीय संस्कृती ही आधुनिक राजकीय विश्लेषणातील एक महत्त्वाची संकल्पना मानली गेली आहे.कोणत्याही राजकीय व्यवस्थेच्या अंतर्गत व बाह्य गुणांचे दर्शन राजकीय संस्कृतीतून घडत असते. राजकीय अध्ययनाच्या दृष्टीने तिची आवश्यकता पुढीलप्रमाणे स्पष्ट करता येते.

१) राजकीय व्यवस्थेची ओळख : आधुनिक राजकीय विश्लेषणात राजकीय व्यवस्थेची ओळख म्हणून राजकीय संस्कृतीचा अभ्यास करणे आवश्यक ठरते, कारण कोणतीही राजकीय व्यवस्था विशिष्ट अशा सस्कृतीच्या कोंदणात कार्य करीत असते. संस्कृतीमुळे राजकीय व्यवस्थेस निश्चित अशी चौकट प्राप्त होत असते.त्या चौकटीत काम करण्याची सवय ही संस्कृतीतून प्राप्त होते.त्यावरून त्या राजकीय संस्कृतीची स्वतःची वेगळी ओळख निर्माण होते.

२) नवीन बदलांच्या आकलनासाठी : द्वितीय महायुद्धाच्या सुरुवातीपासूनच राजकीय घडामोडींना खूपच वेग आलेला आहे.तसेच त्यानंतर विविध क्षेत्रांतील झालेल्या बदलांमुळे नवनवीन ज्ञानाचा शोध लागल्याने विविध राजकीय व्यवस्थांतही स्थित्यंतरे घडून आलेली आहेत. या गतिमान युगात मानवाच्या पारंपरिक, धार्मिक वा अन्य मूल्यांवर इतका परिणाम घडून आलेला आहे, की त्यामुळे राजकीय व्यवस्थेच्या स्थिरतेला अनेक नव्या समस्यांमुळे तडा जायला सुरुवात झाली आहे. हा तडा सांधण्यासाठी नवनवीन स्थित्यंतरित विचार अस्तित्वात यायला लागले आहेत. थोडक्यात, या सर्व बाबींचे आकलन होण्यासाठी राजकीय संस्कृतीच्या अभ्यासाची खूपच आवश्यकता आहे.

३) रूपांतराची प्रक्रिया जाणून घेण्यासाठी : राजकीय व्यवस्थेचा जागतिक पातळीवर अभ्यास करीत असताना नवीन राष्ट्रे उदयास येतात.त्या राष्ट्रांमध्ये आधुनिकीकरणाची, विकासाची प्रक्रिया सुरू असते. ही प्रक्रिया होत असताना परंपरागत समाजाचे आधुनिक समाजात रूपांतर होत असते. एक विचारप्रणाली जाऊन तिची जागा नवीन विचारप्रणाली घेत असते, मात्र ही रूपांतराची प्रक्रिया सर्वत्र सारखीच नसते.विविध देशांत तिची गती भिन्न भिन्न असते.हे सर्व कसे घडते, का घडते यासाठी राजकीय संस्कृतीचा अभ्यास महत्त्वाचा ठरतो.

४) नवीन मूल्यांच्या आकलनासाठी : राजकीय संस्कृतीचा, बदलत्या समाजातील नवीन मूल्यांचे आकलन करून घेण्यासाठी खूपच उपयोग होतो.औद्योगिक समाजव्यवस्थेत पारंपरिक मूल्यांना ओहोटी लागल्याने राजकीय संस्कृतीतून नवीन मूल्ये, नव्या आकांक्षा निर्माण होत आहेत. थोडक्यात, राजकीय संस्कृती ही व्यक्ती आणि राजकीय व्यवस्था यांना जोडणारा महत्त्वाचा दुवा समजला जातो.

राजकीय संस्कृती ही व्यक्ती व व्यवस्थेच्या दृष्टीने महत्त्वाची भूमिका पार पाडीत असते.संस्कृतीचे अंतर्गत स्वरूप भिन्न असले, तरी तिचे महत्त्व कमी होत नाही. उदा. भारतीय संघराज्य हे विभिन्न संस्कृतींचे मिश्रण आहे.असे असले, तरी जगाच्या पाठीवर भारताची एक वेगळी प्रतिमा आहे व ती केवळ संस्कृतीच्या माध्यमातून टिकून आहे, म्हणूनच राजकीय संस्कृती या घटकाची आवश्यकता प्रत्येक राजकीय व्यवस्थेच्या दृष्टीने महत्त्वाची ठरते.

वरील विविध कारणांनी कोणत्याही राजकीय व्यवस्थेत राजकीय संस्कृतीचे स्थान किती आवश्यक असते, हे लक्षात येते.

प्रश्न

अ) खालील प्रश्नांची थोडक्यात उत्तरे लिहा.

१. राजकीय संस्कृतीचे प्रकार स्पष्ट करा.

२. राजकीय संस्कृतीवर प्रभाव टाकणारे घटक स्पष्ट करा.

३. राजकीय संस्कृतीचे मिश्र स्वरूप स्पष्ट करा.

४. राजकीय संस्कृतीचे महत्त्व स्पष्ट करा.

ब) खालील प्रश्न सोडवा. (५०० शब्दांत)

१. राजकीय संस्कृतीचा अर्थ, व्याख्या व स्वरूप विशद करा.

२. राजकीय संस्कृतीचे प्रकार सविस्तर विशद करा.

प्रकरण ४

राजकीय सामाजिकीकरण
(Political Socialization)

प्रास्ताविक

राजकीय सामाजिकीकरण ही आधुनिक राजकीय विश्लेषणात सातत्याने वापरली जाणारी एक आधुनिक संकल्पना आहे. राजकारण आणि समाज यांचा संबंध अतिशय जवळचा असून ते एकमेकांपासून अलग करता येत नाहीत. सामाजिकीकरण ही सामाजशास्त्रातील एक केंद्रीय संकल्पना आहे. आंतरविद्याशाखीय अभ्यासपद्धती हे आधुनिक राजकीय विश्लेषणाचे एक वैशिष्ट्य असून इतर सामाजिक शास्त्रांतील संकल्पनांच्या आधारे विषयातील सुलभता वाढविण्याचा प्रयत्न केला जातो. मानवी सामाजिक जीवनाच्या दोन प्रमुख पैलूंचे स्पष्टीकरण सामाजिकीकरणाच्या संकल्पनेतून मिळते. समाजात सहभागी होण्याची क्षमता व्यक्तीत विकसित करणे आणि आपले स्थैर्य अबाधित राखून कार्यक्षमरित्या समाजव्यवस्थेचे कार्य सुरळीत चालू राहण्यासाठी समाजात विशिष्ट प्रकारचा दृष्टिकोन निर्माण करण्याचा प्रयत्न व्यवस्थेकडून केला जातो.

राजकीय व्यवस्थेबद्दल लोकांच्या मनात निर्माण झालेला दृष्टिकोन हा राजकीय संस्कृतीतून व्यक्त होतो. प्रत्येक देशाची राजकीय संस्कृती ही भिन्न स्वरूपाची असते. संस्कृतीचे स्वरूप हे गतिमान असल्याने संस्कृतीत सातत्याने बदल होत राहतात, परंतु ही बदलाची प्रक्रिया आपोआप घडत नाही. त्यात विविध घटकांचा समावेश असतो. या घटकामार्फत घडवून आणलेल्या परिवर्तनास राजकीय सामाजिकीकरण म्हणतात.

अर्थ व स्वरूप

राजकीय संस्कृतीप्रमाणेच राजकीय सामाजिकीकरण ही संकल्पना आधुनिक राजकीय विश्लेषणात महत्त्वाची मानली जाते. ही संकल्पना प्रामुख्याने समाजशास्त्रातून घेण्यात आली आहे. १९२०पासूनच्या राज्यशास्त्रीय अभ्यासात या संज्ञेला विशेष

महत्त्व दिले जाऊ लागले.राजकीय सामाजिकीकरण म्हणजे शिकण्याची अशी प्रक्रिया की जिच्यामुळे व्यक्तींना श्रद्धा, भावना, मूल्ये यातून शासन आणि राजकीय जीवनाविषयी ज्ञान मिळते. समाज्याच्या दृष्टीने राजकीय सामाजिकीकरण म्हणजे ज्यामुळे राजकीय संस्कृती टिकविली जाते किंवा बदलली जाते. म्हणूनच विसाव्या शतकातील सर्वंकष राजकीय व्यवस्थांनी व नव्याने निर्माण झालेल्या राज्यांनी स्वतः स्वीकारलेल्या राजकीय व्यवस्थेस लोकांची मान्यता मिळावी म्हणून लोकांचे विशिष्ट दिशेने सामाजिकीकरण करण्यावर विशेष भर दिल्याचे दिसते. तसेच स्वातंत्र्यप्राप्तीनंतर भारतीय सामाजात समाजसुधारकांनी केलेले कार्य हेही सामाजिकीकरणाची पाया भरणी करणारेच होते.

राजकीय सामाजिकीकरण राजकीय संस्कृतीचा एक भाग आहे.राजकीय सामाजिकीकरणाद्वारेच व्यक्ती आपल्या भूमिका आत्मसात करीत असते. व्यक्ती या प्रक्रियेमुळेच राजकारणात सहभागी होत असते. ‘राजकीय व्यवस्थेत कोणत्यातरी पातळीवर व्यक्तीला सहभागी करून घेण्याची प्रक्रिया म्हणजे राजकीय सामाजिकीकरण होय’. राजकीय दृष्टिकोन, राजकीय मान्यता, राजकीय क्षेत्रात चांगले व वाईट म्हणण्याचे समाजमान्य मापदंड ज्या प्रक्रियेद्वारे एका पिढीतून दुसऱ्या पिढीत संक्रमित होतात, त्या प्रक्रियेस राजकीय सामाजिकीकरण असे म्हणतात.

व्याख्या

रूथ व अल्थाफ : ‘व्यक्तीस राजकीय व्यवस्थेची ओळख ज्या प्रक्रियेद्वारे होते व राजकारणाविषयी संवेदना व प्रतिक्रिया ठरविते ती प्रतिक्रिया म्हणजे राजकीय सामाजिकीकरणाची प्रक्रिया होय’.

डेव्हिड ईस्टन : ‘व्यक्तीस राजकीय प्रवृत्ती व वर्तणूकविषयक ज्ञान प्राप्त करून देणारी प्रक्रिया म्हणजे राजकीय सामाजिकीकरण होय’.

आल्मंड व पॉवेल : ‘ज्या प्रक्रियेद्वारे राजकीय संस्कृतीची अंगभूत मूल्ये, श्रद्धा, संकेत, दृष्टिकोन भावी पिढ्यांना संक्रमित होतात, तिला राजकीय सामाजिकीकरणाची प्रक्रिया म्हणतात’.

सिगल : ‘राजकीय व्यवस्थेला पूरक व्यक्ती पुरविणारी व तयार करणारी प्रक्रिया म्हणजे राजकीय सामाजिकीकरण होय’.

थोडक्यात, ज्या प्रक्रियेद्वारे व्यक्ती राजकीय व्यवस्थेशी परिचित होते. राजकारणाचे ज्ञान तिला प्राप्त होते आणि राजकारणाविषयी तिच्या प्रतिक्रिया ठरविणारी प्रक्रिया म्हणून राजकीय सामाजिकीकरण प्रक्रियेचा विचार आधुनिक राजकीय विश्लेषणात करण्यात आला आहे.

राजकीय सामाजिकीरणाची प्रक्रिया

राजकारणाविषयीचे ज्ञान व राजकीय प्रवृत्ती यांचा विकास व्यक्तीत ज्या प्रक्रियेद्वारे होतो, ती प्रक्रिया म्हणजे राजकीय सामाजिकीकरण होय.राजकीय सामाजिकीकरण ही प्रक्रिया दीर्घकाळ सुरू असते. राजकारणाशी संबंधित असणाऱ्या वा राजकीय व्यवस्थेत सहभागी होणाऱ्या प्रत्येकाचा संबंध राजकीय सामाजिकीकरणाच्या प्रक्रियेशी येत असतो. ही प्रक्रिया जशी आपोआप घडत असते, तशी ती जाणीवपूर्वकही घडविली जाते. यावरून राजकीय सामाजिकीकरणाच्या प्रक्रियेचे स्वरूप औपचारिक तर कधी अनौपचारिक असते.

बालपणी व्यक्तीला सभोवतालच्या इतर गोष्टींचे ज्ञान जसजसे प्राप्त होत जाते, तसतसा तिचा सामाजिकीकरण प्रक्रियेशी संबंध येत जातो.कुटुंबातील इतर सदस्यांच्या समवेत बालपणापासूनच सामाजिकीकरणाची प्रक्रिया सुरू होते. या अवस्थेत व्यक्तीच्या जाणिवांचा कुठलाही विकास झालेला नसतो.सर्व गोष्टी नकळत म्हणजेच अप्रत्यक्षपणे घडत असतात.व्यक्तीच्या नकळत तिचे जे सामाजिकीकरण होत असते, ते अप्रत्यक्ष म्हणजेच अनौपचारिक पध्दतीने घडून येणारे सामाजिकीकरण असते. औपचारिक सामाजिकीकरणात कुटुंबसंस्था, आर्थिक संघटना, समवयस्क गट यांसारख्या बिगर राजकीय घटकांकडून सामाजिकीकरणाची प्रक्रिया घडून येत असते तेव्हा ते अनौपचारिक स्वरूपाचे सामाजिकीकरण असते. ही प्रक्रिया व्यक्तीच्या बालपणापासून तिचा या घटकांशी संबंध येत असताना होत असते.ही प्रक्रिया कोणत्याही हेतूने होत नसली तरी राजकीय व्यवस्थेची मूल्ये व त्यांचे महत्त्व सांगण्याचा प्रयत्न होत असतो.याउलट व्यक्तीला राजकीय व्यवस्थेबद्दल ज्ञान प्राप्त होण्याच्या हेतूने जाणीवपूर्वक घडवून आणलेले सामाजिकीकरण हे सहेतुक, प्रत्यक्ष किंवा औपचारिक स्वरूपाचे सामाजिकीकरण असते.

औपचारिक सामाजिकीकरण हे विशेषतः व्यक्तीच्या प्रौढ वयात घडून येत असते. व्यक्तीला राजकीय व्यवस्थेत सहभागी होताना राजकीय जाणिवांचा विकास होणे आवश्यक असते, त्यामुळे प्रौढ वयात येणाऱ्या जबाबदाऱ्या पेलविण्याच्या दृष्टीने तिचे सामाजिकीकरण घडून येणे महत्त्वाचे असल्याने दृष्टिकोनावर प्रभाव पाडण्याच्या हेतूने करण्यात आलेले सामाजिकीकरण हे औपचारिक सामाजिकीकरण असते. लहानपणापासून सुरू असलेली राजकीय सामाजिकीकरणाची प्रक्रिया आयुष्यात दीर्घकाळ अस्तित्वात असते. लहानपणी मूल आई-वडील व इतर कुटुंबीय यांच्यावर बऱ्याच प्रमाणात अवलंबून असते व तेवढ्याच व्यक्तींपुरते मुलाचे विश्व मर्यादित असते. कुटुंबातील इतर व्यक्तींचेच ते अनुकरण करते. पुढे चालून त्यांच्या राजकारणविषयक आवडी निवडी ते आत्मसात करते. थोडक्यात, कुटुंबातील इतर सदस्यांकडून प्रत्यक्ष सूचना, मार्गदर्शन व शिकवणीद्वारे मुलाचे सामाजिकीकरण घडवून आणले जाते.

प्रौढ वयात राजकीय सामाजिकीकरणाच्या प्रक्रियेस वेग आलेला असतो, कारण कुटुंबात झालेल्या सामाजिकीकरणाचा उपयोग राजकीय व्यवस्थेत करण्याचा प्रयत्न व्यक्तीकडून होत असतो. राजकीय व्यवस्थेत अधिकार, रचना व नियम पालन या दोन गोष्टी महत्त्वाच्या असतात.त्यांचा प्रौढपणी प्रत्यक्ष अनुभव घेता येत असल्याने सामाजिकीकरणाची प्रक्रिया घडून येते . आई–वडील व शिक्षकांकडून नियमपालनाची सवय लागते.यातूनच आज्ञापालनाशिवाय समाजात स्थान नसल्याची जाणीव होते. समवयस्क वा मित्रांच्या सान्निध्यात आल्यानंतर मूल्यांच्या अधिकारविषयक कल्पनेत बदल होऊ लागतो. तसेच कुटुंबात एखाद्या गोष्टीबद्दल केलेला हट्ट समाजात योग्य नसल्याची जाणीवही होते.इतरांच्या विचारांचा आदर राखण्याचे महत्व हळूहळू समजू लागल्याने अधिकारी लोक त्यांच्या आज्ञांचे पालन व समर्थन करण्याचा प्रयत्न करू लागतात. नेहमीच आज्ञेत राहण्याची परिस्थिती बदलून त्या जागी आता समान राहण्याची परिस्थिती निर्माण झालेली असते. अधिकारांविषयी नवीन जाणिवा समवयस्क गटातून विकसित होतात.

शिक्षणातून सामाजिकीकरणाची प्रक्रिया अधिक दृढ होत जाते .शालेय जीवनात इतर शैक्षणिक उपक्रमांतून वर्गातील निर्णयप्रक्रियेत सहभाग मिळाल्याने नियम हे बदलता येतात व त्यांच्यावर प्रभाव टाकता येतो ही जाणीव निर्माण होते.उदा. वर्गप्रतिनिधीची निवड, खेळातील संघनायकाची निवड, त्यांच्या जबाबदाऱ्या इत्यादीमुळे राजकीय जबाबदारींची जाणीव निर्माण होते, तसेच विविध स्पर्धा, भाषणे,. कथाकथन, यातून राष्ट्रप्रेम व राष्ट्रनिष्ठा वाढत जाते. यानंतरच्या अवस्थेत म्हणजे प्रौढ वयात मतदान, लोकशाही, नागरी स्वातंत्र्य, राजकीय सहभाग इत्यादी विषयांचे ज्ञान त्यास प्राप्त होत जाते. राजकीय व्यवस्थेतील राजकीय पक्ष त्यांची भूमिका व महत्त्व यासंबंधीचे ज्ञानही त्यास याच वयात प्राप्त होते. 'Children in the Political System' या आपल्या ग्रंथात ईस्टन व डेनिस यांनी 'साध्याकडून गुंतागुंतीकडे' व 'व्यक्तीतून संस्थेकडे' अशा दिशेने मुलांचे सामाजिकीकरण होत असल्याचे वर्णन केले आहे.

थोडक्यात, राजकीय सामाजिकीकरण ही प्रक्रिया व्यक्तीच्या बालपणापासून सुरू होऊन तिच्या अस्तित्वापर्यंत सुरू राहणारी एक दीर्घकालीन प्रक्रिया असते. राजकीय प्रक्रियेतील एक महत्त्वाचा घटक म्हणून प्रत्येक व्यक्तीस सामाजिक व राजकीय ज्ञान प्राप्त करून देणारी प्रक्रिया ही सामाजिकीकरणाची प्रक्रिया असते. ही प्रक्रिया जशी घडते, तशी व्यक्ती म्हणजेच नागरिक घडत असतो, त्यामुळे प्रत्येक व्यवस्थेत राजकीय सामाजिकीकरणाची प्रक्रिया महत्त्वाची असते.

राजकीय सामाजिकीकरणाची माध्यमे, साधने

व्यक्तीला मिळणारे राजकीय ज्ञान हे अनेक माध्यमांतून मिळत असते. राजकीय व्यवस्थेतील विविध व्यक्ती, संस्था, संघटना यांच्यामार्फत राजकीय सामाजिकीकरणाचे कार्य सातत्याने केले जाते.व्यक्तीच्या राजकीय सामाजिकीकरणात अशाप्रकारे अनेकांचा हातभार लागलेला असतो. तेव्हा व्यक्तीच्या राजकीय सामाजिकीकरणात ज्या ज्या घटकांचा हातभार लागतो, त्या सर्वांना राजकीय सामाजिकीकरणाची साधने किंवा माध्यमे असे म्हटले जाते. राजकीय सामाजिकीकरणाची काही महत्त्वाची माध्यमे पुढीलप्रमाणे :

१) कुटुंबसंस्था : कुटुंबसंस्थेला राजकीय शिक्षणाची पाठशाळा म्हणतात, कारण राजकीय सामाजिकीकरणाची सुरुवात कुटुंबातून होते.त्यामुळे कुटुंबसंस्था हे राजकीय सामाजिकीकरणाचे एक महत्त्वाचे साधन मानले जाते. जन्मापासून व्यक्तीचा कुटुंबसंस्थेशी संबंध आलेला असतो. कुटुंबातील सत्ता व अधिकारातून प्रत्यक्ष राजकीय सत्ता व अधिकारांची जाणीव होत असते. कुटुंबप्रमुख म्हणून वडिलांची तर राष्ट्रप्रमुख म्हणून राष्ट्राध्यक्षांची भूमिका त्यास कुटुंबातूनच समजते.मुले जसजशी मोठी होऊ लागतात तसतसा त्यांचा बाह्य जगाशी संबध येऊ लागतो, परंतु हा संबंध कुटुंबाच्या माध्यमातूनच येत असतो, म्हणून कुटुंबाला बाह्य जगाकडे पाहण्याची 'पहिली खिडकी' असे संबोधले जाते.मुलांचे संगोपन व संरक्षण एवढ्यापुरतीच कुटुंबाची जबाबदारी नसते, तर एका अर्थाने मुलाच्या संपूर्ण व्यक्तिमत्त्वाची जडणघडण ही कुटुंबातच होत असते. कौटुंबिक संस्कारातूनच बाह्य जगाकडे बघण्याचा दृष्टिकोन विकसित होत असतो. मुले ही अनुकरणशील असतात, त्यामुळे घरातील थोरा-मोठ्यांच्या अनेक कृतींचे लहानांकडून अनुकरण करण्याचा प्रयत्न केला जातो. त्यातूनच आई-वडिलांच्या मतदान वर्तनाप्रमाणे मतदान करण्यावर पुढे मुलांचा भर दिसतो असे अमेरिकेतील अध्यक्षीय निवडणुकांच्या अभ्यासातून स्पष्ट झाले आहे. आई-वडील ज्या राजकीय पक्षाला मतदान करतात, त्याच पक्षाबद्दल मुलांचे विचार अनुकूल असल्याचे दिसते, मात्र कुटुंबातील सदस्यांत राजकीयदृष्ट्या मतभेद असल्यास त्याचा परिणाम मुलांवर झाल्याशिवाय राहात नाही. त्यातून मुलांच्या राजकीय मूल्यांत तफावत आढळते. तसेच आई वडिलांच्या तुलनेत अधिक बुद्धिमान असलेल्या मुलांच्या बाबतीत कुटुंबातील राजकीय वर्तनाचा फारसा प्रभाव पडत नसल्याचेही दृष्टीस पडते. कुटुंबसंस्थेप्रमाणेच इतर संस्थांशी मुलांचा संबंध येतो व त्या संबंधातून होणाऱ्या संस्कारांतूनही त्यांचे राजकीय सामाजिकीकरण होत असते.

अशा प्रकारे व्यक्तीला अनेक गोष्टींचे शिक्षण लहान वयात कुटुंबातच मिळत

असते. तिच्या भावी जीवनात उपयुक्त ठरतील असे संस्कार करण्याचे महत्त्वाचे साधन हे कुटुंब असते. त्याचबरोबर लहान मुलांना मानसिक आधार देण्याचे आणि अडीअडचणीच्या प्रसंगी त्याला योग्य मार्गदर्शन करण्याचे कार्य त्याच्या कुटुंबाकडून केले जाते. सुरूवातीच्या काळात व्यक्तीचा सामाजिक दर्जाही तिच्या कुटुंबाला समाजात असलेल्या स्थानावरूनच निश्चित होत असतो.बालवयात व्यक्तीवर झालेले संस्कार हे भविष्यातही सहसा बदलत नाहीत, म्हणून राजकीय सामाजिकीकरण घडविण्यात कुटुंबसंस्थेचा वाटा मोठा असतो.

२) शिक्षणसंस्था : लहानपणी मुलाच्या विचारसरणीला वळण देणारे शाळा हे प्रभावी माध्यम असते. शालेय जीवनातील अनुभव व्यक्तीला राजकीय जीवनाची ओळख प्राप्त करून देतात. शिक्षणसंस्थांमधून मुलांना जे औपचारिक शिक्षण दिले जाते, ते त्यांच्या व्यक्तिमत्त्वाच्या विकासाच्या दृष्टीने अतिशय महत्त्वाचे असते, कारण शिक्षणसंस्थांमधून दिले जाणारे शिक्षण हे काही निश्चित अशी उद्दिष्टे डोळ्यांसमोर ठेवूनच देण्यात येत असते. मुलांच्या व्यक्तिमत्त्वाला निश्चित वळण देण्याचा आणि त्यांच्यावर विशिष्ट संस्कार करण्याचा जाणीवपूर्वक प्रयत्न शिक्षणसंस्था करीत असतात.कुटुंबात आई-वडिलांचा प्रभाव त्यांच्यावर पडतो. सामान्य जीवनातील संस्कारक्षम वर्तनाचे ज्ञान शिक्षणसंस्थातून प्राप्त होते.उदा. 'नवोदय' विद्यालयातून बालपणापासूनच संस्कारक्षम जीवन घडविण्यावर भर दिला जातो.तसेच प्राथमिक शिक्षणापासून ते महाविद्यालयीन शिक्षणापर्यंतच्या सर्व शैक्षणिक अभ्यासक्रमांतूनही सामाजिक व राजकीय मूल्ये जोपासण्यावर भर दिला जातो.त्यातून मुलांची राजकीय सामाजिकीकरणाची प्रक्रिया विद्यार्थी अवस्थेतच आकारास येत असते.

शैक्षणिक संस्थांमधील राजकीय सामाजिकीकरणाची प्रक्रिया महत्त्वाची असली, तरी त्यावर शिक्षणपद्धती व राजकीय परिस्थितीचा परिणाम झालेला दिसून येतो. विकेंद्रित शिक्षणपद्धतीत शासनाचा हस्तक्षेप कमी असतो, तर केंद्रित शिक्षणपद्धतीत शासनाचा हस्तक्षेप अधिक असतो, त्यामुळे सर्वच राजकीय व्यवस्थांमध्ये शिक्षणव्यवस्थेवर प्रत्यक्ष वा अप्रत्यक्ष नियंत्रण ठेवण्याचा प्रयत्न राज्याकडून केला जात असतो. सर्वंकष राजकीय व्यवस्थेत हे नियंत्रण अधिक स्पष्ट असते, तर लोकाशाही-प्रधान राजकीय व्यवस्थेत देखील शिक्षणसंस्थेवर राज्याचे नियंत्रण अप्रत्यक्ष स्वरूपात ठेवण्याचा प्रयत्न होतो. अशा नियंत्रणातून राजकीय सामाजिकीकरणास हातभार लागत असतो. महाविद्यालयीन अवस्थेत विद्यार्थ्यांचा राजकीय प्रक्रियेशी अतिशय जवळून संबंध येतो, त्यातच महाविद्यालयीन निवडणुका व मतदानाचा हक्क बजावताना शैक्षणिक जीवनात निर्माण झालेल्या संस्कारातून विशिष्ट राजकीय वर्तन

घडत असते, म्हणूनच राजकीय सामाजिकीकरण घडविण्याचे एक माध्यम म्हणून शिक्षणसंस्थांचा विचार निश्चित करावा लागतो.

३) समवयस्क : मित्रमंडळ : बालपणापासून मुलाचा समवयस्कांशी संबंध येतो. त्यातून मित्रत्वाचे संबंध निर्माण होतात. या संबंधातातून आचार विचारांची देवाण घेवाण होऊन राजकीय सामाजिकीकरणास हातभार लागत असतो. मूल जसजसे मोठे होत जाते तसतसे त्याचे कुटुंबातील संबंध दुरावत जतात. अनेक ठिकाणी उदा. शाळा, महाविद्यालये, ऑफीस या कामाच्या ठिकाणी नवनवीन मित्रमंडळी जोडली जातात. त्यांच्या संपर्कातून त्यांच्या विचारांचा प्रभाव व्यक्तीवर झाल्याशिवाय राहात नाही. अनेक अशा गोष्टी असतात, की ज्या व्यक्ती कुटुंबातील सदस्याशी बोलण्या ऐवजी मित्रांशी मनमोकळेपणाने बोलू शकते; अथवा बोलणे पसंत करते. त्यातून तिचे जे प्रबोधन घडते, त्याप्रमाणे तिचे विचार बनतात. राजकीय बाबतीतही हे सत्य असते की कुटुंबाच्या राजकीय विचाराच्या तुलनेत मित्रपरिवारांचा विचार अधिक मानला जातो. विशेषतः तरुणांवर अशा विचारांचा प्रभाव अधिक दिसून येतो.

मित्र परिवारातील व्यक्तीच्या परस्पर संबंधात निर्माण झालेल्या अशा प्रकारच्या अनौपचारिकपणामुळे त्यांच्यातील चर्चा व मतप्रदर्शन यांना एक वेगळेच महत्त्व प्राप्त होत असते. मित्र परिवारातील सर्व व्यक्ती राजकीय प्रश्नावर तसेच इतर विषयांवरही अधिक मनमोकळेपणाने चर्चा करीत असतात.त्याच्यांत वैचारिक देवाण-घेवाण सहजपणे होत असते. कोणतीही व्यक्ती आपल्या मनातील शंका मित्रांजवळ कसलाही संकोच न बाळगता व्यक्त करते आणि त्यावर उपायही शोधण्याचा प्रयत्न करते. समवयस्कातील राजकीय चर्चा व वाद विवादातून व्यक्तीची राजकीय मते तयार होण्यास व ती आणखी दृढ होण्यास मदत मिळते. या चर्चेचे आणखी एक वैशिष्ट्य म्हणजे तिला अनौपचारिकतेचे कसलेही बंधन नसते. त्यामुळे अशा चर्चेतून निर्माण होणाऱ्या प्रभावातून राजकीय सामाजिकीकरणाची प्रक्रिया अधिक परिणामकारक असते.

४) राजकीय पक्ष : राजकीय पक्षामार्फत होणारे राजकीय सामाजिकीकरण अतिशय महत्त्वाचे असते. प्रत्येक राजकीय व्यवस्थेत राजकीय पक्षांची भूमिका महत्त्वाची असते.सत्तेच्या माध्यमातून शासनाची सत्तासूत्रे प्राप्त करण्यासाठी राजकीय पक्षांमध्ये नेहमी स्पर्धा सुरू असते. मिळविलेली सत्ता टिकविण्यासाठी सत्ताधारी पक्ष सतत प्रयत्नशील असतो.त्यासाठी लोकमताचा जास्तीत जास्त पाठिंबा मिळविणे महत्त्वाचे मानले जाते.त्यामुळे राजकीय पक्ष राजकीय सामाजिकीकरणाचा आधार घेऊन सत्ता स्थानी राहण्याचा प्रयत्न करतो.

आजच्या एकंदर राजकीय प्रक्रियेत राजकीय पक्षांना अत्यंत महत्त्वाचे स्थान

आहे. राजकीय व्यवस्था लोकशाही असो वा सर्वंकष स्वरूपाची असो, राजकीय पक्षाशिवाय कोणत्याही शासनव्यवस्थेस अर्थ प्राप्त होत नाही. आधुनिक काळात तर राजकीय पक्ष हे राजकीय सामाजिकीकरणाचे एक प्रभावी साधन बनले आहे. शासन संस्थेच्या माध्यमातून आपली ध्येय धोरणे व कार्यक्रम यांची अंमलबजावणी करण्याबरोबरच हाती आलेली सत्ता कायम ठेवण्यासाठी लोकमताचा पाठिंबा मिळविण्याकडे प्रत्येक राजकीय पक्षाचा कल असतो. यासाठी राजकीय पक्ष आपल्या सभासदांची व कार्यकर्त्यांची संख्या वाढवून त्यांचे राजकीय शिक्षण घडविण्यावर भर देतात.विविध राजकीय कार्यक्रमांचे आयोजन करून उदा. सभा संमेलने, मोर्चे, निदर्शने इत्यादींच्या माध्यमातून जनतेच्या जिव्हाळ्याच्या व गरजेच्या प्रश्नांचा आधार घेऊन जनतेचा राजकीय सहभाग वाढविला जातो. या सर्व प्रक्रियेतून व्यक्तीचे राजकीय सामाजिकीकरण घडविण्यास हातभार लागतो. याशिवाय राजकीय व सामाजिक प्रश्नांसाठी समाजातून होणारे आंदोलने,मोर्चे इत्यादीतूनही राजकीय सामाजिकीकरणास हातभार लागत असतो.

उदा. महात्मा गांधींनी इंग्रजी सत्तेच्या विरोधात काढलेला दांडी मोर्चा किंवा इतर आंदोलने.तसेच सद्यः स्थितीत अण्णा हजारे यांनी महाराष्ट्राबरोबरच देशव्यापी आंदोलनाच्या माध्यमातून राजकीय सामाजिकीकरणास चालना दिलेली दिसते.

५) प्रसारमाध्यमे : प्रसारमाध्यमे ही लोकमत घडविणारी प्रभावी माध्यमे म्हणून ओळखली जातात. लोकांना राजकीय शिक्षण देण्यासाठी या माध्यमांचा सध्या सर्वात अधिक प्रमाणात वापर होताना दिसतो.लोकांची विशिष्ट राजकीय विचारसरणी बनविण्याच्या बाबतीत वर्तमानपत्रे, आकाशवाणी, दूरदर्शन, चित्रपट, व्यासपीठे आणि माहितीपत्रके ही माध्यमे महत्त्वाची असतात. लोकांची राजकीय मते घडविण्यात प्रसारमाध्यमांची भूमिका अत्यंत महत्त्वाची मानली जाते. या माध्यमांचा वापर करून लोकांना विशिष्ट राजकीय शिक्षण देण्याचा प्रयत्न सर्वच राजकीय व्यवस्थांत होताना दिसतो.

अलीकडील काळात प्रसारमाध्यमांनी लोकांच्या मनावर मोठी पकड बसविली आहे. आकाशवाणी, दूरदर्शन यांसारख्या माध्यमांनी तर मनोरंजनाची सरमिसळ करून अधिक लोकप्रियता प्राप्त केलेली आहे. सुशिक्षितांचे प्रमाण ज्या व्यवस्थेत अधिक असते आणि उच्चार व प्रचारस्वातंत्र्य यांची संधी ज्या व्यवस्थेत अधिक असते, त्या व्यवस्थेत या माध्यमांना अधिक महत्त्व प्राप्त होते. साम्यवादी किंवा हुकूमशाही देशात प्रचारमाध्यमांवर शासनाचे संपूर्ण नियंत्रण असते व एकाच विचारसरणीचा प्रभाव लोकांवर पाडला जातो.या उलट लोकशाही व्यवस्थेत प्रसारमाध्यमांना स्वातंत्र्य असल्याने

प्रसारमाध्यमे ही शासनाची मक्तेदारी नसतात.त्यामुळे जनतेशी संपर्क साधण्याचा त्यांना मोठा वाव असतो.आधुनिक काळात माहिती व तंत्रज्ञानातील क्रांतीमुळे प्रसारमाध्यमांचे महत्त्व खूपच वाढले आहे.त्यांचा झपाट्याने प्रसारही झाला आहे, त्यामुळे पूर्वी कधी नव्हता इतका या प्रसारमाध्यमांनी जनमानसावर आपला प्रभाव निर्माण केला असून त्यातून राजकीय सामाजिकीकरणाच्या प्रक्रियेला वेग प्राप्त झाला आहे.

६) प्रतीके : राष्ट्रांच्या प्रतीकांतून व्यक्तीची राजकीय प्रवृत्ती विकसित होण्यास हातभार लागतो. राष्ट्रीय प्रतीकांतून राष्ट्रीय एकात्मतेचे दर्शन घडते. उदा. भारतात स्वातंत्र्य दिन, प्रजासत्ताक दिन, राष्ट्रध्वज, राष्ट्रगीत इत्यादी माध्यमांतून लहान मुलांवर राष्ट्रीय संस्कार घडविण्याचा हेतुपरस्पर प्रयत्न केला जातो. या सर्व प्रतीकांतून काही राजकीय संदेश दिला जात असतो. प्रतीकांचे महत्त्व राजकीय सामाजिकीकरणाच्या संदर्भात जगभर आहे. भारतातील प्रजासत्ताकाचा सोहळा, इंग्लंडमधील राज्याभिषेक सोहळा तसेच अमेरिकेतील राष्ट्राध्यक्षाचा शपथविधी यातून ऐतिहासिक सातत्य व राष्टीय एकात्मता जोपासली जाते.

राजकीय पक्षाची चिन्हे निश्चित विचारांना समाजासमोर ठेवतात.भारतात सार्वत्रिक निवडणुकीत विविध पक्षांना जी चिन्हे दिली जातात त्यांचा केवळ मतदारांवरच नव्हे, तर मुलांवरही परिणाम होताना दिसतो. प्रतीके हा राजकीय सामाजिकीकरणाचा सोपा मार्ग आहे.' खादी नुसता कपडा नाही, तर तो एक विचार आहे ' असे म्हटले जाते, तेव्हा गांधींच्या विचारांचे सामाजिकीकरण त्याच्या वापरातून केले जाते. शिवाय बैलजोडी, गाय वासरू, दीप, झोपडी, विळा-हातोडा, हत्ती, चरखा, हाताचा पंजा इत्यादी चिन्हे ही मतदारांवर पक्षाच्या विचारसरणीचा ठसा उमटवितात व त्यामुळे मतदारांचे किंवा नागरिकांचे एक प्रकारे राजकीय सामाजिकीकरण होत असते.

७) संघटना : विविध प्रकारच्या संघटनांच्या माध्यमातूनही राजकीय सामाजिकीकरण घडताना दिसून येते. आधुनिक काळात प्रत्येक देशात अनेक प्रकारच्या औपचारिक संघटना अस्तित्वात आलेल्या दिसतात.आपला वेळ घालविण्यासाठी व समाजाच्या प्रक्रियेत आपला सहभाग वाढविण्यासाठी अशा संघटना निर्माण होतात.उदा. कामगार मंडळ, धार्मिक संघटना, जातीय संघटना, सांस्कृतिक संघटना, क्रीडामंडळे, न्यायमंडळे ही अशा औपचारिक संघटनांची काही ठळक उदाहरणे आहेत.आधुनिक धकाधकीच्या समाजव्यवस्थेत व्यक्तींच्या अनेकविध गरजांची पूर्तता करण्याचे कार्य या संघटनांमार्फत केले जाते.त्यामुळे त्यांच्या समाजजीवनातील भूमिकेला विशेष महत्त्व प्राप्त झालेले असते. व्यक्तीच्या बहुतेक गरजा या तिच्या आवडी निवडीशी संबंधित असतात.

त्यामुळे निरनिराळ्या संस्था, संघटनांशी व्यक्तीचा संबंध येतो.या संबंधातून होणाऱ्या विचारांच्या देवाण-घेवाणीतून राजकीय सामाजिकीकरण होत असते.

८) शासनसंस्था : राजकीय सामाजिकीकरणात शासनसंस्थेची भूमिका महत्त्वाची असते, परंतु राजकीय व्यवस्थेच्या स्वरूपावर या माध्यमांची भूमिका अवलंबून असते. लोकशाही व्यवस्थेत विविध माध्यमे थोड्या फार प्रमाणात स्वतंत्र राहून राजकीय सामाजिकीकरणाच्या प्रक्रियेत सहभागी असतात. शासनाचे त्यांच्यावर नियंत्रण असले तरी ते शासनावर टीका करून लोकांच्या राजकीय मतावर शासनविरोधी प्रभाव टाकू शकतात.

शासनव्यवस्थेस जनतेच्या विविध प्रश्नांची सोडवणूक करावी लागते, त्यासाठी शासनाकडून विविध प्रकारची कार्ये पार पाडली जातात.या कार्यांच्या पूर्ततेसाठी योग्य ते निर्णय घेऊन त्यांची अंमलबजावणी करावी लागते. असे निर्णय घेण्यापूर्वी जनमताचा विचार शासनास प्राधान्याने करावा लागतो, कारण शासनव्यवस्था कोणत्याही प्रकारची असली तरी तिचे स्थैर्य जनतेवरच अवलंबून असते.त्यामुळे जनतेला केंद्रस्थानी मानून त्यानुसार योग्य ती कार्यवाही करावी लागते.त्यासाठी विविध योजना आखाव्या लागतात, त्यातून जनतेशी संपर्क येत असतो.ही एक राजकीय प्रक्रिया असल्याने अनेकदा जनतेला विविध राजकीय प्रक्रियांचे ज्ञान प्राप्त होऊन राजकीय सामाजिकीकरण घडून येते. लोकशाही व्यवस्थेत तर शासनास असे कार्य करणे अनिवार्य समजले जाते.

वरीलप्रमाणे राजकीय सामाजिकीकरणाची प्रक्रिया विविध माध्यमांतून पार पाडली जाते. काही माध्यमे प्रभावी, तर काही कमी प्रभावी असली तरी त्यातून घडणारे राजकीय सामाजिकीकरण महत्त्वाचे असते.

सर्वंकष, एकपक्षीय व विकसनशील राजकीय व्यवस्थेतील राजकीय सामाजिकीकरणाचे स्वरूप

राजकारणाचे स्वरूप लोकांच्या राजकीय वर्तनावरून ठरते आणि हे वर्तन त्यांच्या राजकीय मूल्यांवर अवलंबून असते.ही मूल्ये राजकीय शिक्षणातून विकसित होतात.या शिक्षणालाच राजकीय सामाजिकीकरण म्हणतात, मात्र या राजकीय सामाजिकीकरणाचे स्वरूप विविध राजकीय व्यवस्थांत भिन्न भिन्न स्वरूपाचे असते. कुटुंब, शैक्षणिक संस्था, प्रचाराची साधने ही विविध राजकीय व्यवस्थेत राजकीय सामाजिकीकरणाच्या प्रक्रियेला गती देण्याचे कार्य करीत असतात. राजकीय सामाजिकीकरणाची प्रक्रिया सर्व प्रकारच्या राजकीय व्यवस्थांमध्ये सारखी नसते. तिचे स्वरूप व्यवस्थेप्रमाणे बदलते.त्यामुळे जसे राजकीय व्यवस्थेचे स्वरूप बदलते,

तशी राजकीय सामाजिकीकरणाची प्रक्रिया बदलत असते. सर्वंकष राजकीय व्यवस्थेमध्ये राज्याचे समाजाच्या सर्वांगावर नियंत्रण असते, त्यामुळे साहजिकच सामाजिकीकरणाच्या प्रक्रियेवरही व्यवस्थेची बंधने व नियंत्रणे असतात. सर्वकष व्यवस्था एका विशिष्ट राजकीय विचारसरणीवर आधारित असते. त्यामुळे राजकीय सामाजिकीकरणाच्या प्रक्रियेद्वारे अशी कोणतीही गोष्ट होता कामा नये, की ज्यामुळे व्यवस्थेने अंगीकारलेल्या विचारसरणीत अडचण होईल.त्यासाठी याची काळजी घेतली जाते.विचारसरणीच्या मार्फत लोकांची मने जिंकून त्यांना असे मार्गदर्शन केले जाते, की ज्यायोगे व्यवस्थेची गरज पूर्ण होईल.

तसे पाहिले तर सर्वच व्यवस्थांमध्ये या ना त्या प्रकारे राजकीय सामाजिकी-करणाच्या प्रक्रियेवर थोडेबहुत तरी नियंत्रण आणण्याचा प्रयत्न केला जातो, परंतु सर्वंकष व्यवस्थेत असे नियंत्रण जाणीवपूर्वक ठेवले जाते.जेव्हा सर्वंकष राजवट आणली जाते, तेव्हा राजवटीची विचारसरणी सर्व साधनांमार्फत लोकांपर्यंत सतत पोहोचविली जाते व पूर्वीची राजकीय मूल्ये व विचार बदलण्यासाठी आटोकाट पद्धतशीर प्रयत्न केला जातो, मात्र कुटुंबव्यवस्था व जुनी पिढी जुन्या मूल्यांचा घोष चालू ठेवतात, तर नवी राजवट नव्या मूल्यांचा प्रसार सुरू करते, त्यामुळे एक प्रकारचा संभ्रम निर्माण होण्याचा धोका अधिक असतो, पण जेव्हा सर्वंकष राजवट रुळते, नवी पिढी निर्माण होते तेव्हा हा संभ्रम दूर करून एकाच दिशेने सामाजिकीकरण कसे सुरू राहील याकडे लक्ष दिले जाते.उदाहरणार्थ, नाझी राजवटीने जर्मनीतील लोकशाही मूल्ये पुसून टाकून नाझीवाद युवकांपर्यंत संक्रमित करण्याचा प्रयत्न केला. त्यासाठी कुटुंबाचे महत्त्व कमी केले. तसेच शाळा-महाविद्यालयांतून नाझीवादाच्या दृष्टिकोनाचा पुरस्कार करणारा अभ्यासक्रम तयार करण्यात आले होते.त्यासाठी पाठ्यपुस्तके नव्याने लिहिण्यात आली. सामाजिक शास्त्रातून तर नाझीवादाचा प्रसार केलाच, पण अंक गणितातूनही उदाहरणे घेताना नाझीवादास पोषक वातावरण निर्माण केले. शाळा महाविद्यालयांबरोबर तरुणांच्या चळवळी, संघटना निर्माण करून हिटलर व नाझीवाद याबद्दल त्यांच्या मनात पूज्य भावना व आदर निर्माण करणे हे नाझीवादात अपेक्षित होते व यात हिटलरला यश आले. जनता संपर्काच्या साधनावर पूर्ण नियंत्रण ठेऊन राजकीय सामाजिकीकरणासाठी त्याचा पुरेपूर उपयोग करून घेण्यात आला. मुद्दाम बुद्धीपूर्वक, योजनापूर्वक विशिष्ट दिशेने केलेल्या राजकीय शिक्षणाची सुरुवात, सर्वात उठावदार व सर्वात यशस्वी उदाहरण म्हणून नाझी जर्मनीकडे पाहावे लागेल. फार थोड्या काळात जर्मन जनतेने नाझीवादाचा पूर्ण अंगीकार ज्या प्रकारे केला, त्या मागे हे राजकीय सामाजिकीकरणाच्या प्रक्रियेचे यश आहे. असाच काहीसा प्रकार साम्यवादी देशातही राबविला जातो.उदाहरणार्थ, रशियामध्ये साम्यवाद या

विचारसरणीसाठी राजकीय सामाजिकीकरणाची प्रक्रिया पूर्णतः राबवली जाते. साम्यवाद, लेनीनवाद मार्क्सवादाविरोधी संदेश माहिती व विचार लहान मुले, तरुण किंवा प्रौढांपर्यंत पोहोचू नयेत यासाठी सर्वसाधारण साधनांवर पक्के नियंत्रण ठेवण्यात येते. त्यातूनही सुटून जर यदा कदाचित साम्यवादी व्यवस्थेविरुद्ध एखादा संदेश जनतेपर्यंत पोहोचविला तर त्याचे ताबडतोब खच्चीकरण करण्यात येते. राजकीय सामाजिकीकरणाची प्रक्रिया स्वतःच्या मार्गाने चालू शकत नाही, तर ती सर्वंकष साम्यवादी व्यवस्थेचा एक अनिवार्य भाग बनते व त्या प्रक्रियेमार्फत अधिकृत विचारसरणी संक्रमित केली जाते.

विकसनशील समाजातील राजकीय सामाजिकीकरण

सर्वंकष व्यवस्थेपेक्षा नव्याने स्वतंत्र झालेल्या आशिया, आफ्रिका व दक्षिण अमेरिका या खंडांतील देशांमध्ये राजकीय सामाजिकीकरणाची प्रक्रिया बऱ्याच प्रमाणात वेगळे स्वरूप धारण करते. अनेक वर्षे पारतंत्र्यात दिवस काढलेल्या या राजकीय व्यवस्थेवर साम्राज्यवादाचा प्रभाव होता, मात्र नवीन समाजाला स्वातंत्र्याच्या भूमिकेतून राजकीय सामाजिकीकरणातून विकास साधायचा होता. विकसनशील देशात साम्राज्यवादी देशांनी पाश्चिमात्य संस्था, नोकरशाही संस्कृती व शिक्षण सुरू केले. त्याचा परिणाम म्हणून या देशांमध्ये आधुनिकीकरणाची प्रक्रिया सुरू झाली, पण त्याचबरोबर या समाजावर मूळ पारंपरिक चौकट व संस्था यांचाही प्रभाव कायम होता. त्यामुळे समाजकारणाच्या प्रक्रियेस दोन दिशा प्राप्त झाल्या. आधुनिक संस्था नवी मूल्ये रुजविण्याचा प्रयत्न करीत होत्या, तर पारंपरिक संस्था जुनी चौकट कायम ठेवण्याचा प्रयत्न करीत होत्या, त्यामुळे राजकारणात दोन मूल्य तत्त्वांचा संक्रमित होताना त्रास झाला. शिक्षणसंस्था, राजकीय संस्था, वर्तमानपत्रे नवे विचार देण्याचा प्रयत्न करत होते, तर जात, कुटुंब, टोळी, धर्म यासारख्या पारंपरिक संस्था संकुचित जुनी सरजांमशाही मूल्ये संक्रमित करीत होत्या. नव्या शिक्षणव्यवस्थेमधून जो सुशिक्षितांचा वर्ग निर्माण झाला होता, त्याने नवी मूल्ये स्वीकारली होती.या ठिकाणी शिक्षणव्यवस्था सामाजिकीकरणाचे साधन म्हणून यशस्वी झाली होती. स्वातंत्र्य, समता ही मूल्ये घेऊन ही पिढी समाजापुढे आली.त्यांच्यातून राजकीय नेतृत्व उभे राहिले. या नेतृत्वाने राजकीय शिक्षणाचे मुद्दाम प्रयत्न केले व त्यामार्फत नवी मूल्ये, विचार अणि दृष्टिकोन लोकांपर्यंत पोहोचविण्याचा प्रयत्न केला . निदान नव्या पिढीला तरी परंपरेतून सोडवावे या विचाराने शाळा व महाविद्यालयांतून या नव्या नेतृत्वाने नवी मूल्ये संक्रमित करण्याचा प्रयत्न केला.

भारतीय राजकीय व्यवस्थेची ओळख ही आज विकसनशील देश म्हणून केली जाते. आज भारताने विविध क्षेत्रांत भरीव कामगिरी केलेली दिसते. याचे महत्त्वाचे

कारण म्हणजे भारतात घडून आलेले मोठ्या प्रमाणातील राजकीय सामाजिकीकरण हे होय, मात्र स्वातंत्र्यपूर्व भारतात राजकीय सामाजिकीकरणाबाबत कमालीची उदासीनता होती. सामाजिक प्रबोधनाचे पर्व सुरू होऊन पुढील काळात भारतास स्वातंत्र्य प्राप्त झाले. गांधीजींनी कल्पिलेली रामराज्याची संकल्पना अस्तित्वात आली नसली तरी स्थानिक लोकांचा राजकीय सहभाग वाढविण्याच्या दृष्टीने ग्रामपातळीवर स्थापन करण्यात आलेल्या ग्रामपंचायत तसेच तालुका आणि जिल्हा स्तरावर स्थानिकांचा वाढलेला सहभाग हे भारतीय व्यवस्थेतील विकासशील समाजव्यवस्थेचे द्योतक आहे व त्यात भारतीयांतील राजकीय सामाजिकीकरणाचा मोलाचा वाटा आहे.

दिवसेंदिवस आधुनिक विचारसरणीचा प्रभावही वाढताना दिसत आहे; याचे महत्त्वाचे कारण म्हणजे माहिती आणि दळणवळणाच्या साधनांत वाढ होत आहे व या साधनांचा वापर ही काळाची गरज बनली आहे. या साधनांच्या वापराने जलद संपर्क साधता येतो व वेळ तसेच पैशाचीही बचत होते. त्यात आकाशवाणी, चित्रपट, वर्तमानपत्रे, दूरदर्शन इत्यादी जनता संपर्काच्या साधनांचा समावेश होतो. या साधनांवर शक्य तेवढे नियंत्रण ठेऊन नवे विचार व आधुनिक कल्पना लोकांकडे पोहोचविल्या. शहरीकरण, औद्योगिकीकरण, दळणवळणाच्या साधनांचा प्रसार यामुळे आधुनिक मूल्यं रुजवणे समाजात थोड्या प्रमाणात का होईना शक्य झाले आहे.

राजकीय सामाजिकीकरणचे महत्व : राजकीय सामाजिकीकरण ही प्रक्रिया व्यक्ती व राजकीय व्यवस्था या दोहोंच्या दृष्टीने महत्त्वाची असते.व्यक्ती ज्या राजकीय व्यवस्थेत जीवन जगत असते त्या राजकीय व्यवस्थेचे संपूर्ण ज्ञान तिला असणे आवश्यक असते. त्या दृष्टीने राजकीय सामाजिकीकरण महत्त्वाचे ठरते.राजकीय सामाजिकीकरणाच्या प्रक्रियेमुळे व्यक्ती राजकीय व्यवस्थेचा जबाबदार घटक बनण्यास पात्र ठरते.राजकीय जीवनात सहभागी होण्याची क्षमता तिच्या अंगी येते.एका अर्थाने राजकीय प्रक्रियांची शिकवण तिला प्राप्त होते.ही गोष्ट व्यक्तीच्या विकासाच्या दृष्टीने अतिशय आवश्यक असते. व्यक्ती राजकीय व्यवस्थेचा घटक बनल्याने आणि ती राजकीय व्यवस्थेशी एकरूप झाल्याने तिला राजकीय जीवनात महत्त्वपूर्ण भूमिका पार पाडणे शक्य होते.

व्यक्तीप्रमाणेच व्यवस्थेचे सातत्य राखण्यासाठी राजकीय सामाजिकीकरणाची प्रक्रिया महत्त्वाची असते. व्यक्तीच्या राजकीय वर्तनाला योग्य दिशा लावण्याचा प्रयत्न राजकीय व्यवस्था सामाजिकीकरणाद्वारे करीत असते. कायदेपालनाचे महत्त्व समजावून चांगला नागरिक निर्माण करण्याचे प्रयत्न राजकीय सामाजिकीकरणाद्वारे केला जातो. राजकीय सामाजिकीकरणामुळे व्यक्तीच्या मनात राजकीय व्यवस्थेविषयी

आदराची भावना निर्माण होऊन राजकीय व्यवस्थेला स्थैर्य प्राप्त होते आणि तिचे सातत्य कायम टिकते. त्यामुळे राजकीय सामाजिकीकरण हे राजकीय व्यवस्थेच्या दृष्टीने महत्त्वाचे असते.

प्रत्येक राजकीय व्यवस्थेची स्वतःची एक संस्कृती असते.या संस्कृतीचे जतन होण्यासाठी राजकीय सामाजिकीकरणाचा हातभार लागत असतो. राजकीय सामाजिकीकरणाच्या प्रक्रियेत व्यक्ती राजकीय जीवनासंबंधी विविध मूल्ये, दृष्टिकोन, श्रद्धा इत्यादी गोष्टी आत्मसात करते. या सर्व गोष्टींतून जो निश्चित दृष्टिकोन तयार होतो, त्यातून राजकीय संस्कृती प्रत्ययास येते. म्हणजे राजकीय सामाजिकीकरणाच्या प्रक्रियेमुळे राजकीय संस्कृतीची वैशिष्टये देशातील एका पिढीकडून दुसऱ्या पिढीकडे संक्रमित होण्याच्या दृष्टीने राजकीय सामाजिकीकरणाचे महत्त्व अनन्यसाधारण आहे.

प्रश्न

अ) खालील प्रश्नांची थोडक्यात उत्तरे लिहा.

१. राजकीय सामाजिकीकरणाचे महत्व सांगा.

२. प्रत्यक्ष आणि अप्रत्यक्ष सामाजिकीकरण म्हणजे काय ते लिहा.

३. विकसनशील समाजातील राजकीय सामाजिकीकरण म्हणजे काय ते लिहा.

४. सर्वंकष राजकीय व्यवस्थेतील राजकीय सामाजिकीकरणाचे स्वरूप स्पष्ट करा.

५. लोकशाही व्यवस्थेतील राजकीय सामाजिकीकरण म्हणजे काय ते लिहा.

ब) खालील प्रश्न सोडवा. (५०० शब्दांत)

१. राजकीय सामाजिकीकरणाचा अर्थ स्पष्ट करून विविध माध्यमांची चर्चा करा.

प्रकरण ५

राजकीय विचारप्रणाली
(Political Ideology)

प्रास्ताविक

राज्यशास्त्राच्या अभ्यासात राजकीय व्यवस्था महत्त्वाची मानली जाते. या व्यवस्थेतील राजकीय प्रक्रिया व्यक्तीच्या व्यवहारातून प्रवाहित होत असते, म्हणून राजकीय व्यवस्थेत व्यवहार करणाऱ्या व्यक्तीचे वर्तन महत्त्वाचे आहे. राजकीय व्यवस्थेत अभिजनांचा वर्ग महत्त्वाचा मानला जातो. तसेच सत्ता ग्राहक हाही महत्त्वाचा घटक आहे. यांच्या परस्परसंबंधाच्या आंतरप्रक्रिया होत असताना सत्ताधारक व सत्ताग्राहक यांचे राजकीय ध्येय उद्दिष्ट समोर ठेऊन संबंध प्रस्थापित होत असतात. त्यांच्या पाठीमागे विशिष्ट मूल्यांचा, विचारांचा, आदेशांचा प्रभाव त्यांच्यावर होत असतो. त्याला स्वीकृती घेऊन अथवा नाकारून या सहभागाचे परस्परावलंबी संबंध अवलंबून असतात. या मूल्यांना व उद्दिष्टांना जन्म देणारा विचार म्हणून विचारप्रणाली मानता येते. प्रत्येक राजकीय व्यवस्थेला कोणत्यातरी विचारप्रणालीच्या आधारावर आपले स्थैर्य टिकवून ठेवावे लागते. कार्यपद्धती, निर्णय याला या ठिकाणी प्राधान्य असते, म्हणून विचारप्रणाली हा राजकीय व्यवस्थेच्या अभ्यासाचा पाया मानला जातो. काही विचार हे एकेकाळी अतिशय महत्त्वाचे होते, पण त्यांना ऐतिहासिक पुरावा नसल्यामुळे ते कालबाह्य झाले. उदा. सामाजिक कराराचा सिद्धांत, दैवी सिद्धांत इत्यादी. परंतु व्यवहारात त्यांना फारसे स्वीकारले गेले नाही, म्हणून सर्व आधुनिक विश्लेषणकारांनी, अभ्यासकांनी या सिद्धांताला नाकारले, त्याचबरोबर त्यांनी नवीन संकल्पना, नवीन विचार मांडले. त्यांना सूत्रबद्ध केले आणि नवीन विचारांचा संच मांडला. विचार मांडणे, त्यांचे खंडन करणे, नवीन विचार मांडणे ही सातत्याने चालणारी प्रक्रिया असून त्यातून अनेक नवीन विचारधारांचा जन्म झालेला आहे. त्यांचा स्वीकार करून नवोदित राष्ट्रांनी आपली ध्येय धोरणे ठरविण्यास प्रारंभ केला; त्यानुसार विविध देशांची विचारप्रणाली ओळखली जाऊ लागली.

विचारप्रणाली : स्वरूप व अर्थ

राजकीय सिद्धांताचा इतिहास दाखवतो, की सुरुवातीला राजकीय संकल्पना अस्तित्वात आल्या. उदा. न्याय, समता, स्वातंत्र्य, कायदा व शोषण इत्यादी. या सर्व संकल्पना एक दुसऱ्याशी पूरक म्हणून किंवा परस्पर विसंगत म्हणून एक दुसऱ्याशी जोडलेल्या असतात. या संकल्पना अतिशय पद्धतशीरपणे जोडल्या, तर संपूर्ण सामाजिक जीवनाला नियंत्रित करणारा एक विचारांचा संच तयार होतो. या विचारांच्या संचालाच 'विचारधारा' अशी संज्ञा प्राप्त झालेली आहे. या अर्थाने स्पष्ट करावयाचे झाल्यास 'विचारांची व्यवस्थाबद्ध मांडणी म्हणजे विचारसरणी होय.'

या संदर्भात एक स्पष्टीकरण महत्त्वाचे आहे, की विचारांचा संच म्हणजे विचारसरणी हे जरी खरे असले तरी कोणत्याही विचारांचा संच म्हणजे 'विचारसरणी' होत नाही. विचारसरणी निर्माण होण्यासाठी संचातील विचारांचा परस्पर संबंध असला पाहिजे. विचारसंचातील विचार स्थूलमानाने परस्परांना पूरक असले पाहिजेत. विचारसंचातील विचारांनी परस्परांना बळकटी दिली पाहिजे, तरच त्यातून एक निश्चित दिशादर्शक मिळतो, म्हणजे 'विचारसरणी' ही संज्ञा पूर्णत्वास येते.

व्याख्या

विचारप्रणाली हे विचारांचे शास्त्र होय.   – ट्रॅसी

उद्दिष्टांना जन्म देणारी राजकीय सामाजिक मूल्यांची पद्धती म्हणजे राजकीय सामाजिक विचारप्रणाली होय.   – मॅक आयव्हर

प्रत्येक विचारप्रणालीमध्ये वर्तमान स्थितीचे मूल्यमापन आणि भविष्याची दूरदृष्टी यांचा समावेश असतो.   – डॅनियल आयव्हर

ज्या आदर्शांच्या, साध्यांच्या व हेतूंच्या आधारावर वर्तमान व भूतकाळाचा अर्थ लावता येतो व भविष्याचा वेध घेता येतो, त्याला विचारप्रणाली म्हणावे.

                                      – डेव्हीड ईस्टन

राजकीय विचारसरणी म्हणजे विचारांची अशी व्यवस्था जी अत्यंत बौद्धिक कुशलतेने तयार केलेली असते. अशा प्रकारची व्यवस्था बुद्धिवंत अभ्यासकांनी लिहिलेली असते. ही व्यवस्था विचार करण्याची पद्धती दर्शवते. या व्यवस्थेत असणारे विचार बहुतेक भावनात्मक असतात व तेथे विवेकाचा अभाव असतो.   – एस.ई.फायनर

विसाव्या शतकात सामाजिक राजकीय परिवर्तनाला गती प्राप्त झाली. नवीन आर्थिक, सामाजिक, राजकीय प्रश्न निर्माण झाले. त्या प्रश्नांना समजाऊन घेण्याच्या प्रयत्नातून नवीन विचारसरणी अस्तित्वात आल्या. नवीन प्रश्नांना सोडविण्यासाठी नव्या विचारसरणींचा जन्म झाला. या नव्या विचारांच्या व्यवस्थाबद्ध, सूत्रबद्ध, सुसंगत

मांडणीतून नवीन विचारसरणी अस्तित्वात आल्या. उदा. दुसऱ्या महायुद्धानंतर परंपरागत वसाहतवाद, साम्राज्यवाद संपला. परंतु साम्राज्यवादी शक्तींना जो आर्थिक फायदा त्यांच्या देशांचा करून घ्यायचा होता, त्यासाठी त्यांनी नवीन पद्धतीचा वापर केला. त्या पद्धतीद्वारे राजकीय प्रभाव निर्माण केला. शक्तिशाली देशांनी प्रत्यक्ष देश ताब्यात न घेता स्ववर्चस्व व हितसंबंध मात्र वसाहती असताना जसे जोपासले जात होते, तसेच जोपासले. यातून नवीन विचारसरणी अस्तित्वात आली, ज्याला 'नववसाहतवाद' असे म्हणतात. अलीकडील दशकात साम्यवादी विचारसरणीत होत असलेला बदल आणि जागतिकीकरणाच्या प्रभावाने विविध देशांच्या विचारसरणीत आमूलाग्र बदल होत आहेत. भारताने देखील १९९१ नंतर नरसिंहराव सरकार आणि त्यानंतरच्या मनमोहनसिंग सरकारने आपल्या मूळ विचारसरणीत बदल करण्यावर भर दिलेला दिसतो किंवा परिस्थितीनुसार तसे बदल अपेक्षितच असतात, असे गृहीत धरूनच नरेंद्र मोदी सरकारनेदेखील नवीन विचारसरणीचा आधार घेणे साहजिकच आहे.

विचारप्रणालीची वैशिष्ट्ये

१. भूमिका राजकीय व अन्य संदर्भात जरी वापरल्या जात असल्या, तरी ऐतिहासिक भूमिका मुख्य राहिली आहे. कोणतीही राजकीय चळचळ असो तिचे ध्येय, हेतू हे विचारप्रणालीमधून ठरते. भारतीय स्वातंत्र्यचळवळीचे ध्येय स्वातंत्र्य मिळविणे या स्वरूपाचे ठरून ती अमलात आणली गेली. मवाळ आणि जहाल हे तिचे दोन वैचारिक मार्ग ठरल्याचे आपण पाहतो.

२. अस्तित्वात असलेल्या राजकीय व्यवस्थेचा शोध विरोध, टीका, असहकार यांमधून घेतला जातो.

३. तिच्यामध्ये राजकीय परिवर्तनाची दिशा ही विचारप्रणालीच्या आधारावर स्वीकारली जाते. हे राजकीय परिवर्तन राज्यव्यवस्था कायम टिकवण्यासाठी केली जाते किंवा राजकीय व्यवस्था बदलविण्यासाठी केली जाते.

४. लोकांना त्या विचारांसाठी कृती करण्यासाठी जागृत करण्याचा प्रयत्न त्यामधून केला जातो व भविष्यकाळाकडे त्या विचारानुसार वाटचाल करावयास लावली जाते.

५. सामान्य समाजातील राजकीय व्यवस्थेत वास्तव्य करणाऱ्या लोकांना आकर्षित करण्यासाठी घोषणा विचारप्रणालीत असतात. उदा. भारतीय स्वातंत्र्यलढयात दिलेल्या विविध घोषणांतून स्वातंत्र्यपूरक विचारसरणी निर्माण झाली होती.

६. राजकीय व्यवस्थेत विचारप्रणाली आकाराला यावी म्हणून जे मार्गदर्शन असते, ते विचारप्रणालीच्या मूल्यांशी संबंधित असते. त्या आधारावर धोरण ठरविण्याचे कार्य होते.

विचारप्रणालीची साधने

१. आकर्षक घोषणा : विचारप्रणालीला राजकीय व्यवस्थेत लागू करण्यासाठी किंवा स्थिरता ठेवण्यासाठी तसेच परिवर्तनासाठी आणि विकासासाठी वेगवेगळ्या साधनांच्या वापरात घोषणा तयार कराव्या लगतात. ते प्रभावी साधन ठरते. उदा. राजकीय पक्ष विचारप्रणालीच्या आधारावर निवडणुकीत घोषणा तयार करतात. जसे, २०१४ च्या लोकसभा निवडणुकीत 'अच्छे दिन आयेंगे' किंवा 'अब की बार मोदी सरकार' अशा घोषणांनी जनमानसात परिवर्तनाची लाट निर्माण होऊन काँग्रेसला द्विदशकी सत्तेतून पायउतार व्हावे लागले.

२. एकमताशी जुळणारे तत्त्व : विचारप्रणालीमधून माणसांनी काय करावे अथवा व्हावे, चांगल्या-वाईटाचे निकष इत्यादींसाठी एकमताशी जुळणाऱ्या तत्त्वाची निर्मिती राजकीय व्यवस्थेमधून केली जाते. ती लोकांना मार्गदर्शक ठरते. ते समाजाला व त्यामधील सर्व सभासदांना प्रेरणा देणारे ठरतात. व्यक्ती नियमित व विचारप्रणालीशी सुसंगत अशी वागेल याचे सामर्थ्य त्यामध्ये असते. त्या आधारावर वर्तमान परिस्थितीच्या चौकटीत राहून भविष्याची वाट त्यांना दाखविता येते. ती गुप्तपणे एकमेकांशी जुळण्यासाठी व संघटित होण्यासाठी एकमताने मान्य केलेली असतात.

३. शास्त्रीय आधारावर मांडणी : शास्त्रीय आधार घेऊन विचारप्रणालीची मांडणी केली जाते. पण सर्व विचारप्रणाली या शास्त्रीय आधारावर मांडल्या जातात असे नाही व अध्ययनपद्धतीचा अभ्यास करून मांडल्या जातात असेही नाही, तर बऱ्याच वेळा त्यात सरमिसळ झाल्याचे आढळते. त्या आपल्या अंदाजाने शास्त्रीय म्हणून मांडल्या जातात. काय असावे हा भाग महत्त्वाचा मानला जातो.

४. श्रद्धावान समर्थकांना आत्मीयता : विचारप्रणाली काही समर्थक श्रद्धांतून निर्माण झालेल्या असतात. त्यातून आत्मीयता निर्माण होते. जे सहजासहजी समर्थन देत नाहीत त्यांना वेगळ्या मार्गाने स्वीकृतीसाठी कार्यप्रवृत्त केले जाते. ज्यांना भविष्याची वाट दिसते ते त्या मार्गाने जातात. जे प्रयत्न करून विरोधात वागतात त्यांना नवीन विचारप्रणालीची वाट मोकळी होते.

विचारप्रणालीची भूमिका

व्यवस्थेतील लोकांना कोणतीतरी विचारप्रणाली प्रभावित करत असते. त्या प्रभावाखाली व्यक्ती सक्रिय होतात व आपले सर्वस्व तिला अर्पण करतात.मग विकसित राष्ट्र असो की अविकसित राष्ट्र असो त्यामधील संघर्षाच्या आधारावर तेथील विचारप्रणालीचा अर्थ लावला जातो, कारण प्रत्येक संघर्षाच्या मुळाशी विविध

विचार अंतर्भूत असतात. म्हणून विचारप्रणालीच्या भूमिका समाजाऊन घेणे आवश्यक आहे.

१ विचाराची बांधीलकी : विचारप्रणालीमध्ये विचारांच्या बांधीलकीला महत्त्व असते. त्या आधारावर व्यक्ती कशी वागेल, कोणती बाजू घेईल तसेच एखादे राज्य कोणत्या प्रकारे वागेल हे तिच्या विचारप्रणालीच्या बांधीलकीच्या आधारावर समजू शकते. व्यावहारिक संदर्भ विचारप्रणालीत महत्त्वाचे ठरतात. त्यावरून व्यक्ती व राष्ट्र आपल्या प्रतिक्रिया व्यक्त करीत असतात. राष्ट्राराष्ट्रातील युद्धातून त्यांची बांधीलकी कशी आहे व ती कोणती भूमिका घेऊ शकणार आहे ते समजते.

२ बौद्धिक भूमिका : मानवी जीवन हे बुद्धीशी संबंधित आहे. इतर प्राण्यांच्या जीवनात त्यामध्ये फरक आहे. त्यामधून तो चांगले जीवन जगू शकतो. त्याच्या जीवनाला वेगळा अर्थ प्राप्त होतो. विचारप्रणालीच्या साहाय्याने त्यामध्येही जीवनमूल्ये स्वीकारली जातात. आपले ध्येय निश्चित करून जगण्याची खरी प्रेरणा त्याला त्यामधून मिळते. पूर्वी या भूमिका धर्म ठरवून देत असे. आता विचारप्रणालीच्या आधारावर त्याला भूमिका करावी लागते. स्वधर्म हा अविवेकी असायचा, त्यामुळे या भूमिकेला महत्त्व आहे.

३ वस्तुस्थितीचे आकलन : विचारप्रणालीच्या राज्यव्यवस्थेतील भूमिकेमधून जगाचे आकलन होण्यास मदत होते. जगाचा प्रवाह कोणत्या दिशेने वाहात आहे, का वाहात आहे, कसा वाहणार आहे, या प्रश्नांची उकल होऊ शकते, पण त्याकरिता विचार हे अशास्त्रीय सत्य व आदर्शापासून दूर जाणारे नसावेत असे मार्क्स म्हणतो. तर ते प्रत्यक्ष परिस्थिती व गरजांवर आधारित असावेत. अशा विचारांच्या आकलनासाठी विचारप्रणाली समजून स्वीकारणे आवश्यक असते.

४. विवेकी संघर्षाचा वापर : मानवी जाणिवेतून त्याचे अस्तित्व निश्चित होत नाही, तर अस्तित्वातून होते. त्यामुळे विचारप्रणालीचा अभ्यास करताना तिची सामाजिक व आर्थिक पार्श्वभूमी विचारात घ्यावी लागते. राजकीय व्यवस्थेची समाजाची जशी विचारप्रणाली असते तसेच तिला विरोध करणारी दुसरी विचारप्रणाली देखील अस्तित्वात असते. त्यामधून दोहोत संघर्ष सुरू होतो. तो कशामुळे झाला याची कारणे विचारप्रणालीमुळे कळू शकतात. भांडवलशाहीत कामगारांना संघर्ष करण्यासाठी साम्यवादी विचारसरणीमधून मार्ग मिळतो, तर हुकूमशाहीत व्यक्तिस्वातंत्र्यासाठी लढा देण्यासाठी लोकशाहीच्या मार्गाने तो होतो. भारतात देखील डावी विचारसरणी.उजवी विचारसरणी किंवा प्रतिगामी आणि पुरोगामी या विचारसरणीतून संघर्षाची भूमिका दिसून येते.

संघर्षाचे अनेक मार्ग विचारसरणीला भूमिका करताना वापरावे लागते. त्यामध्ये सामाजिक, आर्थिक, मानसिक स्थितीतील कारणे हे मार्ग शोधण्याच्या दृष्टीने महत्त्वाची ठरतात. विविध कारणांनी संघर्ष हे होतातच; तो सामाजिक वास्तवाचा विचार म्हणून मांडला गेला आहे. तो राजकीय व्यवहारामध्ये असतोच आणि तो आवश्यक आहे याकडे मूर या अभ्यासकाने लक्ष वेधले आहे. समाजाच्या राजकीय व्यवस्थेचे पर्यायी चित्र म्हणून त्याला महत्त्व आहे. म्हणून संघर्षपूर्ण प्रतिकृती महत्त्वाची ठरते. ती आवश्यकता जाणून घेतल्यानंतर व उपयुक्तता मान्य केल्यावर स्वाभाविकपणे राजकीय दृष्टीने या घटनेकडे पाहिले जाते, कारण संघर्षाच्या बदलाची व्याप्ती संसदेच्या सभासदांपासून क्रांतीपर्यंत पाहावयास मिळते. म्हणून ज्या विचारांसाठी संघर्ष होतात त्यांची कारणे विचारप्रणालीच्या आधारावर समजू शकतात.

५. प्रभावी संघटनकौशल्य : विचारप्रणालीचा स्वीकार व ती लागू करण्यासाठी संघटनात्मक कौशल्य व शिस्त महत्त्वाची आहे. विचारप्रणालीचा स्वीकार करणारा संघटनेच्या शिस्तीला समोर ठेऊन वागत असतो. त्यामधून त्याला प्रेरणा मिळते. ध्येय प्राप्त होण्यासाठी नेतृत्वाची सत्ता स्वीकारली जाते व त्याला अधिमान्यता मिळते. विचारप्रणालीच्या संघटनेतील वास्तव्यास स्वहित भावनेला बाजूला सारून तिच्यासाठी झळ सोसली जाते. स्वातंत्र्ययुद्धात तर कित्येकांनी बलिदान देखील दिले आहे. अशा कृती विचारप्रणालीच्या भूमिकेतून समाजात चैतन्य निर्माण करण्यास मोठ्या प्रमाणावर हातभार लावतात.

६. राजकीय सहभाग : विचारप्रणालीचे त्या समाजातील अस्तित्व कसे आहे, राजकीय व्यवस्थेत विचारप्रणाली कशी आहे यावरून सहभाग ठरत असतो. त्यासाठी विचारप्रणालीला अधिष्ठान असावे लागते. उदा. भारतातील राजकीय व्यवस्थेला लोकशाही अधिष्ठान आहे. ती विचारप्रणाली टिकविण्यासाठी प्रयत्न होत आहेत. म्हणून सहभागी व्यक्ती जागृत होऊन अभ्यास करून सहभाग देत असतात. ते नसेल तर सहभाग आंधळा ठरत असतो. यामधून अनेक धोके राजकीय व्यवस्थेत पत्करावे लागतात, कारण जाणीवपूर्वक शोषण लोकशाहीत मान्य होत नाही. अशा वेळी न्याय्य मागण्या मान्य करण्याचे सामर्थ्य व्यवस्थेत असावे लागते. असा डोळस सहभाग लोकांचा होत असतो, कारण शोषणविरहित समाजाची मूल्ये त्या विचारसरणीने मान्य केली असल्यामुळे त्याचे ज्ञान समाजाला झालेले असते. त्याकरिता विचारप्रणाली स्वीकारून त्यांची अधिमान्यता दिलेली असते. प्रत्येक विचारप्रणालीच्या अस्तित्वातून हा सहभाग येत असतो.

७. राजकीय शिक्षण : राज्यव्यवस्थेतील प्रक्रियेमधून विचारप्रणालीला लाभणारा विश्वास मिळविण्याचा प्रयत्न होत असतो, त्यामुळे त्यामधील योग्य, अयोग्य, चांगले वाईट यांचे राजकीय प्रशिक्षण विचारप्रणालीमुळे होत असते. असे राजकीय शिक्षण त्या व्यवस्थेतील राजकीय पक्ष, त्या पक्षाचे उमेदवार, पक्षाच्या कार्यक्रमांद्वारे त्याला मिळत असते. तसेच राज्ययंत्रणाही हे शिक्षण प्रशासनामार्फत देत असते. विचारप्रणालीच्या आधारावर घेतल्या गेलेल्या निर्णयाच्या विरोधात व समर्थनार्थ काही गोष्टी केल्या जातात. त्यातून राजकीय शिक्षण घडून येते. उदा. राजकीय भूमिका कशी असावी किंवा आपण कोणत्या बाजूने उभे राहावे हे विचारप्रणालीच्या आधारावर व्यक्तीला ठरविता येते.

८. अधिसत्तेच्या प्राप्तीसाठी : राजकीय व्यवस्थेत विचारप्रणालीच्या आधारावर सत्तेला अधिमान्यता मिळविण्याचा प्रयत्न केला जातो. ती मिळाली म्हणजे सत्तासंबंध अधिक मजबूत होतात. त्यासाठी समाजाच्या खऱ्या लोकहिताच्या इच्छेचे प्रतिबिंब विचारप्रणालीद्वारे सत्तेला जनमानसात उमटवावे लागते, तरच स्वेच्छेने लोक त्याचा स्वीकार करतात. ही स्वेच्छेने स्वीकारलेली बांधीलकी सत्तेला अधिमान्यता मिळविण्यासाठी कारणीभूत ठरते. म्हणून राजकीय प्रणालीत विचारप्रणालीच्या संविधानिक कायद्यांना महत्त्व असते, कारण त्यामधून त्या राष्ट्रांच्या विचारसरणीला जोपासण्याचे सामर्थ्य असते. या आधारावर केलेल्या सत्तेलाच खऱ्या अर्थाने अधिमान्यता मिळते. त्यातून व्यवस्थेला स्थैर्य लाभते.

लोक जे राजकीय विचार ग्राह्य मानतात तेच राजकीय संस्था व राजकीय वर्तनाला आकार देत असतात. प्रत्येक कृती विवेकावर आधारलेली असावी. त्यासाठी तिला विचारप्रणालीची बांधीलकी आवश्यक आहे. त्यामधून व्यक्तीचा राज्यव्यवस्थेतील कार्यात्मक संबंध निश्चित होतो, म्हणून ती तिचा अविभाज्य भाग आहे. विचारप्रणालीनुसार केलेल्या वर्तनामुळे व्यक्तीला कितीही कष्ट करावे लागले, त्रास झाला तरी त्यासाठी प्रयत्न करण्याचे ती थांबवत नाही. अशी व्यक्ती राजकीय व्यवस्थेला स्थैर्य देऊ शकते.

विविध राजकीय विचारप्रणाली

प्रत्येक विचारसरणी म्हणजे राजकारण, समाजकारण व अर्थकारण याकडे पाहण्याचा स्वतंत्र दृष्टिकोन आहे. सामाजिक व राजकीय व्यवस्थेकडे अनेक दृष्टिकोनांतून पाहिले जाते. त्यामुळे अनेक विचारधारा अस्तित्वात आलेल्या आहेत. त्यापैकी काही विचारांचा प्रभाव जगभर पडला, तर काही विचारसरणींचा प्रभाव एका खंडापुरताच मर्यादित राहिला, तर काही विचारसरणी एक किंवा दोन देशांपुरत्याच प्रभावी राहिल्या.

समाजवाद, साम्यवाद, लोकशाही, उदारमतवाद-कल्याणकारी राज्य या विचारसरणीचा प्रभाव जगभर दिसून येतो. दुसऱ्या महायुद्धापर्यंत साम्राज्यवाद, भांडवलशाही, व्यक्तिवाद, फॅसिझम, नाझीवाद, सर्वंकषवाद, उपयुक्ततावाद या विचारसरणीची मोठया प्रमाणात चर्चा झाली होती. या विचारसरणीला विरोध म्हणून अनेक राष्ट्रांत राष्ट्रवाद, वंशवाद, वर्णवाद विकसित झाला. वसाहतीतील राष्ट्रांत साम्यवादाचे आकर्षण होते, कारण त्यांना तोच राष्ट्रवादाच्या जवळचा वाटत होता. साम्यवादातील हिंसकता ज्यांना भावली नाही त्यातील व्यक्तिस्वातंत्र्याची गळचेपी ज्यांना नकोशी वाटली, त्यांनी व्यवसाय समाजवाद, फॅबीयन समाजवाद, युरो साम्यवाद अशा विचारसरणी अस्तित्वात आणल्या. या सर्व विचारसरणींचा उद्देश शोषणरहित समाज निर्माण करणे हा होता. त्यांच्या मार्गात अतिशय तफावत होती. आफ्रिका व आशियातील काही राष्ट्रांमध्ये राष्ट्रीय भावना चेतवण्यासाठी धर्माचा उपयोग करण्यात आला. त्यातूनच 'धार्मिक मूलतत्त्ववाद' ही विचारसरणी अस्तित्वात आली. आज मूलतत्त्ववादाने सर्वच राष्ट्रांतील लोकांना कमी-अधिक प्रमाणात प्रभावित करणे सुरू केले आहे. त्याचेच दुसरे रूप म्हणजे दहशतवाद तसेच नक्षलवाद होय. या व्यतिरिक्त धर्मनिरपेक्षता, उपयोगितावाद, आदर्शवाद, संविधानवाद व अराजकतावाद या विचारसरणी आहेत. त्यांचा देखील समाजावर प्रभाव पडत असतो.

विचारसरणीच्या अभ्यासाची आवश्यकता

१. गट निर्मिती : जगात अनेक राजकीय पक्ष तसेच अनेक दबावगट आहेत. त्याचे कारण विचारसरणी आहे. विचारसरणी एका गटाला दुसऱ्या गटापासून अलग करते. गटांचा वेगळेपणा समजून घेण्यासाठी विचारसरणीच्या अभ्यासाची आवश्यकता आहे.

२. स्वतंत्र ओळख : प्रत्येक गटाचे वेगळेपण, स्वतंत्र ओळख विचारसरणी दाखवते. हे वेगळेपण समजण्यासाठी तिच्या अभ्यासाची आवश्यकता आहे.

३. संरचना सुचवते : प्रत्येक विचारसरणी तिच्या ध्येयप्राप्तीसाठी निश्चित राजकीय रचनेचा आराखडा सुचवत असते. प्रत्येक विचारसरणीचा असा दावा असतो की तिने मांडलेली राजकीय रचनाच फक्त ध्येयप्राप्तीपर्यंत नेऊ शकते. उदा. साम्यवादी विचारसरणी एकपक्षपद्धतीची रचना सुचवते. उदारमतवादी अनेक पक्षपद्धतींना मान्यता देते. प्रत्येक राजकीय व्यवस्थेत जो रचनात्मक बदल असतो तो विचारसरणीमुळेच असतो. त्यासाठी अभ्यासाची आवश्यकता आहे.

४. गतिशील असते : विचारसरणी स्थितिशील नसते. ती बदलणारी असते. विचारसरणी स्वीकारताना प्रत्येक देश ती आहे तशी न स्वीकारता तिच्यात बदल करून स्वीकारतो.

अनेक देशांत स्थूलमानाने सारखीच विचारसरणी असते. तपशिलात गेल्यास त्यांच्यात बरीच तफावत जाणवते. देश आहे तशी विचारसरणी का स्वीकारत नाही; तिच्यात बदल का करतात, या बदलाचा काय परिणाम झाला याचा अभ्यास आवश्यक आहे.

५. राजकीय व्यवस्थेकडून स्वीकार : प्रत्येक राजकीय व्यवस्था एखाद्या विचारसरणीला स्वीकारते. ती त्या राजकीय व्यवस्थेची विचारसरणी होते. उदा. भारताची समाजवादी विचारधारा होती.अमेरिकेची उदारमतवादी लोकतांत्रिक विचारसरणी आहे,तर चीनची साम्यवादी आहे असे मानले जाते.राजकीय व्यवस्था विशिष्ट पद्धतीनेच काम का करते ते समजण्यासाठी विचारसरणीचा अभ्यास आवश्यक आहे.

६. योग्यतेच्या मापनासाठी : सर्वच राजकीय व्यवस्थांच्या कृतीची दिशा विचारसरणीतून व्यक्त होत असते. राजकीय व्यवस्थेची कृती योग्य आहे की अयोग्य हे विचारसरणीचा आधार घेऊनच ठरवले जाते. थोडक्यात, राजकीय व्यवस्थेच्या कृतीचे मोजमाप करण्याचे साधन म्हणून तिचा अभ्यास आवश्यक आहे.

७. देशाचे नुकसान समजते : विचारसरणीच्या आग्रही भूमिकेमुळे पोथीनिष्ठतेमुळे अनेक राजकीय व्यवस्थांचे नुकसान झालेले आहे. रशियातील उत्पादनास साम्यवादी पोथीनिष्ठतेमुळे खीळ बसली. फॅसिझम व नाझीझमच्या अतिरेकी भूमिकेमुळे इटली व जर्मनीचे अतोनात नुकसान झाले. आज अनेक देशांत धार्मिक मूलतत्त्ववाद वाढतो आहे. त्याच्या संभाव्य परिणामासंबंधी किमान अनुमान काढण्यासाठी विचारसरणीचा अभ्यास आवश्यक आहे.

८. प्रचलित संकल्पना समजण्यासाठी : राजकीय पक्षांना डावे-उजवे, मध्यमवर्गी, प्रतिगामी, पुरोगामी, प्रतिक्रियावादी अशी बिरुदे लावली जातात, कारण डावे उजवे हे केवळ शब्द नाहीत, तर ते विशिष्ट विचारसरणीचे द्योतक आहेत. यातून विशिष्ट संकल्पना स्पष्ट होते तसेच या शब्दातून राजकीय पक्षाच्या मानसिकतेची ओळख होते. पक्षातील युती किंवा विरोध विचारसरणी करीत असते. एखाद्या देशाचे राजकारण राजकीय प्रक्रिया समजण्यासाठी विचारसणीचा अभ्यास करावा लागतो.

राजकीय विचारसरणीने नेहमीच प्रत्येक देशात महत्त्वाची भूमिका बजावलेली आहे. काही आधुनिक विचारवंतांनी विचारसरणी समाप्त होत चाललेली आहे असा विचार मांडलेला आहे. त्यांच्या मते, आता जगात कोणताही एक तर्कशुद्ध विचार कोणत्याच राजकीय व्यवस्थेत पाहावयास सापडत नाही, कारण बदललेल्या संदर्भात राजकीय विचारसरणीच्या स्वरूपात इतका बदल झाला आहे की विचारसरणीच्या परंपरागत मान्यताप्राप्त व्याख्येत तिला बसवणे कठीण झाले आहे, म्हणून विचारसरणीची

समाप्ती झाली असे वाटते. त्याच्या या मताला निश्चित अर्थ आहे, पण त्याचा अर्थ विचारसरणीची समाप्ती असा होत नाही.आज तर विचारसरणीत सातत्याने बदल घडवून नव्याने तिचा स्वीकार केला जातो, त्यामुळे विचारसरणीचा केव्हाही शेवट होऊ शकत नाही. वास्तविक पाहता आदर्श राजकीय व्यवस्था, आदर्श सामाजिक रचनेचा शोध चालू राहील तोपर्यंत नवीन विचार येत राहणार, तोपर्यंत विचारसरणी ही कार्यरत राहणार. थोडक्यात, एका विचारसरणीची जागा दुसरी विचारसरणी घेत राहील.

_____

प्रश्न

अ) खालील प्रश्नांची थोडक्यात उत्तरे लिहा.

१. राजकीय विचारप्रणालीचे महत्त्व सांगा.

२. राजकीय विचारप्रणालीची वैशिष्टये सांगा.

३. राजकीय विचारप्रणालीची भूमिका विशद करा.

ब) खालील प्रश्न सोडवा : (५०० शब्दांत)

१. राजकीय विचारप्रणालीचे अर्थ, स्वरूप सांगून साधनांची चर्चा करा.

प्रकरण ६

राजकीय सहभाग
(Political Participation)

प्रास्ताविक

आधुनिक युगात कोणतीही व्यक्ती राजकीय व्यवस्थेच्या बाहेर राहू शकत नाही. व्यक्तीला आपल्या विविध गरजा पूर्ण करण्यासाठी राजकीय व्यवस्थेवरच अवलंबून रहावे लागते. बार्करने म्हटल्याप्रमाणे, 'राज्य हे पूर्ण विकसित झालेल्या व्यक्तींचे नैसर्गिक घर आहे. व्यक्तीच्या विकासाचे ते साधन आहे'. म्हणजेच राजकीय व्यवस्थेत राहूनच व्यक्तीला आपल्या गरजा पूर्ण कराव्या लागतात. त्याकरिता वेगवेगळे संबंध प्रस्थापित करावे लागतात. केव्हा सहकार्य व संघर्ष अशी भूमिका घ्यावी लागते. हे करीत असताना तो बिगर राजकीय प्रक्रियेत सहभागी होतो. त्याला तेथे वेगवेगळ्या भूमिका पार पाडाव्या लागतात. त्यातून त्याचा संबंध अप्रत्यक्षरित्या राजकीय प्रक्रियेशी येतो. या प्रक्रियेतूनच व्यक्तीचा राजकीय व्यवस्थेशी वारंवार येणारा संबंध म्हणजेच राजकीय सहभाग होय. विसाव्या शतकाच्या उत्तरार्धात राज्यशास्त्राचे स्वरूप बदलले आहे. राजकीय प्रक्रिया परिपूर्ण होण्यासाठी व्यक्तीचा राजकीय सहभाग महत्त्वाचा ठरला आहे. सहभागांकित विचारातून व्यवस्थेला बळकटी आली आणि राजकीय सहभागाच्या संकल्पनेचे महत्त्व वाढले. राजकीय प्रक्रियेत व्यक्तीचे योगदान वाढून त्याच्या राजकीय जाणिवा वाढल्याने नागरिक म्हणून राजकीय प्रक्रियेत भाग घेणे हे आपले कर्तव्य असल्याची भावना वाढीस लागली.

अर्थ

लोकशाहीत राजकीय प्रक्रियेत नागरिकांचा सहभाग म्हणजे 'राजकीय सहभाग' असा अर्थ घेतला जातो. राजकारण हे नागरी सहभागाशिवाय शक्य नाही. राजकीय व्यवस्थेत केली जाणारी प्रत्येक कृती राजकारणाशी संबंधित असते, तर नागरिकांची

ही कृती म्हणजेच राजकीय सहभाग होय. कोणत्याही राजकीय व्यवस्थेची कार्ये राजकीय सहभागाशिवाय पूर्ण होऊ शकत नाहीत. नागरिकांचा राजकीय सहभाग ही प्रत्येक राजकीय व्यवस्थेची गरज आहे. इतर राजकीय व्यवस्थांच्या तुलनेत लोकशाही स्वरूपाच्या राजकीय व्यवस्थेत राजकीय सहभागास अधिक महत्त्व आहे. लोकशाही राज्यव्यवस्थेत जनसंमती देण्याचा आणि काढून घेण्याचा सर्वात महत्त्वाचा मार्ग राजकीय सहभाग हा असतो. या मार्गानेच शासनकर्ते जनतेला उत्तरदायी होतात. मतदान करणे, दबाव गटांचे सदस्यत्व स्वीकारून त्याला पाठिंबा देणे, उमेदवाराचा प्रचार करणे किंवा त्याच्यासाठी निवडणूक निधी गोळा करणे, व्यक्तिशः आपल्या प्रतिनिधीच्या संपर्कात राहणे, राजकीय पक्षांशी संलग्न होणे, सवयीने राजकीय विषयासंबंधी मते धारण करणे व त्यांची इतरांशी चर्चा करणे इत्यादी अनेक कृतींचा समावेश राजकीय सहभागात होतो.

व्याख्या

आल्मंड व पॉवेल : राजकीय व्यवस्थेतील निर्णयप्रक्रियेत असलेला लोकांचा सहभाग म्हणजे राजकीय सहभाग होय.

रूथ व अल्थॉफ : व्यक्तीद्वारे राजकीय व्यवस्थेत विभिन्न स्तरांवर भाग घेण्याच्या क्रियेला राजकीय सहभाग म्हणतात.

रॉबर्ट डहाल : शासकीय निर्णयात मानसिकदृष्ट्या गुंतलेले असणे म्हणजे राजकीय सहभाग होय.

मॅथ्युज व प्रोथो : राजकीय सहभागात त्या सर्व कृतींचा समावेश होतो ज्या द्वारे नागरिक आपली राजकीय मते व्यक्त करीत असतात.

डेव्हिड इस्टन : विशिष्ट प्रदेशात राहणारा जनसमूह जो सार्वजनिक स्वरूपाचे निर्णय घेतो त्यात लोकांनी घेतलेला सहभाग हा राजकीय सहभाग असतो.

वरील सर्व व्याख्यांतून व्यक्तीच्या राजकारणातील सहभागाची कल्पना येते. विसाव्या शतकात राज्यशास्त्राच्या बदललेल्या स्वरूपात राजकीय सहभाग ही संकल्पना महत्त्वाची मानली जाते. राजकीय सहभागाशिवाय राजकीय व्यवस्थेला बळकटी प्राप्त होऊ शकत नाही. किंबहुना लोकशाही व्यवस्थेत राजकीय सहभाग ही आवश्यक अट पाळली जाताना दिसते. लोकशाही व्यवस्थेच्या रूपाने व्यक्तीचे सहभाग मूल्य वाढते, म्हणूनच राजकीय सहभाग या संकल्पनेस राजकीय विश्लेषणात महत्त्व प्राप्त झालेले दिसते.

स्वरूप

कोणत्याही देशाच्या इतिहासाकडे पाहिल्यास गेल्या काही दशकांत राजकीय सहभागाचे क्षेत्र वाढत गेल्याचे दिसते. सामाजिक, आर्थिक व राजकीय क्षेत्रांत झालेल्या स्थित्यंतराचा प्रभाव राजकीय सहभागावर पडलेला दिसतो. सर्वच लोकशाही व्यवस्थांमध्ये राजकीय सहभाग महत्त्वाचा असतो.तसाच तो इतर राजकीय व्यवस्थांतही महत्त्वाचा ठरलेला आहे. लोकांच्या सहभागानेच राजकीय प्रक्रिया साकार होत असते. अर्थात लोकांचा सहभाग सर्वत्र सारखाच असतो असे मात्र नाही. त्यामुळे प्रत्येक राजकीय व्यवस्थेतील राजकीय सहभागाचे स्वरूप निरनिराळे असते. त्याची चर्चा पुढीलप्रमाणे :

राजकीय सहभाग म्हणजे व्यक्तीच्या राजकीय व्यवस्थेतील अशा कृती की ज्यांचा राजकीय व्यवस्थेवर प्रत्यक्ष वा अप्रत्यक्ष प्रभाव पडत असतो.त्यातून राजकीय प्रक्रियेचे स्वरूप निश्चित होत असते. राजकीय प्रक्रिया ही लोकांच्या सहभागातूनच साकार होत असते. परंतु लोकांचा हा सहभाग सर्वत्र सारखाच नसतो. तो जसा कमी अधिक प्रमाणात असतो तसाच तो निरनिराळ्या स्वरूपांचाही असतो. शिवाय राजकीय व्यवस्थेच्या स्वरूपानुसार राजकीय सहभागाचे स्वरूपही बदलले जात असते. त्यानुसार विविध राजकीय व्यवस्थांतील राजकीय सहभागाचे स्वरूप पुढील प्रकारातून स्पष्ट करता येते.

१) राजकीय सहभाग वैयक्तिक असतो किंवा सांघिक असतो : व्यक्ती राजकीय प्रक्रियेत सहभागी होत असताना वैयक्तिक अथवा सांघिक स्वरूपात आपला सहभाग नोंदवत असते. पहिल्या प्रकारात मतदान करणे, राजकीय पक्षांना आर्थिक मदत करणे, प्रसारमाध्यमातून होणारी राजकीय चर्चा ऐकणे, राजकीय विषयांवरील लेख वा संपादकीय वाचन करणे इत्यादीचा अंतर्भाव होतो. या राजकीय कृतींशी व्यक्तीचा वैयक्तिक संबध असतो, तर सांघिक सहभागाच्या प्रकारात व्यक्ती ही एकटी नसून ती विशिष्ट समुदायाचा घटक असते. समुदायाकडून होणाऱ्या राजकीय कृतींचा समावेश या सहभागात होतो. उदाहरणार्थ, राजकीय पक्षांच्या सभा व परिषदांमधील उपस्थिती, संप, बंद, घेराव या सारख्या सामुदायिक कृत्यांतील सहभाग, प्रचार, निदर्शने, जाहीर सभांची उपस्थिती इत्यादी कृती सांघिक स्वरूपाच्या असतात.

२) उघड सहभाग किंवा छुपा सहभाग : सहभागाचे स्वरूप प्रत्यक्ष वा अप्रत्यक्ष म्हणजेच उघड वा छुपे असते.उघड सहभाग किंवा छुपा सहभाग हा राजकीय व्यवस्थेच्या स्वरूपावर अवलंबून असतो.लोकशाही व्यवस्थेत व्यक्तिस्वातंत्र्यावर भर दिल्याने तिच्या राजकीय सहभागास प्राधान्य मिळते. उलट सर्वंकष राजकीय व्यवस्थेत व्यक्तिस्वातंत्र्यावर

विविध मर्यादा पडत असल्याने या व्यवस्थेत छुपा सहभाग अधिक असतो. तसेच सहभागाचे स्वरूप हे संमतीदर्शक वा विरोधदर्शकही असू शकते.

३) सक्रिय किंवा निष्क्रिय सहभाग : व्यक्ती जेव्हा राजकीय व्यवस्थेत स्वतः होऊन सहभागी होते व विविध राजकीय कार्यांत हिरिरीने सहभाग घेते तेव्हा तिचा सहभाग सक्रिय स्वरूपाचा असतो. उलट राजकीय प्रक्रियेत अभावानेच सहभागी होणाऱ्या व वेळ, शक्ती, पैसा या स्वरूपात राजकीय सहभागाची किंमत चुकती करायची नसते ते निष्क्रिय राहतात. बऱ्याचदा निष्क्रिय सहभाग हा राजकीय उदासीनतेतून निर्माण होतो. त्यामुळे त्यांच्या दृष्टीने राजकीय सहभाग हा औपचारिक स्वरूपाचा असतो.

४) राजकीय सहभाग हा अनेक गोष्टींवर अवलंबून असतो : राजकीय सहभाग करणे ज्यांना परवडणारे नसते ते तो टाळतात. उदा. सर्व गिऱ्हाइके संभाळू इच्छिणारे व्यापारी किंवा घरातल्या पुरुष मंडळींची नाराजी ओढवून घेऊ न इच्छिणाऱ्या स्त्रिया यांच्यासाठी राजकीय सहभाग न घेणे हेच अधिक सोयीस्कर ठरते. ज्यांना राजकारणाची आवड नसते, त्यांचाही राजकीय सहभाग कमीच आढळतो.तसेच ज्यांना असे वाटते की आपल्या एकट्याच्या सहभागाने राजकीय प्रक्रियेवर कोणताच निर्णायक परिणाम संभवत नाही तेही राजकीय सहभाग टाळतात.उलट राजकारणाची आवड व्यवस्थेची जाणीव व व्यवस्थेबद्दल समाधानी नागरिकांचा सहभाग हा उत्स्फूर्त स्वरूपाचा असतो.

५) राजकीय सहभागाचे मिश्र स्वरूप : राजकीय सहभाग कधी औपचारिक मार्गांनी, कधी अनौपचारिक, तर कधी दोहोंच्या मिश्र मार्गांनी होत असतो. व्यक्ती मतदानाच्या माध्यमातून राजकीय प्रकियेत सहभागी होते.त्यांचा हा सहभाग औपचारिक स्वरूपाचा असतो, तर अनेकदा इतर अनौपचारिक संस्था व समूहांच्या माध्यमातून व्यक्तीचा राजकीय सहभाग नोंदविला जातो.

राजकीय सहभागाची माध्यमे

१) निवडणुका : लोकशाही राजकीय व्यवस्थेत लोकप्रतिनिधींची निवड करण्यासाठी निवडणुका घेतल्या जातात.मतदार हे निवडणुकीच्या माध्यमातून आपल्या लोकप्रतिनिधींची निवड करतात. त्यामुळे निवडणुका हा राजकीय सहभागाचा सर्वात सोपा मार्ग आहे. मोठ्या प्रमाणात नागरिक या प्रकाराद्वारा राजकीय प्रक्रियेत सहभागी होतात. निवडणुकांच्या माध्यमातून मतदारांना राजकीय व्यवस्थेवर शिक्कामोर्तब करता येते. कोणत्या पक्षाचे ध्येयधोरण हे देशाच्या व समाजाच्या भविष्यासाठी अनुकूल आहे अथवा कोणत्या नाही हे ठरविण्याचे माध्यम म्हणजे निवडणुका होय.राजकीय पक्षांनासुद्धा त्यांना मिळालेल्या मतांच्या प्रमाणावरून जनतेच्या राजकीय सहभागाचे प्रमाण ठरविता येते.

निवडणुकांच्या काळात उमेदवारांच्या प्रचारसभेतून मतदारांशी जवळीक साधता येते. निवडणुकांतून नागरिकांचे राजकीय प्रबोधन तर घडतेच, शिवाय त्यांचा राजकीय सहभागही मोठया प्रमाणात वाढतो. राजकीय पक्ष अधिकाधिक लोकांना राजकीय प्रक्रियेत सहभागी करण्यासाठी निवडणूक माध्यमाचा सतत उपयोग करतात. निवडणुकीतून अनेक उमेदवारांपैकी हव्या असलेल्या उमेदवाराची निवड करणे असा सोपा अर्थ सहभागाच्या माध्यमातून स्पष्ट होतो. सत्ताप्राप्तीसाठी राजकीय पक्षांना दुसरा मार्ग नसतो. त्यामुळे प्रत्येक राजकीय पक्ष निवडणुकांच्या माध्यमातून लोकमत घडविण्याचे कार्य करतो. म्हणून निवडणुका हे राजकीय सहभागाचे अत्यंत प्रभावी माध्यम आहे.

२) मतदान : लोकशाही राजकीय व्यवस्थेत जगभर प्रौढ मतदार पद्धतीचा स्वीकार केलेला आहे. १८ वर्षे पूर्ण केलेल्या स्त्री अथवा पुरुष नागरिकास मतदानाचा अधिकार प्राप्त होतो. मतदान म्हणजे नागरिकाला असलेला राजकीय हक्क होय. मताधिकारामुळे देशातील सामान्य व्यक्तीला राजकीय प्रक्रियेत सहभागी होण्याची संधी प्राप्त झाली आहे, कारण त्याद्वारे तो एका व्यापक राजकीय निर्णयप्रक्रियेत 'संमती' किंवा 'विरोधा'ने सहभागी होत असते.

मतदान करणे हे राजकीय सहभागाचे सोपे माध्यम आहे. मोठ्या प्रमाणात नागरिक या माध्यमाद्वारे राजकीय प्रक्रियेत सहभागी होतात. मतदानातून राजकीय सहभागाबरोबरच राजकीय जाणिवा वाढण्यास मदत होते. या काळात अनेक राजकीय पक्षांच्या विचारसरणीची व ध्येय धोरणांची माहिती नागरिकांना होते. त्यामुळे योग्य काय, अयोग्य काय याचा विचार करून नागरिकांना प्रतिनिधी निवडण्याची संधी प्राप्त होते. मतदान हे राजकीय सहभागाचे व्यक्तिगत साधन असले, तरी त्याचा राजकीय जीवनातही मोठा फायदा होतो.दिवसेंदिवस मतदानाचे प्रमाण वाढत चालले आहे. भारतातील गुजरातसारख्या राज्यातून मतदान करणे सक्तीचे मानले जात आहे. त्यामुळे अधिकाधिक नागरिकांचा राजकीय व्यवस्थेत सहभाग वाढतो, म्हणूनच मतदान करणे हे राजकीय सहभागाचे एक प्रभावी माध्यम ठरते.

३) राजकीय पक्ष : लोकशाहीत निवडणुकांत राजकीय पक्षांना महत्त्व प्राप्त होते.कोणतीही राजकीय व्यवस्था असली तरी राजकीय पक्ष हे महत्त्वाचे मानले जातात, मात्र लोकशाही राजकीय व्यवस्थेत राजकीय पक्षांना फार महत्त्वाचे स्थान आहे, कारण राजकीय पक्ष हे राजकीय सहभागाचे प्रमुख साधन मानले जाते. सत्ता संपादन करणे हे राजकीय पक्षाचे उद्दिष्ट असले तरी ते जनतेच्या सहभागाशिवाय शक्य नाही.त्यामुळे लोकमताच्या पाठिंब्यावरच राजकीय पक्षांना सत्ता प्राप्त होत

असते आणि राजकीय पक्षांच्या माध्यमातून जनतेला शासनव्यवस्थेत सहभागाची संधी मिळत असते. प्रत्येक राजकीय पक्ष आपली भूमिका जनतेला पटवून देण्यासाठी नेहमीच प्रयत्नशील असतात. त्या दृष्टीने निरनिराळ्या राजकीय पक्षांचे नेते जनतेच्या प्रश्नांना शासनापर्यंत पोहोचविण्याचे कार्य करतात. शासनही त्यानुसारच आपले ध्येय धोरण ठरविण्याचा प्रयत्न करते. त्यामुळे जनतेला राजकीय पक्षाविषयी जवळिकता निर्माण होते.

४) हितसंबंधी गट व दबावगट : हितसंबंधी गट व दबावगटांचा उद्देश समाजातील विविध हितसंबंधांचे रक्षण करणे हा असतो. समान हितसंबंध असलेले लोक आपल्या हितसंबंधांच्या रक्षणासाठी एकत्रितरित्या शासकीय धोरणावर प्रभाव पाडून ते अनुकूल करण्याचा प्रयत्न करतात. दबावगटाकडून राजकीय सहभागाच्या माध्यमातून कार्य केले जाते. हितसंबंधांचे आविष्करण हे या गटाचे महत्त्वाचे कार्य असते.आपल्या सभासदांना संघटित करणे, त्यांना कार्यप्रवण बनविणे आणि आपल्या विविध मागण्या निश्चित स्वरूपात राजकीय व्यवस्थेपुढे मांडणे इत्यादी स्वरूपाच्या कार्यातून त्यांच्या राजकीय सहभागाच्या प्रक्रियेला चालना मिळते. उदाहरणार्थ, शेतकरी संघटना, कामगार संघटना व विद्यार्थी संघटना इत्यादी दबावगट आपल्या कार्यपद्धतीद्वारे शासनाच्या निर्णय निर्धारण प्रक्रियेवर प्रभाव पाडतात व आपल्या गटाच्या क्रिया- प्रक्रियांच्या माध्यमातून जनतेला राजकीय व्यवस्थेतील सहभाग वाढविता येतो.

५) राजकीय चळवळी : राजकीय व्यवस्थेत जनतेकडून केल्या गेलेल्या सर्वच मागण्या पूर्ण होतातच असे नाही किंवा कोणत्याही मागण्या एकदम मान्य होत नाहीत. त्यासाठी मात्र जनतेकडून विरोधी भूमिका घेतली जाते.सनदशीर मार्गाचा अवलंब करीत मागण्यांचा रेटा व्यवस्थेत सुरू ठेवण्यासाठी प्रसंगी राजकीय पक्ष वा दबावगटांचा आधार घेतला जातो. राजकीय पक्ष व दबावगटांच्या हस्तक्षेपामुळे मागण्यांना राजकीय चळवळीचे स्वरूप प्राप्त होते. तेव्हा मिरवणुका, मोर्चे, आंदोलने, संप, हरताळ, बंद, इत्यादी माध्यमांतून राजकीय चळवळ उभी केली जाते. लोकशाही व्यवस्थेत विरोधी पक्ष राजकीय चळवळीच्या माध्यमातून जनतेचे समर्थन मिळवितात आणि सत्तारूढ पक्षाला अस्थिर करण्याचा प्रयत्न करतात.जनतेच्या हिताचे मूलभूत प्रश्न हाती घेऊन लोकमताचे समर्थन मिळविण्याचा प्रयत्न केला जातो, त्यातून राजकीय सहभाग घडून येतो.

६) सामाजिक कार्यकर्ते : याशिवाय सरकार तसेच विरोधी पक्ष किंवा हितसंबंधी गटाकडूनदेखील अनेकदा सर्वसामान्यांचे प्रश्न दुर्लक्षित राहतात. अशाप्रसंगी स्वयंसेवी संघटना वा सामाजिक कार्यकर्ते अशा प्रश्नाकडे सरकारचे लक्ष वेधून घेण्याचा प्रयत्न

करतात. हे घटकही राजकीय सहभागाचे माध्यम म्हणून कार्य करतात. या कार्यकर्त्यांच्या अशा नेहमीच्या भूमिकेमुळे जनतेला राजकीय ज्ञान प्राप्त होऊन त्यांचा राजकीय सहभाग वाढण्यास हातभार लागतो. शिवाय अशा व्यक्ती वा संघटनांचा हेतू राजकीय स्वार्थाचा नसल्याने त्यांच्यावर जनतेचा विश्वासही मोठया प्रमाणावर बसतो. उदा. मेधा पाटकरांचे नर्मदा बचाव अंदोलन तसेच अण्णा हजारे यांनी अलीकडील काळात सार्वजनिक हिताच्या भूमिकेतून केलेल्या देशव्यापी आंदोलनांचा या ठिकाणी आवर्जून उल्लेख करावा लागेल. त्यांनी लोकपाल विधेयकाच्या बाबतीत केलेल्या आंदोलनातून राजकीय सहभागाचे एक माध्यम म्हणून सामाजिक कार्यकर्त्यांची भूमिका लक्षात घ्यावी लागते.

७) विधिमंडळे आणि मंत्रिमंडळ : लोकप्रतिनिधी म्हणून विधिमंडळ आणि मंत्रिमंडळ सदस्यांची राजकीय सहभागात महत्त्वाची भूमिका असते. आपल्या मतदारसंघातील अनेक समस्या सोडविण्यासाठी त्यांना लोकमत घडविण्याचे व विधिमंडळात प्रश्न मांडण्याचे महत्त्वाचे कार्य करावे लागते, कारण त्यांना प्रश्न सोडविण्याबरोबरच आपली सत्ता आणि पक्षाची प्रतिष्ठा टिकवायची असते. लोप्रतिनिधी हे जनतेचे प्रतिनिधी असतात, त्यामुळे त्यांचा निर्णय हा जनतेचाच निर्णय समजला जातो. त्यातून जनतेच्या विविध आशा आकांक्षा पूर्ण करण्याचाच हेतू लोकप्रतिनिधींचा असतो. जनता आपल्या प्रतिनिधीमार्फत अप्रत्यक्षपणे राजकीय सहभाग दर्शवितात. लोकशाहीचा स्वीकार केलेल्या विविध देशांतून नागरिकांना राजकीय व्यवस्थेत सहभाग घेण्याची संधी प्राप्त होत आहे. भारतासारख्या विशालकाय लोकसंख्या असलेल्या देशातही प्रातिनिधिक लोकशाही यशस्वी झाली आहे. जनतेचा राजकीय सहभाग मोठया प्रमाणावर वाढला आहे, म्हणूनच लोकशाही व्यवस्थेत विधिमंडळ हे राजकीय सहभागाचे महत्त्वाचे माध्यम मानले जाते.

८) इतर माध्यमे : राजकीय सहभागाच्या इतर माध्यमांत वृत्तपत्रे, आकाशवाणी, . दूरदर्शन, अग्रलेख, व्यंगचित्रे आणि छायाचित्रे, राजकीय जाहिराती आणि निवेदने, चित्रपट व नाटके इत्यादींचा समावेश होतो. वृत्तपत्रांच्या माध्यमातून राजकीय पक्ष आपल्या पक्षाच्या ध्येयधोरणाची माहिती जनतेपर्यंत पोहोचवितात. आकाशवाणी व दूरदर्शनच्या माध्यमातून शासनाचे महत्त्वाचे निर्णय, त्यावरील प्रतिक्रिया यांच्या प्रसारणाने जनतेचे राजकीय प्रबोधन घडून येते. त्याचा परिणाम म्हणजे जनतेचा राजकीय सहभाग वाढताना दिसतो. लोकशाहीप्रधान व्यवस्थेत प्रसारमाध्यमांना मोठया प्रमाणात स्वातंत्र्य बहाल केलेले असल्याने अशा व्यवस्थेत राजकीय सहभागाचे प्रमाण अधिक दिसून येते. आधुनिक युग हे संगणकीय युग म्हणून ओळखले जाते. संगणकीय क्रांतीमुळे

प्रसारमाध्यमांची कार्यक्षमता व व्याप्ती वाढत असून त्यातून अधिकाधिक लोकसंखेचा राजकीय सहभाग वाढत आहे. भारतासारख्या विकसनशील देशामध्ये दूरदर्शन हे राजकीय सहभागाचे प्रभावी माध्यम ठरले आहे. संसदेच्या कामकाजाचे प्रसारण करून शासनाचे धोरण व त्यावरील मंत्रिमंडळाचे समर्थन व लोकप्रतिनिधींनी दर्शविलेला विरोध यांचे प्रत्यक्ष दर्शन जनतेला होत असल्याने जनतेच्या राजकीय जाणिवा स्पष्ट होतात.त्यांच्यात राजकीय जाणीव जागृती निर्माण होते. तसेच इतर प्रसार माध्यमांतून जनतेशी संपर्क साधता येतो. प्रसारमाध्यमातून जनतेचा राजकीय सहभाग हा विचारपूर्वक होत असतो. आधुनिक लोकशाही व्यवस्थेत अनेक राजकीय पक्षांनी जनतेच्या राजकीय सहभागासाठी प्रसारमाध्यमांचा प्रभावीपणे वापर केलेला आहे. त्यातून जनतेच्या राजकीय सहभागास हातभार लागलेला दिसतो.

राजकीय सहभागावर परिणाम करणारे घटक

व्यक्तीच्या राजकीय वर्तनाला लोकशाही राजकीय व्यवस्थेत महत्त्वाचे मानले जाते.राजकीय सहभाग हा राजकीय वर्तनाचाच परिणाम होय,मात्र राजकीय सहभागावर अनेक घटकांचा परिणाम होत असतो. सामाजिक व राजकीय जीवनाच्या प्रवासात निर्माण होणाऱ्या राजकीय चेतना, जाणिवा, राजकीय वातावरण, व्यक्तीचा स्वभाव, परिसर व सामाजिक धारणा अशा विविध घटकांमुळे मनुष्याचा राजकीय सहभाग प्रभावित होत असतो. एल.डब्लू. मिलब्रथ यांनी आपल्या 'पोलिटीकल पार्टिसिपेशन १९६५' या ग्रंथात राजकीय सहभागावर प्रभाव पाडणाऱ्या घटकांचा उल्लेख पुढीलप्रमाणे केलेला आहे.

१) राजकीय चेतनेचे प्रमाण : समाजातील विविध राजकीय घडामोडींतून, राजकीय निर्णयातून मनुष्यामध्ये चेतना निर्माण होते.ही चेतना जागृत होण्यासाठी इतरांकडून प्रोत्साहन मिळत असते. उदा.जवाहरलाल नेहरूंच्या नेतृत्वातून इंदिरा गांधींना राजकारणात सहभागी होण्याची चेतना मिळाली. याचाच अर्थ असा, की राजकारणात सहभागी नेत्यांच्या मुलांनाही सततच्या राजकीय घडामोडींतून राजकीय प्रेरणा मिळत असते. आधुनिक लोकशाही व्यवस्थेत राजकीय चेतनेचे प्रभाव राजकीय कुटुंबात जास्त असल्याचे दिसून येते.

२) व्यक्तिगत स्वभाववैशिष्टये : स्वभाववैशिष्ट्यांबाबत व्यक्ती-व्यक्तीमध्ये फरक असतो. त्यामुळे राजकीय सहभागाच्या प्रमाणात भिन्नता आढळते. व्यक्ती स्वयंकेंद्रित आहे की समाजाभिमुख, रागीट आहे की सहनशील आहे हे तिच्या स्वभावानुसार कळते. स्वयंकेंद्रित व्यक्तीवर बाहेरच्या वातावरणातील घटकांचा परिणाम होत नसतो,

तर समाजाभिमुख व्यक्ती समाजातील विविध घडामोडींमुळे प्रभावित होतो. हेरॉल्ड लॉस्वेल यांनी १) राजकीय चळवळी २) राजकीय प्रशासक आणि ३) राजकीय सिद्धांत असे व्यक्तीचे तीन गट पाडले. स्वभाववैशिष्ट्यांमुळे एखाद्या मूल्याला आदर्श मानून बलिदान देण्याची काहींची प्रवृत्ती दिसते. स्वभाववैशिष्ट्यांमुळे व्यक्तीच्या राजकीय सहभागाच्या प्रमाणात फरक पडतो.

३) सामाजिक धारणा : मनुष्य हा समाजशील प्राणी आहे. समाजातील विविध विचारांचा, दृष्टिकोनांचा आणि धोरणांचा त्याच्या जीवनावर आमूलाग्र प्रभाव पडतो. समाजाची जशी व्यवस्था असेल त्याप्रमाणे व्यक्ती वागण्याचा प्रयत्न करते. मालक आणि मजूर यांच्या वर्तनातला फरक सामाजिक स्वभाव जाणून घेण्यात महत्त्वाचा ठरतो. भाषा, जात, धर्म यांचाही प्रभाव राजकीय सहभागातून पडतो. शिक्षण, उत्पन्न जास्त आणि व्यावसायिक दर्जा उच्च असणाऱ्या लोकांचा राजकीय सहभाग मोठया प्रमाणात असतो, तर ग्रामीण, आदिवासी, अशिक्षित, गरीब लोकांचा राजकीय सहभाग कमी असतो.

४) सभोवतालचे वातावरण व परिसर : सभोवतालच्या वातावरणाचा व परिस्थितीचा राजकीय सहभागावर प्रभाव पडत असतो. समाजव्यवस्था कशी आहे, शासनाची व्यवस्था कोणत्या प्रकारची आहे, सहभागाचे माध्यम कोणत्या स्वरूपाचे आहे. अशा घटकांचाही राजकीय सहभागावर परिणाम होत असतो. सभोवतालचे वातावरण व परिस्थितीनुसार मनुष्याचे राजकीय वर्तन बदलत असल्याने हे घटक राजकीय सहभागात महत्त्वाची भूमिका बजावितात.

राजकीय सहभागाची कारणे/राजकीय सहभागाचे घटक

राजकीय सहभाग ही राजकीय प्रक्रिया असली तरी तिच्यावर सामाजिक, आर्थिक व मानसिक घटकांचा प्रभाव असतो. राजकीय सहभाग स्थळ काळाप्रमाणे बदलत असतो.प्रत्येक देशात प्रत्येक वेळी राजकीय सहभागाच्या प्रेरणा सारख्याच नसतात. राजकीय सहभागाचे घटक प्रत्येक देशात प्रत्येक व्यक्तीत भिन्न असतात. त्यामुळेच राजकीय सहभागाची वेगवेगळी कारणे दिसून येतात, ती पुढीलप्रमाणेः

१) राजकीय प्रश्नासंबंधीचे ज्ञान : राजकीय व्यवस्थेतील विविध प्रक्रियांशी व्यक्तीचा जसजसा संबंध येऊ लागतो तसतसे त्यास राजकीय प्रक्रियेचे ज्ञान प्राप्त होत जाते.त्यातून व्यक्तिगत व सामाजिक प्रश्नांची जाणीव निर्माण होण्यास सुरुवात होते, मात्र सर्वांनाच या बाबतीत स्वारस्य असतेच असे नाही. त्यामुळे ज्यांना स्वभावतःच राजकारणाची आवड निर्माण झालेली असते, अशा व्यक्ती राजकीय प्रक्रियेत हिरिरीने सहभागी

होताना दिसतात.त्यांच्या राजकीय ज्ञानात दिवसेन्‌दिवस भर पडत जाऊन त्यास राजकीय प्रश्नांसंबंधी ज्ञान प्राप्त होते. राजकीय प्रश्नांसंबंधी जाणीव झालेल्या व्यक्तीत राजकीय सहभागाची प्रेरणा अधिक प्रबळ स्वरूपात असते, त्यातून तिचा राजकीय सहभाग आपोआप वाढत जातो.

२) सत्ताप्राप्तीचा प्रयत्न : सत्ताप्राप्ती हा राजकारणातील सर्वोच्च आनंद मानला जातो.आनंद मिळविण्यासाठी अनेक व्यक्ती राजकारणात येतात. सत्ता मिळविण्यासाठी विविध राजकीय पक्षांचे सदस्यत्व स्वीकारले जाते. निवडणुकांच्या माध्यमातून लोकशाही व्यवस्थेत सत्ताप्राप्तीसाठी विशेष प्रयत्न केले जातात.सत्तेमुळे व्यक्तीचा सन्मान होतो. राजकारणातील प्रत्येक व्यक्तीस असा सन्मान हवा असतो. सत्तेमुळे आपणास इतरांवर अधिकार गाजविता येतो ही भावना व्यक्तीला सत्ता मिळविण्याच्या शर्यतीत उतरविते. त्यातून राजकीय सहभाग घडून येतो.

३) राजकीय महत्त्वाकांक्षा : राजकारणात अनेकांचा सहभाग असला तरी नेतृत्वाचे गुण फारच थोड्या लोकांत असतात.सर्वांना सोबत घेऊन चालणारी, राजकीय प्रश्नांची जाण असलेली एखादी दुसरीच व्यक्ती लोकप्रिय होऊन नेतृत्वापर्यंत पोहोचते तिचे हे स्वतःचे कौशल्य असते. त्यातून तिला राजकारणात सत्ता व सत्तेसोबत मान सन्मान मिळतात, मात्र असा मानसन्मान व नेतृत्वाची संधी मिळविण्याच्या महत्त्वाकांक्षेने अनेक नवोदित राजकारणात येतात, त्यामुळे राजकीय सहभागात वाढ होते.

४) मानसिक घटक : राजकीय सहभागात सर्वात महत्त्वाचा घटक मानसिक असतो.बऱ्याचदा व्यक्ती सामाजिक जीवन जगताना तिला एकाकीपणाची भावना वाटू लागते. आलेला एकाकीपणा घालविण्यासाठी व्यक्ती राजकारणात लक्ष घालते व सहभागी होते.तसेच अनेक व्यक्तींचे खाजगी जीवन तणावपूर्ण असते. अशा व्यक्ती राजकारणात सक्रिय होतात व खाजगी जीवनातील दुःखांना विसरण्याचा प्रयत्न करतात.राजकीय व्यस्तता व्यक्तीस कौटुंबिक आणि मानसिक तणावापासून मुक्त ठेवण्यास मदत करते, म्हणूनच राजकारणाच्या सहभागातून व्यक्तिगत सुखात भर टाकण्याचा प्रयत्न केला जातो.

५) प्रतिष्ठा व आत्मप्रौढी : समाजातील आपली प्रतिष्ठा जपण्याचा प्रयत्न अनेकजण करतात. अनेकदा प्रतिष्ठा टिकविण्यासाठी राजकीय सहभाग महत्त्वाचा मानला जातो, कारण राजकीय पदातून मिळणारी सत्ता व सन्मान व्यक्तीला प्रतिष्ठित जीवनाचा अनुभव मिळवून देतात. प्रतिष्ठेतून निर्माण झालेली आत्मप्रौढी व्यक्तीस स्वस्थ बसू देत नाही. राजकीय सत्तेशिवाय तिला चैन पडत नाही.परिणामी राजकीय सत्तेत राहण्यासाठी व प्रतिष्ठा टिकविण्यासाठी राजकीय सहभागास महत्त्वाचे समजले जाते.

६) राजकीय वारसा : व्यक्तीच्या राजकीय सहभागात व्यक्तीला मिळणाऱ्या राजकीय वारशाचा हातभार मोठा असतो.उदा. मोतीलाल नेहरू, पंडित नेहरू, इंदिरा गांधी, राजीव गांधी यांना राजकीय वारसा मिळत गेला. कुटुंबातील वडीलधाऱ्यांच्या राजकीय कृतीप्रवणतेतून नवीन पिढीचा राजकीय सहभाग ठरत असतो.राजकीय घराणे किंवा राजकीय आवड असलेल्या कुटुंबात राजकीय सहभागास अनुकूल वातावरण असते त्यामुळे राजकीय सहभाग वाढतो.

७) राजकीय व्यवस्था व राजकीय पक्ष : ज्या देशात राजकीय भरती खुली असते, सत्ता स्पर्धेत सहभागी होण्याची सर्वांना संधी असते, तेथे राजकीय सहभाग अधिक असतो.लोकशाही व्यवस्थेतील लोकांचा राजकीय सहभाग हा सर्वंकष राजकीय व्यवस्थेपेक्षा अधिक असतो, कारण लोकशाहीत व्यक्तींना राजकीय प्रक्रियेत सहभागी होण्याच्या विविध संधी मिळतात. तसेच राजकीय पक्षांचे राजकीय सहभागात मोठे योगदान असते. जनतेच्या आशा आकांक्षांना सरकारपर्यंत पोहोचविण्याचे कार्य राजकीय पक्षाद्वारेच केले जाते.लोकांच्या विविध मागण्या पक्ष अभिव्यक्त करीत असतात. राजकीय पक्ष राजकीय शिक्षण देत असतात. विविध सामाजिक प्रश्नांवर मते मांडून, आंदोलन करून ते नागरिकांना राजकारणात सहभागी करून घेत असतात.
वरील विविध घटकांतून व्यक्तीचा राजकीय सहभाग घडत असतो.

राजकीय सहभागाच्या पातळ्या

राजकीय सहभागाच्या पातळ्या म्हणजे कोणत्याही व्यवस्थेतील व्यक्तींचा राजकीय सहभाग विशिष्ट स्तरापर्यंत असणे होय. विविध कारणांनी व्यक्ती राजकीय प्रक्रियेत सहभागी होत असते, मात्र तिचा सहभाग एका विशिष्ट पातळीपर्यंत होत असतो. व्यक्तिगत क्षमता व राजकारणाची आवड अशा विविध घटकांतून तिचा राजकीय सहभाग निश्चित होत असला, तरी विशिष्ट मर्यादेतच प्रत्येकाचा सहभाग घडत असतो. ही मर्यादा म्हणजेच त्या व्यक्तीची राजकीय सहभागाची पातळी ठरत असते. राजकीय प्रक्रियेत सहभागी होताना व्यक्तीला राजकारणातील विविध पातळ्यांचा विचार करावाच लागतो. राजकीय दृष्ट्या अधिक सक्रिय असलेल्या व्यक्तींचा राजकीय सहभाग व्यापक असून त्यांना अधिक वरच्या पातळीवर सहभागी होण्याची संधी असते. उलट राजकीयदृष्ट्या उदासीन असलेल्या व्यक्तीकडून राजकीय सहभागाबाबत निराशाच केली जाईल व तिचा राजकीय सहभाग हा अत्यंत कनिष्ठ पातळीचा असेल. राजकीय सहभागात जे सक्रिय असतात ते एका विशिष्ट पातळीपर्यंतच सक्रिय असतात. वरच्या पातळीसाठी ते उत्सुक नसतात, कारण त्यांनी स्वतःच आपली राजकीय स्तरातील पातळी निश्चित केलेली असते.

लोकांचा राजकीय सहभाग विविध पातळ्यांवर असतो. या विविध पातळ्यांवरील सहभागाचा विचार दोन दृष्टींनी करता येतो.

१) शासकीय पदसोपानातील उच्च कनिष्ठ पातळीनुसार : शासकीय कारभाराच्या सोयीसाठी प्रत्येक देशात प्रान्तपरत्वे अधिकारांची आणि निर्णयकेंद्रांची विभागणी झालेली असते व त्यातील संबंध पदसोपानाधिष्ठित स्वरूपाचे असतात. प्रत्येक पातळीवर लोकांना राजकीय सहभाग देण्यात आलेला असतो किंवा तशी संस्थात्मक यंत्रणा प्रत्येक पातळीवर निर्माण केलेली असते.उदा. केंद्रपातळीवर कायदेमंडळ, कार्यकारी मंडळ असतेच. परंतु संघराज्य व्यवस्था असल्यास घटक राज्य पातळीवर या रचना अस्तित्वात असतात. शिवाय स्थानिक पातळीस स्थानिक स्वराज्य संस्था अस्तित्वात असतात. काही व्यक्तींचा राजकीय सहभाग हा स्थानिक पातळीपुरता मर्यादित असतो, तर काही व्यक्तींचा सहभाग हा एकाहून अधिक पातळ्यांवर असू शकतो. प्रत्येक कामकाजाचे स्वरूप निराळे असल्याने राजकीय सहभागाचा दर्जा किंवा त्याचे स्वरूप प्रत्येक पातळीवर निराळे असू शकते. ज्या व्यक्ती ग्रामपंचायतीचे सभासद होतात, त्या फार तर जिल्हा पातळीवरच्या पदापर्यंत जाऊ शकतात. त्या प्रांतीय राजकरणाच्या सर्वोच्च पदावर जाण्याचा विचार देखील करत नाहीत. जिल्हा परिषदेत सदस्य होणे ही त्यांच्यासाठी मोठी उपलब्धी असते. शिवाय त्यांच्या दृष्टीने स्थानिक पातळीवर निवडून येणे हे लोकसभेत निवडून येण्यापेक्षा सोपे असते.त्यामुळे एखादा नेता स्थानिक पातळीवर यशस्वी असेल तर तो प्रांतीय पातळीवर यशस्वी होईलच असे नाही. काही नेते प्रांतीय पातळीवर यशस्वी होताना दिसतात, मात्र राष्ट्रीय पातळीवर त्यांना यश मिळत नाही.

२) राजकीय सहभागाच्या प्रकारातील सुलभतेनुसार : राजकीय दृष्ट्या अगदी उदासीन व कोणत्याच प्रकारचा सहभाग न घेणे आणि राजकीय दृष्ट्या जास्तीत जास्त क्रियाशील राहणे या दोन परस्परविरोधी प्रकारांत राजकीय सहभागाच्या विविध पातळ्या दाखविता येतात. राजकीय सहभागाचे विविध प्रकार भिन्न भिन्न व्यक्तींच्या दृष्टिकोनांतून कमी अधिक सुलभ, कमी अधिक खर्चीक व कमी अधिक वेळ गुंतविणारे असतात. साधनसामुग्रीची गुंतवणूक देखील प्रत्येक प्रकारात कमी अधिक प्रमाणात करावी लागते. त्यामुळे राजकीय सहभागाचे विविध प्रकार विविध पातळ्यांवर दाखविता येतात.

अ) मिलब्रिथ याने स्पष्ट केलेल्या राजकीय सहभागाच्या पातळया : मिलब्रिथ याने राजकीय सहभागाची पातळी स्पष्ट करताना तीन प्रमुख पातळ्यांचा उल्लेख केला आहे. त्या पुढीलप्रमाणे -

१) दिखाऊ स्वरूपाचे प्रकार : या प्रकारात राजकीय सहाभागाचे प्रमाण सर्वात जास्त असून त्यामध्ये प्रामुख्याने वाहनांवर ध्वज किंवा पक्षचिन्ह लावणे, पक्षाच्या अनौपचारिक व औपचारिक सभामंध्ये होणाऱ्या चर्चेत सहभाग घेणे व राजकीय प्रभावाखाली येऊन कार्य करणे इत्यादी कृतींचा समावेश होतो.

२) संक्रमणशील स्वरूपाचे प्रकार : मिलब्रिथ याच्या मते, जेथे संक्रमणशील स्वरूपाचा सहभाग जास्त आढळतो तेथे राजकीय सहभागाची पातळी अधिक विकसित स्वरूपाची असते. यात राजकीय पक्षांच्या सभेला उपस्थित राहणे, पक्षासाठी निधी देणे, पक्षातील पदाधिकारी तसेच कनिष्ठ आणि वरिष्ठ नेत्यांशी संपर्क ठेवणे अशा कृतींना प्राधान्य दिले जाते.

३) कौशल्यपूर्ण प्रकार : राजकीय सहभागातील सर्वात वरच्या स्तरावरील प्रकार म्हणून मिलब्रिथ कौश्यल्यपूर्ण सहभागाचा उल्लेख करतो, कारण त्याच्या मते, या प्रकारातील लोकांनी राजकारणात केवळ प्रवेश केलेला नसून राजकारणाची कला आत्मसात केलेली असते. अशा व्यक्ती विविध मार्गांचा अवलंब करून राजकारणात कृतिशील सहभाग घेतात. या पातळीत पक्षाच्या प्रचारासाठी वेळ देणे, पक्षाचा क्रियाशील सभासद होणे, पक्षाकडून घेतल्या जाणाऱ्या महत्त्वाच्या निर्णयात व बैठकीत सहभागी होणे, पक्षासाठी समाजातील विविध घटकांकडून निधी जमा करणे, आवश्यकता पडल्यास राजकीय पद किंवा पक्षातील पद धारण करणे इत्यादी कृतींचा समावेश होतो.

मिलब्रिथच्या राजकीय सहभागाची पातळी पुढील आकृतीच्या आधारे अधिक स्पष्ट करता येते.

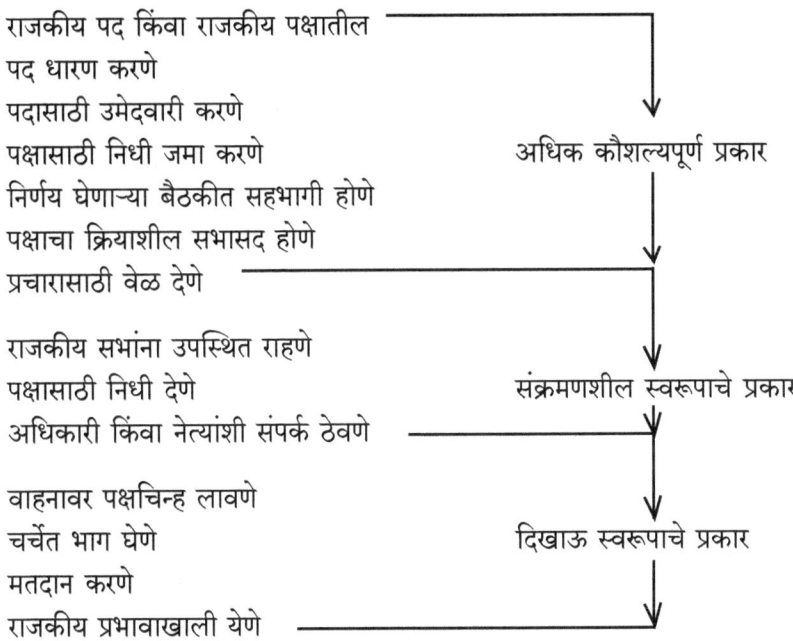

राजकीय पद किंवा राजकीय पक्षातील पद धारण करणे
पदासाठी उमेदवारी करणे
पक्षासाठी निधी जमा करणे
निर्णय घेणाऱ्या बैठकीत सहभागी होणे
पक्षाचा क्रियाशील सभासद होणे
प्रचारासाठी वेळ देणे
→ अधिक कौशल्यपूर्ण प्रकार

राजकीय सभांना उपस्थित राहणे
पक्षासाठी निधी देणे
अधिकारी किंवा नेत्यांशी संपर्क ठेवणे
→ संक्रमणशील स्वरूपाचे प्रकार

वाहनावर पक्षचिन्ह लावणे
चर्चेत भाग घेणे
मतदान करणे
राजकीय प्रभावाखाली येणे
→ दिखाऊ स्वरूपाचे प्रकार

सर्वच देशांत दिखाऊ स्वरूपाचे प्रकार या पातळीत ७० टक्के लोक असतात, मात्र 'अधिक कौशल्यपूर्ण ' या प्रकारात एक टक्का देखील लोक राजकीय स्तरातील नसतात. 'संक्रमणशील स्वरूपाचा प्रकार' यात येणाऱ्यांची संख्या अधिक असते, पण या पातळीत कमी लोक टिकतात.

ब) रूश आणि अल्थाफ यांनी स्पष्ट केलेल्या राजकीय सहभागाच्या पातळ्या:
रूश आणि अल्थाफ यांनी राजकीय सहाभागाच्या पातळीत व्यक्तीचा राजकारणाविषयी असणारा दृष्टिकोन कसा आहे यावरून राजकीय सहभागाचे प्रमाण ठरविले आहे. विविध राजकीय व्यवस्थांत निर्णय प्रक्रिया वेगवेगळ्या स्तरांवर कार्य करीत असते. राज्यकारभार योग्य रीतीने व्हावा यासाठी सत्तेचे विभाजन करण्यात येते. अशा वेळी व्यक्तींना राजकरणात सहभागी होण्याच्या संधी असतात, मात्र प्रत्येक व्यवस्थेत अशी स्थिती असेलच असे नाही. संघराज्यात्मक व्यवस्थेत सत्तेच्या विकेंद्रीकरणावर भर दिलेला असतो, त्यामुळे राजकीय सत्तास्थानांचा विस्तार झालेला असतो. याउलट एकात्म स्वरूपाच्या व्यवस्थेत सत्तेच्या केंद्रीकरणामुळे सत्ता स्थानावर मर्यादा पडतात. अशा व्यवस्थेत साहजिकच लोकसहभागही मर्यादितच दिसून येतो. या आधारावरच रूश आणि अल्थाफ यांनी राजकीय सहभागात विविध पातळ्यांचा समावेश केला आहे. यामध्ये व्यक्तीच्या प्राथमिक राजकीय सहभागापासून ते राजकीय व्यवस्थेतील

सर्वोच्च पद धारण करण्याचा समावेश होतो. राजकीय सहभागाच्या प्राथमिक अवस्थेत व्यक्ती राजकारणात सर्वसाधारण स्वारस्य दाखविते. आपल्या अवती भोवती घडणाऱ्या राजकीय घटनांतून तिला जी माहिती प्राप्त होते, त्याआधारे ती राजकीय सहभाग दर्शविते. त्यातून तिचा औपचारिक सहभाग वाढून विविध सभा व निदर्शनातील उपस्थित राहण्याची आवड निर्माण झालेल्या वरच्या पातळीत तिचा समावेश होतो. राजकीय प्रक्रियेचे ज्ञान प्राप्त झालेल्या व्यक्ती विशिष्ट राजकीय संघटनेचे सभासदत्व स्वीकारतात; ही त्यावरील पातळी असते. संघटनेच्या कार्यात अधिक वेळ देणाऱ्यांची संघटनेत स्वतःची वेगळी ओळख निर्माण होते.अशा व्यक्तींना राजकीय किंवा प्रशासकीय पद प्राप्तीसाठी उमेदवारी करण्याच्या संधी अधिक असतात. राजकीय पद किंवा प्रशासकीय पद धारण करणे ही राजकीय सहभागातील सर्वोच्च पातळी असून यामध्ये फारच थोडे लोक यशस्वी होतात, त्यामुळे या पातळीवरील राजकीय सहभाग हा अत्यल्प असतो, तर रूश व अल्थाफ यांच्या मते, प्राथमिक अवस्थेतील राजकीय सहभाग हा मोठया प्रमाणावर असतो. याशिवाय सर्वात खालच्या पातळीवर राजकारणाप्रति संपूर्ण उदासीनता असलेल्यांचे प्रमाण देखील प्रत्येक राजकीय व्यवस्थेत कमी अधिक असू शकते. रूश आणि अल्थाफ यांनी केलेल्या राजकीय सहभागाच्या पातळ्यांचे स्पष्टीकरण पुढील आकृतीच्या आधारे करता येईल.

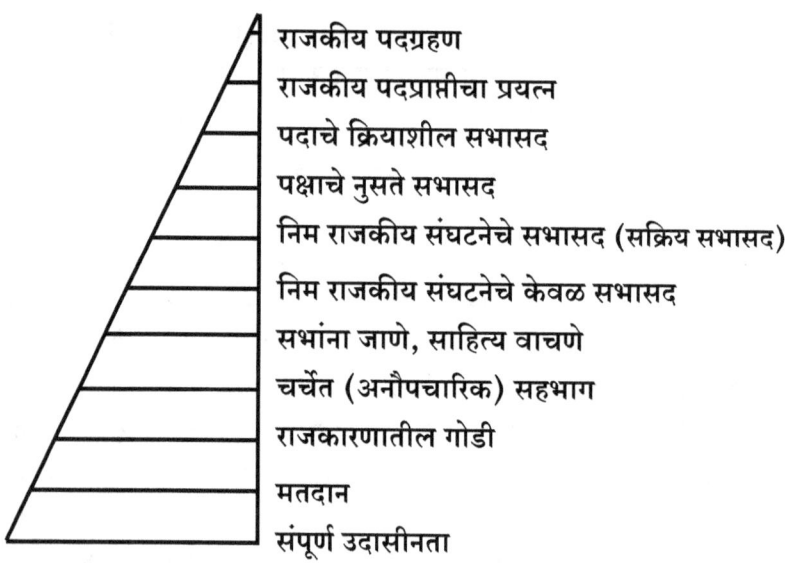

रूश व अल्थाफ यांच्या मते, सहभागाच्या प्रकाराबाबत स्वातंत्र्य असायला पाहिजे. सर्वंकष व्यवस्थेत तसे दिसत नाही. उलट जेथे व्यक्तीस्वातंत्र्य जपले जाते तिथे किंवा

लोकशाही व्यवस्थेत सहभागाचे प्रमाण अधिक असल्याचे अनुभवास येते, तसेच सहभागाच्या बाबतीत देशादेशात फरक आढळतो. मॅक्लोस्की या अभ्यासकाने अमेरिकन राष्ट्राध्यक्ष पदाच्या निवडणुकीचा अभ्यास करून असे दाखवून दिले की अमेरिकेतील मतदानाचे प्रमाण हे राष्ट्राध्यक्ष निवडणुकीच्यावेळी ६० टक्क्यांहून अधिक होते, तर प्रतिनिधी निवडणुकीत ५० टक्क्यांपर्यंत होते, तर इटलीत मतदानाचे प्रमाण ९० टक्के, डेन्मार्क, पश्चिम जर्मनी व ब्रिटन या देशांत ते ८० ते ८५ टक्क्यांच्या होते. दरम्यान भारतात हे प्रमाण राज्या-राज्यात वेगवेगळे असते.

मात्र, एका व्यवस्थेच्या निरनिराळ्या कालखंडांच्या संदर्भात विचार केल्यास मतदानाच्या स्वरूपातील सहभाग व इतर प्रकार यांच्या प्रमाणातही वाढ झाल्याचे दिसून येते. उदा. अमेरिकेतील १९३० च्या सुमारास झालेल्या मतदानापेक्षा आताचे प्रमाण जास्त आहे, तर भारतात १९५२ मधील पहिल्या सार्वत्रिक निवडणुकीत झालेले मतदान जवळ जवळ ५१ टक्के होते, तर १९७१ पासून ते आतापर्यंत म्हणजे २००९ ची निवडणूक यात राजकीय सहभाग वाढलेला दिसतो.

त्याचप्रमाणे राजकीय सहभाग हा निवडणुकीत मतदानापुरता मर्यादित न राहता मोर्चे, निदर्शने, राजकीय चळवळ, राजकीय पक्ष, सभासदस्य व हितसंबंधी गटविषयक सहभाग इ. क्षेत्रांतून राजकीय सहभागात संख्यात्मक वाढ झाली आहे. बंद, घेराओ, सत्याग्रह, आमरण उपोषण हे राजकीय सहभागाचे खास भारतीय प्रकार सांगता येतील. तसेच पंचायती राज्याच्या निर्मितीमुळे स्थानिक पातळीच्या राजकारणात विविध प्रकारे सहभाग घेण्याची संधी भारतातील बऱ्याच घटकराज्यांतील ग्रामीण जनतेस प्राप्त झाली व त्यामुळेही राजकीय सहभागाचे प्रमाण वाढले. एकाच व्यवस्थेत कालांतराने राजकीय सहभागाचे प्रमाण कमी अगर जास्त होत असते. लोकशाही व्यवस्थेत शिक्षणाच्या प्रसाराबरोबर दळणवळण वाढ, औद्योगिक प्रगती यामुळे राजकीय सहभाग वाढलेला दिसतो.

समाजातील लिंगभेद, धर्मभेद व वर्गभेद हे राजकीय सहभागाच्या संदर्भात महत्त्वाचे दिसतात. स्त्रियांपेक्षा पुरुषांचा राजकीय सहभाग जास्त असतो. धर्माधिष्ठित व्यवस्थेत एकाच वर्गाच्या व्यक्तीचा सहभाग हा जास्त असतो. गरिबांपेक्षा श्रीमंत वर्गातील व्यक्तीचा राजकीय सहभाग जास्त असण्याची शक्यता अधिक असते. श्रीमंताला फुरसतीचा वेळ अधिक असणे व पुरेशी साधनसामग्री त्यांच्या जवळ उपलब्ध असणे हे देखील त्याच्या मागचे कारण मानले जाते.

राजकीय सहभागाची उपयुक्तता

राजकीय सहभाग ही संकल्पना लोकशाही व्यवस्थेत अधिक महत्त्वाची मानली जाऊ लागली आहे. लोक सहभागाशिवाय राजकीय व्यवस्था नीटपणे कार्य करू

शकत नाही, याची जाणीव राज्यकर्त्यांना झाल्याने व्यवस्थेत अधिकाधिक लोकांचा सहभाग महत्त्वाचा मानला जातो. सर्वांनी राजकारणात सहभागी असावे अशी लोकशाहीत अपेक्षा असली, तरी प्रत्यक्षात सर्वांचा सहभाग शक्य होत नाही. तसेच सहभाग हा विविध प्रकारचा असतो व व्यवस्थेच्या स्वरूपानुसार त्याचे प्रमाण कमी अधिक असू शकते.सर्वंकष व्यवस्थेत दबावामुळे किंवा सक्तीमुळे सहभागाचे प्रमाण लोकशाही व्यवस्थेच्या सहभागाइतकेच किंवा त्याहून अधिक असू शकेल, परंतु लोकशाही व्यवस्थेतील सहभागात सर्वंकष व्यवस्थेतील सहभागाच्या तुलनेत अधिक विविधता असते, त्यामुळे लोकशाही व्यवस्थेत राजकीय सहभागावर अधिक लक्ष केंद्रित केले जाते.मतदानाच्या माध्यमातून बहुसंख्य देशांत बहुसंख्य लोकांचा राजकीय सहभाग दिसून येत असला तरी त्याची उपयुक्तता पुढील विविध दृष्टींनी महत्त्वाची ठरते.

- राजकीय सहभाग राजकीय व्यवस्थेला स्थैर्य देण्यासाठी महत्त्वाचा ठरतो.
- राजकीय सहभागाच्या माध्यमातून जनतेच्या विचारांना व व्यवहारांना दिशा मिळते.
- राजकीय व्यवस्थेवर नियंत्रण व संतुलन ठेवता येते.
- राजकीय सहभागामुळे राजकीय व्यवस्था अधिक कार्यक्षम होते व विचारप्रणालींना बळकटी लाभते.
- राजकीय सहभागामुळे व्यवस्थेबद्दल आपुलकी व आत्मीयता वाढविण्यासाठी मदत होते.
- राजकीय सहभागामुळे व्यक्तीच्या राजकीय परिपक्वतेत वाढ होते.
- राजकीय सहभागामुळे व्यक्तीच्या जीवनात परिवर्तन होते.

अशा विविध कारणांनी राजकीय सहभागाची उपयुक्तता सिद्ध होते.

———————————

प्रश्न

अ) खालील प्रश्नांची थोडक्यात उत्तरे लिहा.

१. राजकीय सहभागाचा अर्थ व व्याख्या थोडक्यात स्पष्ट करा.

२. राजकीय सहभागाचे प्रकार सांगा.

३. राजकीय सहभागाची कारणे सांगा.

४. राजकीय सहभागाची माध्यमे स्पष्ट करा.

५. राजकीय सहभागावर परिणाम करणारे घटक सांगा.

६. राजकीय सहभागाच्या विविध कारणांची चर्चा करा.

ब) खालील प्रश्न सोडवा. (५०० शब्दांत)

१. राजकीय सहभागाच्या विविध पातळ्यांची सविस्तर चर्चा करा.

प्रकरण ७

सत्ता, अधिकार आणि अधिमान्यता
(Power, Authority and Ligitimacy)

प्रास्ताविक

राज्यशास्त्रातील अनेक संकल्पनांपैकी सत्तेची संकल्पना ही एक होय. आधुनिक राज्यशास्त्राच्या दृष्टीने सत्ता ही संकल्पना फार महत्त्वाची संकल्पना होय. मॅकिव्हेलीच्या काळापासून ही संकल्पना राज्यशास्त्राच्या अभ्यासाचा केंद्रबिंदू मानली जात असली तरी तिचा राजकीय परिभाषेत वापर करण्याचा मान आधुनिक वर्तनवाद्यांना दिला जातो. १९व्या शतकाच्या सुरुवातीपासून आधुनिकतेची जी लाट निर्माण झाली त्यांनी सत्तेला राजकारणातील महत्त्वाचा घटक मानले. त्यांच्या मते, 'सत्ता ही राजकारणातील सर्व प्रश्नांशी निगडित असून सत्ता ही राज्यशास्त्राची गुरुकिल्ली आहे'. राज्यशास्त्राच्या अभ्यासाचा सत्तावादी दृष्टिकोन आधुनिक राजकीय विचारवंतांनी विकसित केला आहे. सत्तेची वास्तविकता अशी आहे, की तिच्या भोवतीच सर्व देशांचे राजकारण फिरत असते. राज्यशास्त्राच्या अभ्यासाच्या दृष्टीने राजकीय सत्तेचा विचार महत्त्वाचा आहे. आधुनिक काळात राष्ट्रीय आणि आंतरराष्ट्रीय क्षेत्रात सत्तेला राजकारणाचा केंद्रबिंदू मानले जाते. यावरून सत्तेचे महत्त्व लक्षात येते.

राज्यशास्त्रात सत्तेची संकल्पना प्राचीन काळापासून प्रचलित आहे. प्लेटो, ॲरिस्टॉटल, हॉब्ज या पारंपरिक विचारवंतांनी सत्तेचा विचार केल्याचे त्यांच्या राज्यशास्त्रविषयक लिखाणातून दिसून येते. या काळात नगर-राज्यांच्या स्वरूपात सत्तेचा विचार केला जात होता. राज्याची संकल्पना जसजशी बदलत गेली, तसतशी सत्तेची संकल्पनाही बदलत गेली. राष्ट्र राज्याच्या उदयानंतर आंतरराष्ट्रीय क्षेत्रात या प्रश्नाच्या विचाराला अधिक चालना मिळाली. आज सार्वजनिक शांतता आणि सुव्यवस्थेसाठी सत्तेची आवश्यकता मान्य केली जाते.

अर्थ : राज्यशास्त्रातील एक मूलभूत संकल्पना म्हणून सत्ता या संकल्पनेला महत्त्व आहे. सत्ता ही मानवी समाज व समूहातील विशिष्ट व्यक्ती वा व्यक्ती समूहाच्या सामाजिक, राजकीय व आर्थिक जीवनाचे नियंत्रण करीत असते, त्यामुळे सामाजिक जीवनात सर्व क्षेत्रांत सत्तेचे अस्तित्व आढळते. यावरून विविध विचारवंतांनी सत्तेच्या अर्थासंबंधी मांडलेले विचार पुढीलप्रमाणे –

लॉस्वेल : 'निर्णय निर्धारण प्रक्रियेत सहभाग म्हणजे सत्ता होय'. सत्ता म्हणजे विशेष प्रकारचा प्रभाव होय. प्रभाव दुसऱ्याच्या वर्तनात बदल करण्याच्या क्षमतेवर अवलंबून असतो. त्याच्या मते, शासनसंस्था म्हणजे राज्यातील सर्वोच्च दंडसत्ता होय. तिच्याकडे दंडाधिकार असतो. शासन जे निर्णय घेते, त्या निर्णयांची अंमलबजावणी सक्तीने केली जाते व त्यासाठी दंडाधिकार वापरला जातो. दंडाधिकारात सत्ता अंतर्भूत असते.

टॉनी : 'व्यक्ती किंवा गटाच्या व्यवहारात हवा असलेला बदल घडवून आणणारी व्यक्ती किंवा गटाच्या ठिकाणी असलेली क्षमता म्हणजे सत्ता होय'.

डेव्हीड ईस्टन : 'एक व्यक्ती किंवा व्यक्तिगट जेव्हा स्वतःच्या इच्छेनुसार इतरांच्या कृती निर्धारित करतो, तेव्हा त्यांच्यातील संबंध म्हणजे सत्ता होय'.

टॉनी आणि ईस्टनच्या विचारांत साम्य दिसून येते. त्यांच्या मते, सत्ता हा घटक इतरांच्या विचारावर व कृतीवर नियंत्रण ठेवण्याचे साधन होय, म्हणूनच त्याचा वापर मध्यवर्ती व्यवस्थेकडून व्हावा.

हॅन्स मॉर्गेन्था : 'व्यक्तीचे इतर व्यक्तींच्या मनावरील आणि कृतीवरील नियंत्रण म्हणजे सत्ता होय.' त्याचे मते, मानवामध्ये इतरांवर वर्चस्व गाजविण्याची नैसर्गिक प्रवृत्ती असते. अशा प्रवृत्तीचा आविष्कार कुटुंबापासून राज्यापर्यंत मानवाने निर्माण केलेल्या सर्व संस्थांमध्ये आपल्याला दिसतो.

रॉबर्ट डहालच्या मते– 'सत्ता व राजकारण समान आहे'. राजकारण हे वर्गविशेषाची मक्तेदारी नसून त्याचा सर्वांशी संबंध असतो. अशी व्यापक अर्थाने सत्तेची व्याख्या केली आहे.

बर्ट्राण्ड रसेलच्या मते, 'बलप्रयोगाची क्षमता म्हणजे सत्ता होय.'

वरील सर्व व्याख्या लक्षात घेता असे म्हणता येते, की सत्तेत दंडशक्तीचा वापर अभिप्रेत आहे. सत्तेत सक्ती आहे. सत्तेत भीतीने इतरांना विशिष्ट वर्तन करण्यास भाग पाडणे अपेक्षित आहे. सत्ता ही सकारात्मक व नकारात्मक वापरासाठी असू शकते. सत्ता म्हणजे निर्णय घेण्याच्या प्रक्रियेत सहभाग तसेच तसे वर्तन करण्यास

लावण्याचा देखील संबंध आहे. थोडक्यात, 'स्वतःच्या इच्छेनुसार इतरांच्या वर्तनास वळण लावण्याची व त्याला नियंत्रित करण्याची पात्रता म्हणजे सत्ता होय.'

सत्तेचे स्वरूप : सत्ता राजकारणाचा केंद्रबिंदू आहे.सत्तेचा विचार राजकीय व्यवस्थेच्या संदर्भात करण्यात येतो.यावरून सत्तेचे स्वरूप पुढीलप्रमाणे सांगता येते.

१) सत्ता संबंधाचा अभ्यास : आधुनिक राज्यशास्त्राच्या अभ्यासाच्या सत्तावादी दृष्टिकोनाचे जनक हॅरॉल्ड लास्वेल म्हणतात,' राज्यशास्त्र म्हणजे सत्ता संबंधाचा अभ्यास होय'. अर्थात संपूर्ण राजकीय विश्लेषण हे सत्ताविषयक असते असा याचा अर्थ नाही. त्यात मूल्याच्या आधारे घेतले जाणारे निर्णय,निर्णय घेणाऱ्या या संस्थांचा अभ्यास देखील यात करावा लागतो.त्यांच्या मते, राजकीय संबंध हे मूलतः सत्ता संबंध असतात. सत्तावादी दृष्टिकोनाच्या अभ्यासाचा एक फायदा असा आहे की ज्यांच्यावर सत्ता चालविली जाते, त्यांच्या व्यवहारात व विशिष्ट काळात जो बदल झाला त्याच्या मागील सत्ताप्रवर्गाचा शोध या अभ्यासातून घेता येतो. सत्ता कशी प्राप्त झाली, तिचा वापर कसा केला जातो, महत्त्वाचे निर्णय कसे घेतले जातात, या सर्व प्रक्रियेवर कोणत्या गोष्टींचा प्रभाव पडतो इत्यादी गोष्टींचा अभ्यास राजकीय विश्लेषणात केला जातो.

२) विकेंद्रित आणि व्यापक : हॉब्जच्या मते, सत्तेची आकांक्षा नैसर्गिक असून त्याची समाप्ती केवळ मृत्युनेच होते. परंतु हे मत पूर्णपणे योग्य नाही, कारण काही लोक सत्ता संपादनाच्या दृष्टीने आवश्यक साधनसामुग्री असूनदेखील सत्तासंपादन करीत नाहीत. काही लोक साधनसंपत्ती कमी असतानादेखील सत्तासंपादनाच्या मागे लागतात. सत्तासंपादनाचा उघड उद्देश लोकहिताच्या दृष्टीने कार्य असा असला तरी प्रत्यक्षात मात्र स्वतःची प्रतिष्ठा वाढविणे, आप्तेष्टांचा लाभ करून देणे, आपली प्रतिष्ठा वाढविणे, धनसंचय इत्यादी प्रकारचा स्वार्थ सत्ताप्राप्तीच्या मागे असतो. निःस्वार्थपणे राजकारणात भाग घेणारे सुद्धा अपवादात्मक आढळतात. पारंपरिक राज्यशास्त्रात राजकीय सत्तेचा विचार प्रामुख्याने तांत्रिक आणि वैधानिक दृष्टीने होत असे. लोकशाहीच्या संकल्पनेच्या विकासाबरोबरच सत्तेचा विचार नव्या स्वरूपात व्हायला लागला. लोकशाही राजकीय व्यवस्थेत राजकीय सत्तेचे स्वरूप विकेंद्रित आणि व्यापक झाले, म्हणून आज राज्यव्यवस्थेच्या अभ्यासात सत्तेच्या अभ्यासाला महत्त्व प्राप्त झाले.

३) सत्तेचे स्वरूप सापेक्ष : पारंपरिक राज्यशास्त्रात सत्तेचा विचार संकुचित अर्थाने होत असे. आधुनिक राज्यशास्त्राच्या अभ्यासात सत्तेचा व्यापक अर्थाने विचार केला

जातो. सत्तेचा अभ्यास कोणाच्या तरी संबंधात केला जातो. स्वतंत्रपणे त्याचा अभ्यास केला जात नाही, त्यामुळे सत्तेचे स्वरूप सापेक्ष बनले आहे. जसे, 'एक व्यक्ती दुसऱ्यापेक्षा, एक राज्य दुसऱ्यापेक्षा शक्तिशाली आहे' असे आपण जेव्हा म्हणतो तेव्हा आपण सत्तेची तुलना करून सत्तेचे मोजमाप करतो. लॉस्वेल म्हणतो, 'अशी क्षमता कुणाला, केव्हा, काय व कसे मिळते यावर अवलंबून असते'. राजकीय सत्तेच्या अभ्यासात सर्व राजकीय प्रक्रियांचा समावेश होतो.

४) बलप्रयोगाची क्षमता : बर्ट्रांण्ड रसेलच्या मते 'बलप्रयोगाची क्षमता म्हणजे सत्ता होय.' राजकीय सत्तेचे स्वरूप निसर्गावरील सत्तेपेक्षा किंवा व्यक्तीच्या वर्चस्वापेक्षा वेगळे असते, कारण राजकीय सत्तेत सत्ताधारकाएवढाच सत्ताग्राहकाचा देखील सहभाग असतो. सत्ता ही एका गटाने दुसऱ्या गटाची कृती प्रभावित करण्यासाठी वापरलेली क्षमता असते. ही क्षमता म्हणजे बरेचदा बलप्रयोग अशा अर्थाने विचारात घेतली जाते. आज राज्याच्या सत्तेत अमर्याद वाढ झाली आहे. अशी सत्ता राज्याच्या अंतर्गत आणि बाह्य क्षेत्रातील क्षमतेचे निर्देशक असते.

५) औपचारिक व अनौपचारिक : राजकीय सत्ता ही औपचारिक तसेच अनौपचारिक स्वरूपाची असते. मंत्रिमंडळाने घेतलेले निर्णय, कायदेमंडळाने केलेले कायदे, प्रबळ विरोधी पक्षाचा या निर्णयामध्ये असणारा प्रभाव ही औपचारिक स्वरूपाच्या सत्तेची उदाहरणे होत, मात्र राजकारणात जशी औपचारिक सत्ताकेंद्रे असतात तशी अनौपचारिक स्वरूपाची सत्ताकेंद्रे देखील असतात. त्यामध्ये उद्योगपती, कामगार संघटना, व्यावसायिकांच्या संघटना इत्यादींचा समावेश होतो. अशा अनेक अनौपचारिक संघटनांचा प्रभाव निर्णयप्रक्रियेवर पडत असतो. राजकीय सत्तेमध्ये अशा बाह्य सत्ताकेंद्रांचा सहभाग असतो व अनेकदा तो निर्णायक असतो. उदा. दरवर्षी अर्थसंकल्प तयार करण्याचा अधिकार अर्थ मंत्रालय व मंत्रिमंडळ यांचा असतो व अर्थमंत्री तो अहवाल संसदेला सादर करतो, परंतु या अर्थसंकल्पात ज्या तरतुदी असतात त्या ठरविताना उद्योगपतींची लॉबी, कामगार संघटना, व्यावसायिकांच्या संघटना सक्रिय असतात, त्यामुळे अर्थसंकल्प तयार करताना त्यांच्या दृष्टिकोनांचा विचार करणे भाग असते. या घटकांचा निर्णयप्रक्रियेत सहभाग असतो.

६) सत्ता सर्व वर्गाशी संबंधित : रॉबर्ट डहालच्या मते, 'सत्ता व राजकारण समान आहे'. राजकारण हे वर्गविशेषाची मक्तेदारी नसून त्याचा सर्वांशी संबंध असतो. अशा व्यापक अर्थाने सत्तेची व्याख्या केली आहे. सत्ता वेगवेगळ्या ठिकाणी राहू शकते. राजकारण करणाऱ्या सर्वांनाच सत्ता प्राप्त होत नाही. राजकारणाशी संबंध येणाऱ्या लोकांचे डहालने पुढील प्रकार सांगितले आहेत.

१) उदासीन : असे लोक राजकारणात विन्मुख असतात. राजकारणाबद्दल उदासीन असण्याची अनेक कारणे असतात. जसे, वैयक्तिक असमर्थता, निर्णयात सहभागी होण्याबाबत उदासीनता, इतर लाभांचे आकर्षण इ.मुळे ते राजकारणाबद्दल उदासीन असतात.

२) सत्ताशोधक : काही लोक सत्ता संपादन करण्याचा प्रयत्न करतात, त्यांना सत्ताशोधक म्हटले आहे. सत्तासंपादनाची अनेक कारणे असू शकतात. जसे, पद, प्राप्ती, वैयक्तिक आकांक्षा, राजकीय कुशलतेचा उपयोग करण्याची संधी प्राप्त होण्याची इच्छा, सार्वजनिक कामाची तळमळ अशी अनेक कारणे सत्ता संपादन करण्यामागे असतात.

३) राजकारणात सक्रिय : राजकारणात सक्रिय भाग घेणाऱ्यांचा एक गट असतो. त्यांना राजकारणाचे आकर्षण असते. राजकारणातील आकर्षणाची देखील अनेक कारणे आहेत. जसे, राज्यकर्त्यांशी प्रत्यक्ष संबंध, हितसंबंधांचे रक्षण, राजकारणाची माहिती मिळविणे अशा अनेक कारणांमुळे ते राजकारणात सक्रिय सहभाग घेतात.

४) सत्ताधारी : सत्ताशोधकांपैकी ज्यांना प्रत्यक्ष सत्ता प्राप्त होते, त्यांना सत्ताधारी किंवा सत्ताधीश असे म्हणतात. सत्ताधीशांची संख्या कमी असते. सत्ताधीशांना प्रत्यक्ष सत्तेचा वापर करण्याची संधी प्राप्त होते. त्यांची संख्या कमी असण्याची कारणे अशी आहेत, की सर्वांजवळ कौशल्य, साधन, संधी, प्रयत्न, प्रभाव, प्रतिसादाची क्षमता नसते. ज्यांच्याजवळ हे गुण असतात, ते सत्ताधीश होण्यात यशस्वी होतात.

सत्तेचे मूलभूत आधार

सत्तेची निर्मिती ज्या घटकांतून होते, त्यांना सत्तेचे आधारभूत घटक म्हणतात. ज्या आधारावर सत्तेची स्थापना होते, त्यांचा अभ्यास करणे सत्तेच्या संदर्भात महत्त्वाचे ठरते. व्यक्तींमधील संबंध सत्तेच्या आधारावर निश्चित होत असतात, मात्र सत्तेची निर्मिती एकदम होत नाही. काही लोकांजवळ स्वाभाविकतः अधिक योग्यता असते. त्या योग्यतेच्या आधारावर इतरांच्या तुलनेत अशा लोकांना जास्त सत्ता प्राप्त होते, पण काहींना ती प्राप्त होत नाही. असा फरक का होतो हे पाहण्यासाठी सत्तेचे मूल आधार अभ्यासणे महत्त्वाचे ठरते.

१) बळाचे सामर्थ्य : 'बळाच्या सामर्थ्यातून सत्तेची निर्मिती होते व टिकविली जाते' हे प्राचीन काळापासूनचे तत्त्व आहे. बळाचे सामर्थ्य ही नैसर्गिक देणगी होय. बळामुळे दुसऱ्यांना एखाद्या गोष्टीसाठी सक्ती करण्याचे सामर्थ्य निर्माण होते; ज्यात सक्तीचा भाग अंतर्भूत आहे. त्यात बळाचा वापर मोठ्या प्रमाणात असतो. बळाचा उपयोग साधारणतः तीन प्रकारांनी होऊ शकतो.

अ) शारीरिक सक्ती करणे : बळाचा वापर करून जनतेवर आपल्या राजवटीचा दरारा बसविण्यावर राजेशाहीत तसेच हुकूमशाहीत भर दिला जात असे. सैन्य किंवा पोलीस कार्यवाहीच्या आधारावर अशा बळाचा वापर करण्यात येतो. अशा कार्यवाहीत यातना देणे, ठार मारणे, तुरुंगात टाकणे इत्यादी शारीरिक त्रास देण्याच्या मार्गांचा अवलंब करण्यात येतो. अशा प्रकारे बळाच्या आधारे दहशत निर्माण करून सत्तेची निर्मिती होते. प्राप्त झालेल्या सत्तेला टिकविण्यासाठीसुद्धा बळाचा वापर केला जातो. हिटलर, मुसोलिनी, स्टॅलिन इत्यादींनी आपल्या राजवटीत अशा प्रकारे शारीरिक सक्ती केल्याची उदाहरणे आहेत.

ब) मानसिक दडपण : सत्ता ही राजकारणाचा आत्मा समजली जाते. ती वाढविण्यासाठी, ती टिकवून ठेवण्यासाठी सत्ताधाऱ्यांकडून जी अनेक तंत्रे वापरली जातात, त्यापैकी मानसिक दडपण हा एक महत्त्वाचा स्रोत मानला जातो. व्यक्तीवर मानसिक दडपण आणून सत्तेची निर्मिती आणि वृद्धी करण्यासाठी त्याचा प्रत्यक्ष वापर केला जातो. हुकूमशाही व्यवस्थेत आपला व्यक्तिगत प्रभाव व सत्ता बळकट करण्यासाठी या तत्त्वाचा उपयोग मोठ्या प्रमाणावर केल्याचे आढळते. संमोहक नेतृत्व मानसिक दडपणाच्या आधारावर निर्माण होत असते. यासाठी प्रचारमाध्यमांचे साहाय्य घेतले जाते. अलीकडील काळात लोकांच्या मनावर एखादा विचार बिंबविण्यासाठी तर सातत्याने प्रचाराचा आधार घेतला जातो. सत्ताधाऱ्यांना याचा एक फायदा असा की, स्वतःच्या उद्देशप्राप्तीसाठी खोटी माहिती जनमतावर लादण्याच्या प्रयत्नातून वारंवार सांगितलेली खोटी माहितीसुद्धा कालांतराने जनतेला खरी वाटायला लागते. यात यश मिळाल्यास सत्तेला आपोआप लोकांची मान्यता प्राप्त होते.

क) आर्थिक शक्ती : 'आर्थिक शक्ती' हा सत्तेचा आधार मानला जातो. तसेच आर्थिक शक्तीद्वारे सत्ता मजबूत करण्याचा प्रयत्न केला जातो. राजकीय व्यवस्था कोणतीही असली, तरी आर्थिक घटक फार महत्त्वाची भूमिका बजावतात, मात्र भांडवलशाहीत तर आर्थिक घटकांचा प्रभाव आधिक्याने दिसतो, कारण भांडवलशाहीत उत्पादनाची साधने भांडवलदारांच्या हातात केंद्रित झालेली असतात. त्या आधारावर ते सामान्य जनतेवरील आपली सत्ता बळकट करण्याचा प्रयत्न करतात. त्यांची संख्या मर्यादित असली, तरी बहुसंख्यकांना दारिद्र्यात ठेवण्याचे सामर्थ्य त्यांच्यात निर्माण होते. अशावेळी सत्तेचे केंद्रीकरण होते आणि राजसत्तेला ते आपल्या मताप्रमाणे वागवण्यास भाग पाडू शकतात. राजकीय सत्तेत अर्थव्यवस्थेला महत्त्वाचे स्थान आहे. लोकशाही व्यवस्थेत समानतेचे तत्त्व पाळले जात असले, तरी उत्पादनाची साधने नियंत्रित करणारा वर्ग श्रमजीवी वर्गावर आपली पकड मजबूत करण्यात यशस्वी

होतो. याचे महत्त्वाचे कारण म्हणजे आर्थिक घटकांवरील त्यांचे नियंत्रण हे असते. उत्पादनाची साधने समाजातील सर्वच घटकांकडे नसतात. अशा परिस्थितीत उत्पादनाच्या साधनांवर ज्यांचे नियंत्रण असते, असा वर्ग संख्येने मूठभर असला तरी त्यांच्याच हाती राजकीय सत्तेचे केंद्रीकरण होते. राज्यसंस्थेच्या माध्यमातून हा वर्ग आपल्या हितसंबंधांची वाढ आणि संरक्षण करीत असतो, त्यामुळे आर्थिक शक्ती हा सत्तेचा आधार मानला जातो.

२) सत्तेची अभिलाषा व साधनसामुग्रीची उपलब्धता : राजकीय साधनसामुग्रीमध्ये आर्थिक, सामाजिक दर्जा, राजकीय अनुभव तसेच राजकीय घडामोडींचे ज्ञान यांचा विचार करावा लागतो. ही साधने आपल्याजवळ आहेत, याची जाणीव होताच सत्ता प्राप्ती करणाऱ्याच्या राजकीय सामुग्रीत भर पडते. राजकीय साधन सामुग्रीची उपलब्धता हा सत्तेला आधार पुरवणारा महत्त्वाचा घटक आहे. ज्या घटकाजवळ अशा प्रकारे राजकीय साधनसामुग्रीची उपलब्धता असते त्यांना सत्ताप्राप्तीसाठी त्याची मदत होणे साहजिकच असते. ज्यांना राजकीय साधनसामुग्री उपलब्ध होत नाही, ते सत्तेपासून दूर राहतात. अनेकदा राजकीय साधनसामुग्रीची विपुलता असूनही सत्ताप्राप्ती होतेच असे नाही. जर सत्ताप्राप्तीची अभिलाषा नसेल, तर सत्ताप्राप्तीचा प्रयत्न होईलच असेही म्हणता येत नाही, त्यामुळे राजकीय साधनसामुग्रीबरोबरच सत्ताप्राप्तीची अभिलाषा असणेही तितकेच महत्त्वाचे असते.

३) लोकमान्यता : टी.एच.ग्रीन.म्हणतो की,'सत्तेचा आधार शक्ती नसून जनतेची इच्छा हा असतो.' जनतेच्या इच्छेविरुद्ध शासकाला शक्तीचा वापर करता येत नाही, म्हणून लोकांची मान्यता मिळविण्याचा प्रयत्न केला जातो. शक्तीच्या जोरावर राजकीय सत्ता प्राप्त करण्यापेक्षा लोकमान्यतेच्या आधारावर प्राप्त झालेली सत्ता टिकाऊ स्वरूपाची असते. लोकशाही व्यवस्थेत तर जनतेची इच्छा हाच राजकीय सत्तेचा मुख्य आधार मानला जातो. यासाठी या व्यवस्थेत प्रचार, वाटाघाटी, चर्चा, प्रस्ताव इत्यादी मार्गांनी जनतेचे मन वळवण्याचा प्रयत्न केला जातो. साम्यवादी देशात सुद्धा आता खुल्या धोरणाचा स्वीकार करणे भाग पडत असून जनसामान्यांना महत्त्व देण्याचा प्रयत्न करण्यात येताना दिसतो, कारण येथील शासकांनाही आता याची जाणीव होऊ लागली आहे, की बळाने प्राप्त झालेली सत्ता स्थायी होऊ शकत नाही. त्यामुळे सत्तेचा आधार लोकमान्यता हाच आहे हे मान्य करावे लागते.

सत्तेची वैशिष्ट्ये

१) संबंधात्मक : सत्ता ही एकट्या माणसाजवळ नसते, तर ती नेहमी संबंधात्मक

असते. ती एकट्याची केव्हाच नसते, कारण सत्ता ही नेहमी एका व्यक्तीने वा व्यक्ती गटाने इतरांवर वापरायची असते; त्याशिवाय सत्तेच्या स्वरूपाचे महत्त्व पटत नाही. शिवाय सत्ता ही नेहमी विशिष्ट व्यक्तीवर वा व्यक्तीच्या हाती असल्याने त्या व्यक्ती बद्दल आपोआपच आदर निर्माण होतो. जसे, व्यक्तिगत मालकीच्या गोष्टी. जसे, साधने, पैसा, शक्ती, गुण इत्यादी म्हणजे सत्ता असे समजणे चूक आहे, कारण सत्ता एकट्या माणसाजवळ नसते. ती दुसऱ्या कुणाजवळ सुद्धा असायला पाहिजे. म्हणजे सत्तेचे स्वरूप संबंधात्मक असते.

२) वर्तनात्मक : व्यवहार बदलावर सत्ता अवलंबून असते. सत्ता ही अपेक्षित परिणाम घडविणारी असते. सत्ता ही अशी क्षमता आहे, जिच्यामुळे इतरांच्या वर्तनावर अपेक्षेनुसार नियंत्रण करता येते. सत्तेचे प्रगट स्वरूप ज्यांच्यावर सत्ता गाजविली जाते, त्यांच्या व्यवहारावरून व्यक्त होते. एखाद्याजवळ खूप संपत्ती आहे. अशावेळी कोण अधिक सत्तावान आहे याचा निष्कर्ष काढणे कठीण आहे. दोघांच्या इच्छेनुरूप किती लोक आपल्या वर्तनात बदल करतात, त्यावरून दोघांपैकी अधिक सत्ता कुणाजवळ आहे हे आपण सांगू शकतो. व्यक्ती व व्यक्तिगटाकडून आपल्या इच्छा आकांक्षांचे सकारात्मक वा नकारात्मक फलित म्हणजे इतरांच्या कृतीत स्वइच्छेनुसार करण्यायोग्य बदल असतो, त्यामुळे सत्ता ही वर्तनातील बदलावर अवलंबून असते.

३) प्रसंग विशिष्ट : सत्तेचे आणखी एक वैशिष्ट्य म्हणजे सत्ता ही विशिष्ट प्रसंगात वापरली जाते. एखाद्या व्यक्तीची सत्ता विशिष्ट प्रसंगाच्या संदर्भात तपासावी लागते. सत्तेचा वापर कसा केला जातो यावर सत्तेचा प्रभाव अवलंबून असतो. विनाकारण वा अवास्तव सत्तेच्या वापराने सत्तेचे महत्त्व कमी होण्याचा संभवच अधिक असतो. एकाच व्यक्तीची सत्ता विभिन्न प्रसंगांत कमी-अधिक असू शकते. काही सत्ता व्यक्ती ज्या पदावर काम करते, त्या पदामुळे त्याला प्राप्त होते. म्हणजे पदावर नसताना ती व्यक्ती सत्तेचा वापर करू शकत नाही, त्यामुळे सत्तेचा वापर प्रसंगानुरूप करणे अधिक हितावह असते.

४) सर्वसमावेशकता : सत्तेच्या वापराच्या पद्धती अनेक असल्या, तरी राजकीय जीवनात सत्ता वापरण्याच्या पद्धतीबाबत सारखेपणा दिसून येतो. एका व्यक्तीच्या सत्तावृद्धीबरोबर दुसऱ्याच्या सत्ताप्रमाणात कमी होत नाही. जेव्हा नागरिक शासनाला विशेषाधिकार देतात, तेव्हा नागरिकांची सत्ता कमी झालेली नसते. समाजातील नागरिकांना प्राप्त झालेली सत्ता व त्याचा आधार घेऊन निवडणुकीत प्रतिनिधींची निवड केली जाते. त्यावेळी सामाजिक, आर्थिक आणि राजकीय जीवनाचे स्वरूप याबाबतचे निर्णय जनतेलाच घ्यावे लागतात. जनतेने घेतलेल्या निर्णयांचा परिणाम

सर्वसमावेशक असतो. निवडलेले प्रतिनिधी राजकीय व्यवस्थेचा कारभार चालविताना जनतेला निवडणुकीत दिलेल्या आश्वासनांच्या आधारे निर्णय धोरणे घोषित केली जातात. जनतेची आपल्यावर कायम कृपादृष्टी राहावी असे लोकप्रतिनिधींना वाटत असते. लोकशाही प्रकारच्या राज्यव्यवस्थेत सत्तेचा वापर अतिशय काळजीपूर्वक केला जातो.

५) मर्यादितता : सत्तेचा प्रभाव विशिष्ट व्यक्ती, तिचे कार्य आणि तिच्या क्षेत्राशी संबंधित असतो. सत्ताधारी जी सत्ता लोकांवर गाजवितो ती नेहमीच मर्यादित असते. उदा.एका निश्चित मर्यादेपर्यंत लष्करप्रमुखाची आज्ञापालनाच्या स्वरूपात सैन्यावर सत्ता चालते, पण त्या मर्यादेचे उल्लंघन झाल्यास सैनिक उठाव करण्याची भीती असते. त्याचप्रमाणे सरकार देखील एका निश्चित मर्यदेपलीकडे सत्तेचा उपयोग नागरिकांवर करू शकत नाही. तसा प्रयत्न केल्यास जनतेकडून प्रतिकार झाल्याशिवाय राहात नाही. सत्तेच्या अमर्याद वापरामुळे सत्ता भ्रष्ट होण्याचाच धोका अधिक असतो. त्यामुळे सत्तेचा वापर विशिष्ट मर्यादेत असणे योग्य असते.

सत्तेचे प्रकार : सत्तेचे स्वरूप जसजसे बदलत गेले, तसतसा सत्तेच्या प्रकारात बदल होत गेला. त्यानुसार विविध विचारकांनी सत्तेचे पुढील प्रकारे वर्गीकरण केले आहे.

१) पारंपरिक सत्ता : राजकर्त्या वर्गांना सत्ता प्राप्त होताना आनुवांशिकतेचा फायदा होत असतो. राजसत्तेत राजाच्या मृत्युपश्चात राजाच्या ज्येष्ठ मुलाला राजाचा वारस म्हणून सत्ता प्राप्त होत असे.अशी सत्ता ही पारंपरिक किंवा आनुवंशिक सत्ता म्हणून ओळखली जाते. पारंपरिक सत्ता सवयी आणि श्रद्धेवर आधारित असल्यामुळे ती जास्त स्थिर स्वरूपाची असते.काही व्यक्तींना परंपरेने सत्ता प्राप्त होते. धार्मिक श्रद्धेमुळे अशा सत्तेला जनमताची मान्यता मिळते. धर्माधिष्ठित राज्यात सत्ताधीशांना प्राप्त झालेली सत्ता परंपरेच्या आधारावर टिकून राहिलेली दिसते. सत्ता परंपरागत प्राप्त झाल्यामुळे तिला रूढीचे स्वरूप प्राप्त होते. उदा.इंग्लंडच्या राजा-राणीस मिळालेली सत्ता ही परंपरेने मिळालेली आहे. पारंपरिक सत्तेविरुद्ध क्रांतीची शक्यता फार कमी असते.पुढे लोकशाही व्यवस्थेचा जसजसा विकास होत गेला तसतशा प्रमाणात आनुवंशिक सत्ता मर्यादित झाली.

२) नग्न सत्ता : नग्न सत्ता ही बळाच्या वापरावर आधारित असते, त्यामुळे यात अंतर्गत संघर्ष होण्याची शक्यता अधिक असते. ही सत्ता परंपरेचा आधार नसताना,. जनतेची इच्छा नसताना केवळ लोकांवर सक्ती करून टिकविली जाते, त्यासाठी

मानसिक, आर्थिक वा शारीरिक सक्तीचा आधार घेतला जातो. उदा. लष्करी राजवटीची सत्ता ही या प्रकारातील सत्ता होय. प्रस्थापित सत्तेचा विरोध झाल्यास किंवा पराभूत राष्ट्रावर सक्ती करण्यासाठी नग्न सत्तेचा उपयोग केला जात असे. अधिक धनसंचय, अत्याधुनिक तांत्रिक ज्ञान, धार्मिकदृष्ट्या प्रचंड पाठिंबा प्राप्त होणारी सत्ता अनियंत्रित होऊन तिला नग्न सत्तेचे स्वरूप प्राप्त होऊ शकते.

३) **दिव्यवलयी सत्ता** : असामान्य कर्तृत्व असलेल्या व्यक्ती आपल्या नेतृत्व कौशल्याच्या जोरावर समाजावर आधिपत्य प्रस्थापित करतात. संपूर्ण समाज अशा व्यक्तीचे नेतृत्व मान्य करून तिच्याकडेच राजकीय व्यवस्थेचा कारभार सोपवितो, यामुळेच यास 'दिव्यवलयी सत्ता' असे म्हणतात. अशी व्यक्ती आपल्या गुणांच्या आधारे संपूर्ण समाजाचा विश्वास संपादन करते, त्यामुळे जनता त्यास आपला नेता मानून त्याच्या धोरणांना व कृतींना पाठिंबा देते.त्यामुळे राजकीय व्यवस्थेवर अशा व्यक्तींचे वर्चस्व निर्माण होते. तेव्हा तिला दिव्यवलयी सत्ता असे म्हणतात. उदा. स्वातंत्र्यपूर्व काळात भारतात महात्मा गांधी, द.आफ्रिकेत नेल्सन मंडेला यांनी आपल्या असामान्य कर्तृत्वाच्या जोरावर अशी सत्ता प्राप्त केली होती तर अलीकडील काळात अण्णा हजारे यांनी जनसामान्यांच्या प्रश्नातून या सत्तेपर्यंत पोहोचण्याचा प्रयत्न केलेला दिसतो.

४) **क्रांतिकारक सत्ता** : राज्यसंस्थेचा इतिहास पाहता त्यात काळानुसार जे बदल घडून आले आहेत, त्यापैकी अनेक सत्तांतील बदल हे क्रांतिकारक मार्गाने झालेले दिसून येतात. त्यासाठी प्रस्थापित सत्तेला आव्हान देऊन ती सत्ता बदलण्यासाठी कधी जनतेच्या पाठिंब्यावर, तर कधी प्रत्यक्ष सत्तेला विरोध करून क्रांतीचा मार्गच अवलंबला जातो. क्रांतिकारी गट नवीन तत्त्वप्रणाली अनुसरून नवीन कार्यक्रमाच्या आधारावर संघटित होऊन आपला प्रभाव वाढवतो. भारतीय स्वातंत्र्य संग्रामाची सत्ता अशीच वाढली होती. १९१७ची रशियन क्रांती,अमेरिकेचे स्वातंत्र्य युद्ध,फ्रान्सची क्रांती तसेच १९४९ ची चीनमधील क्रांती ही क्रांतिकारक सत्तेची उदाहरणे होत.

५) **वैधानिक सत्ता** : सत्तेचा हा प्रकार आज बहुतेक व्यवस्थांत स्वीकारला गेलेला दिसतो. तिला घटनात्मक किंवा संविधानिक सत्ता असेही म्हणतात. क्रांतीच्या मार्गाने प्राप्त झालेली सत्ता ही फार काळ टिकत नसते. ग्रीनने म्हटल्याप्रमाणे सत्तेला जनतेच्या मान्यतेचा आधार आवश्यक असतो व असा आधार कायदेशीर असल्यास व्यवस्थेत क्रांतीची शक्यता नसते. अंतर्गत शांतता व सुव्यवस्थेसाठी वैधानिक सत्ता महत्त्वाची मानली जाते. राजकीय व्यवस्थेचा कारभार सुरळीत चालविण्यासाठी देशाच्या राज्यघटनेत सविस्तर तरतुदी पाहायला मिळतात. वैधानिक सत्तेत राज्यघटना ही

सर्वोच्च मानली जाते, त्यामुळे सत्तेचा वापर राज्यघटनेच्या आधारे होत असतो. सत्तेतील विविध पदे घटनेतील तत्त्वांना धरूनच अस्तित्वात आणली जातात. उदा. भारतात राष्ट्रपती, पंतप्रधान, राज्यपाल, मुख्यमंत्री इत्यादी महत्त्वाची पदे तसेच त्यांना मिळणारे अधिकार हे घटनेनुसारच प्राप्त होतात.

याशिवाय सत्तेच्या स्त्रोतानुसार सत्तेचे पुढील तीन प्रकार पाडले जातात –

१) राजकीय सत्ता (Political Power) - याचा अर्थ 'समाजाच्या मूल्यवान साधनसंपत्तीचे आपल्या इच्छेनुसार विभिन्न समूहांच्या हितासाठी अथवा विभिन्न योजनांमध्ये वाटप करण्याची सत्ता होय'. यात धोरणे आणि कायदे बनविणे, कायद्यांची अंमलबजावणी करणे, कर लागू करणे आणि वसूल करणे, दुर्बल वर्गाला आर्थिक मदत देऊ करणे, काही समाजघटकांची जबाबदारी निश्चित करणे, कायद्याच्या आदेशांचे पालन करणे, न करणाऱ्यांना पकडणे व दंड करणे तसेच शत्रू व आक्रमणकर्त्यांना नष्ट करणे या सर्व प्रकारच्या सत्ता अंतर्भूत होतात. अशा प्रकारे पोलीस, न्यायालये, कारागृह आणि सैन्य ही राजकीय सत्तेची साधने आहेत. साधारणतः राजकीय सत्तेचा वापर कार्यकारी मंडळ, कायदे मंडळ आणि न्यायमंडळ या शासनाच्या शाखांद्वारे केला जातो, ज्यांना सत्तेचे औपचारिक घटक मानले जाते. परंतु याखेरीज व्यवस्थेत अस्तित्वात असलेले विविध दबावगट, राजकीय पक्ष आणि प्रभावशाली व्यक्ती इत्यादी अनौपचारिक घटक देखील सार्वजनिक निर्णयांना प्रभावित करीत असतात, त्यामुळे ते देखील आपआपल्या परीने राजकीय सत्तेचा वापर करीत असतात.

२) आर्थिक सत्ता (Economic Power) - याचा अर्थ 'धनसंपत्ती, उत्पादन साधने वा अन्य दुर्लभ साधनांच्या मालकीच्या बळावर निर्धन लोक वा निर्धन राष्ट्रातील परिस्थितीवर नियंत्रण प्रस्थपित करण्याची क्षमता असलेली बलसत्ता होय'. आर्थिक सत्ता राजकीय सत्तेवर मोठा प्रभाव गाजवते. उदा. लोकशाही व्यवस्थेत मोठमोठे जमीनदार, उद्योगपती आणि व्यापारी घराणी, सार्वजनिक धोरणे आणि निर्णयांना मोठ्या प्रमाणात प्रभावित करीत असतात आणि विकासाचे अग्रक्रम निर्धारित करण्याच्या प्रक्रियेत आपल्या हितांना प्राधान्य देण्याचा प्रयत्न करतात.

३) वैचारिक सत्ता (Ideological Power) - वैचारिक सत्ता म्हणजे 'एखाद्या विचारप्रणालीच्या आधारे लोकांच्या वैचारिकतेला प्रभावित करण्याची सत्ता होय.' वैचारिक सत्ता राजकीय सत्तेस एक प्रकारचा गूढ आधार प्राप्त करवून देते. वैचारिक सत्ता एखादे शासन वा व्यवस्थेस लोकांच्या दृष्टीने योग्य ठरविते, म्हणून त्यास अधिमान्यता प्रदान करते. कोणत्याही समाजास शासक वर्ग सर्वोत्तम शासनप्रणाली विषयी काही विचारांस प्रोत्साहन देत असतो, ज्यास आपण राजकीय विचारप्रणाली

संबोधत असतो. थोडक्यात, विचारप्रणाली अशा युक्तिवाद व विचारांचा सूत्रबद्ध समुच्चय आहे, ज्यात एखाद्या वर्तमान वा भविष्यातील समाजव्यवस्थेस योग्य ठरविण्यासाठी उद्युक्त केले जाते. उदा. आजच्या युगात भिन्न भिन्न देशांत भिन्न भिन्न प्रकारच्या सामाजिक, आर्थिक, राजकीय व्यवस्था प्रचलित आहेत आणि त्यास योग्य ठरविण्यासाठी भांडवलशाही, उदारमतवाद, साम्यवाद, समाजवाद वा लोकशाही समाजवाद इत्यादींना सर्वोत्तम शासनप्रणाली सिद्ध करण्याचा प्रयत्न केला जातो. हे सर्व वाद भिन्न विचारप्रणालीची उदाहरणे आहेत.

अधिसत्ता

मानवी जीवनाची सर्वोच्च प्राप्ती म्हणून राज्याकडे पाहिले जाते, कारण राज्यात मानवाच्या सर्व गरजांची पूर्ती होते. या आवश्यकतेपोटी मानवाने राज्यरूपी संस्थेच्या हाती आपल्या सामाजिक जीवनाची जबाबदारी दिली, त्याबरोबरच राज्याला विशिष्ट सत्तेची प्राप्ती झाली. लोक राज्याच्या आज्ञा पाळू लागले, कारण राज्याच्या आज्ञांना दंडशक्तीचे पाठबळ असल्याने त्यांचे उल्लंघन न करण्याची व्यक्तीच्या मनात भीती निर्माण झाली. त्यातून राज्याचा इतरांवर प्रभाव निर्माण झाला. त्याप्रमाणे एखाद्या व्यक्तीजवळ सत्ता असली म्हणजे त्या व्यक्तीचा प्रभाव इतरांवर पडतो. परंतु त्याच्या सत्तेला आणि प्रभावाला लोकांची मान्यता नसेल, तर अशी सत्ता काही कामाची नाही. म्हणजे सत्ता आणि प्रभावाला जेव्हा लोकांची मान्यता प्राप्त होते तेव्हा त्याचे रूपांतर अधिसत्तेत होते.

राजकीय व्यवस्थेत एखाद्या व्यक्तीचे कार्य न्यायोचित आहे असा जेव्हा लोकांचा विश्वास बसतो, तेव्हा ते त्याला मान्यता देतात आणि त्यातून अधिसत्तेचा उदय होतो. राज्याच्या निर्मितीपासून अशा प्रकारच्या अधिसत्तेचे अस्तित्व समाजात आहे. मानवी जीवनात अधिसत्तेची अत्यंत आवश्यकता असते, म्हणून अधिसत्तेची निर्मिती होते. अधिसत्ता ही मानवी जीवनाच्या धार्मिक, आर्थिक, सामाजिक, राजकीय, शैक्षणिक अशा सर्व क्षेत्रांत अस्तित्वात असते. सामाजिक क्षेत्रात समाजकार्य करणाऱ्यांची, राजकीय क्षेत्रात राजकीय नेत्यांची, कुटुंबात वडील पुरुषांची, टोळीमध्ये सरदाराची अधिसत्ता असते. अशा प्रकारे अधिसत्तेशिवाय समाजाची कल्पना आपण करू शकत नाही.

अधिसत्ता ही संकल्पना आधुनिक व्यवस्थेत महत्त्वाची मानली जाते, कारण लोकशाही व्यवस्थेत शासनाची भूमिका ही लोककल्याणाची मानली जाते. त्यासाठी शासकाने कमीतकमी शासन करावे अशी लोककल्याणकारी भूमिका स्वीकारलेली दिसते.ज्याआधारे शासनाला जनतेच्या मनात भीतीऐवजी राज्याच्या सत्तेविषयी आदर

निर्माण करता येईल. या संकल्पनेचा विचार पाश्चात्त्य राजकीय तत्त्वज्ञानात प्लेटोपासून मार्क्सपर्यंत सर्व विचारवंतांनी केला. आधुनिक राजकीय विश्लेषणात अधिसत्तेच्या स्वरूपाबद्दल सखोल विचार होऊ लागला आहे. आधुनिक राजकीय विश्लेषणात अधिसत्तेचे स्वरूप, समाजामध्ये त्यांचे वाटप, अधिसत्तेचा प्रभाव, सत्ता आणि अधिमान्यतेशी संबंध अशा सर्व अंगांचा विचार केला जातो.

अर्थ : अधिसत्ता हा इंग्रजीतील 'Authority' या शब्दाचा अनुवाद आहे. ॲथॉरिटी हा शब्द रोमन भाषेतील ॲक्टर किंवा ॲक्टॉरिस या शब्दापासून तयार झालेला आहे. याचा अर्थ सल्ला किंवा विचारविनिमय असा होतो, मात्र राज्यशास्त्रात ॲथॉरिटी या शब्दाचा राजकीय संदर्भ लक्षात घेताना 'राज्यसंस्थेला प्राप्त झालेली कायदेशीर राजकीय सत्ता' असा होतो. राज्य ही सर्वश्रेष्ठ संस्था असून राज्यसंस्थेचे अधिकार राज्यकर्त्यांना मिळतात.अशा परिस्थितीत राज्याची धोरणे तयार करताना समाजाचा विचार करावा लागतो. शासनसंस्थेकडून तयार केल्या जाणाऱ्या धोरणांना कायद्याचा आधार प्राप्त होत असतो.कायदेशीर चौकटीत धोरणनिश्चिती ही राज्यकर्त्यांच्या निर्णयक्षमतेची कसोटी असते, त्यातून राज्यकर्त्यांचा जनतेकडून मान्यता मिळविण्याचा प्रयत्न होतो.

व्याख्या :

रॉबर्ट डहाल : विधियुक्त सत्ता किंवा विधियुक्त प्रभाव म्हणजे अधिसत्ता होय. राज्यसंस्थेस प्राप्त झालेली सत्ता, जिचा जनतेची मान्यता व कायदेशीर मान्यतेतून निर्माण झालेला प्रभाव म्हणजेच अधिसत्ता होय. राजकीय सत्तेचे कायदेशीर अस्तित्व असल्याखेरीज अधिसत्ता प्राप्त होत नाही.

लॉस्वेल आणि कप्लान : आकृतिबंध सत्ता म्हणजे अधिसत्ता होय. म्हणजे एखाद्या व्यक्तीमध्ये निर्णय घेण्याची सत्ता आहे, पण त्याच्या या सत्तेला अधिकृत स्वरूप तेव्हाच प्राप्त होते, जेव्हा त्या व्यक्तीला निर्णय निर्धारण प्रक्रियेतील एखादे पद प्राप्त होते.सत्तेचे असे पद म्हणजे सत्तेचे आकृतिबंध स्वरूप होय.

विर्स्टेड : कनिष्ठ- वरिष्ठ पदातील संबंध म्हणजे अधिसत्ता होय. कोणत्याही पदाला प्राप्त झालेले अधिकार हे त्या पदाशी संबंधित असतात. अशा प्रकारे अनेक विचारवंतांनी अधिसत्तेच्या वेगवेगळ्या व्याख्या केल्या आहेत.

युनेस्कोने १९५५ च्या अहवालात अधिसत्तेचा अर्थ स्पष्ट करताना म्हटले आहे, 'जी सत्ता स्वीकारली जाते, ज्या सत्तेचा सन्मान केला जातो, जी सत्ता लोकसंमत असते, अशी सत्ता म्हणजे अधिसत्ता होय.'

थोडक्यात, अधिसत्तेबद्दल असे म्हणता येईल, की सत्ता आणि प्रभावाला

जेव्हा कायदेशीर संस्थात्मक स्वरूप प्राप्त होते, तेव्हा त्याचे रूपांतर अधिसत्तेत होते आणि जोपर्यंत सत्तेचे रूपांतर अधिसत्तेत होत नाही, तोपर्यंत व्यवस्थेला स्थैर्य प्राप्त होत नाही. त्यासाठी अधिसत्तेचे विविधांगी असलेले स्वरूप लक्षात घ्यावे लागते.

अधिसत्तेचे स्वरूप : राज्यकर्त्यांच्या सत्तेला प्राप्त असलेली समाजमान्यता, त्यांच्या आज्ञांचे लोकांकडून झालेले आज्ञापालन तसेच त्यांच्या सत्तेला दंडसामर्थ्याऐवजी असलेली समाजमान्यता अधिसत्तेच्या स्वरूपावरून ठरत असते. अधिसत्तेची संकल्पना विभिन्न यांनी वापरली जाते. जसे, मालमत्तेच्या स्वरूपात व्यक्तीची संपत्ती या अर्थाने अधिसत्तेचा उपयोग करण्यात येतो. प्राचीन काळात राजे, सरदार, जमीनदार यांचे नियंत्रण विशिष्ट प्रदेशावर राहात असे. त्यांच्या स्वामित्वाखाली असलेल्या भूप्रदेशावर त्यांची अधिसत्ता प्रस्थापित होत असे. गुलामावर देखील मालकाची सत्ता मान्य करण्यात येत असे. अधिकार पदाच्या स्वरूपातील अधिसत्ता एखादी व्यक्ती विशिष्ट पदावर आहे तोपर्यंत त्या पदाच्या स्वरूपातील अधिसत्ता त्याला प्राप्त होते.

शासनाच्या विविध पदांवर अधिकाऱ्यांची नियुक्ती केली जाते, त्या पदाबरोबर या व्यक्तींना त्या पदाची अधिसत्ता प्राप्त होते.त्यामुळे त्यांना आदेश देण्याचा वैधानिक अधिकार प्राप्त होतो, त्यातून वरिष्ठ व कनिष्ठ पदातील असलेले परस्परसंबंध हे अधिसत्तेच्या स्वरूपात असतात. वरिष्ठ पदावरील व्यक्ती आपल्या कनिष्ठाला आदेश देते. त्याचे पालन करणे हे कनिष्ठ पदावरील व्यक्तीचे वैधानिक कर्तव्य ठरते. पदावरील परस्पर संबंधांमुळे अशा प्रकारची अधिसत्ता वरिष्ठ पद धारण करणाऱ्याला प्राप्त होते. याचाच अर्थ वरिष्ठ व कनिष्ठ हे नाते दोन्ही घटकांना मान्य करावे लागते. नेते आणि अनुयायी यांच्यातील संबंधांच्या आधारावर अधिसत्ता निर्माण होते. नेत्यांच्या आज्ञा अनुयायी मान्य करीत नसतील, तर नेते सत्ताविहीन आहेत असे समजावे. समाजमान्यता हा अधिसत्तेचा आधार असतो. तसेच अधिसत्तेमुळे राजकीय सत्तेला स्थैर्य प्राप्त होते.

अशा प्रकारे अधिसत्ता विभिन्न स्वरूपात अस्तित्वात असते. अधिसत्तेच्या स्वरूपावरून त्याचे पुढीलप्रमाणे वर्गीकरण करण्यात येते –

१) औपचारिक अधिसत्ता : औपचारिक अधिसत्तेत आदेश देणारा आणि आदेश ग्रहण करणारा असा भेद केला जातो, कारण आदेश देण्याची अधिसत्ता वरिष्ठांना प्राप्त झालेली असते. अशा प्रकारची अधिसत्ता पदसोपान पद्धतीने वरून खाली क्रमाक्रमाने पोहोचते.

२) अनौपचारिक अधिसत्ता : अनौपचारिक अधिसत्तेत अधिसत्ताधारकाच्या व्यक्तिगत श्रेष्ठतेचा विचार केला जातो. लोकशाही राजकीय व्यवस्थेत अनेक अनौपचारिक संघटना निर्माण होतात. अशा प्रकारच्या संघटनेत निर्माण होणारी अधिसत्ता औपचारिक अधिसत्तेएवढीच परिणामकारक असते.

३) तर्कावर आधारित अधिसत्ता : बऱ्याचदा अधिसत्तेतील आदेशाचे पालन कसे होते, यावरून तिचे स्वरूप ठरत असते. अधिसत्ता तर्कावर आधारित असते, त्यामुळे ती मान्य केली जाते. त्यामागे **अधिबलने** असतात म्हणूनच त्याचे पालन होते असे नाही. कनिष्ठांकडून वरिष्ठाची अधिसत्ता मान्य केली जाते, कारण वरिष्ठांकडून देण्यात येणारे आदेश तर्कावर आधारित असतात. आदेशपालन करणारा त्याला तर्कसंगत मानतो. याचा अर्थ असा, की आदेशाचे पालन भीतीपोटी होत नसून तर्काच्या आधारावर होते.

अधिसत्तेत आदेशाचे पालन पुढील गोष्टींवर अवलंबून असते.पालन करण्यात येणारे आदेश संघटनेच्या उद्दिष्टांना विसंगत असू नयेत. आदेश पालन करण्याच्या व्यक्तिगत हिताला बाधक असू नयेत. आदेशाचे पालन करणारा मानसिक आणि शारीरिकदृष्ट्या सक्षम असावा. अशा प्रकारे अधिसत्तेचे पालन वरील गोष्टींवर अवलंबून असते.

अधिसत्तेची वैशिष्ट्ये

सत्तेला अधिमान्यता प्राप्त झाल्यानंतर सत्तेचे रूपांतर अधिसत्तेत होते. त्यामुळे सत्ता आणि अधिसत्तेच्या तुलनेत अधिसत्तेची पुढीलप्रमाणे वैशिष्ट्ये आढळतात.

१) कमी खर्चीक : सत्तेला बळाचा उपयोग करावा लागत असल्यामुळे ती खर्चीक असते, पण याउलट अधिसत्तेला सामान्यतः बळाचा उपयोग करावा लागत नसल्यामुळे साधनसामुग्रीवरील खर्च वाचतो. त्यामुळे अधिसत्तेला कमीतकमी साधनसामुग्रीचा उपयोग करून सामाजिक नियंत्रण प्रस्थापित करणे शक्य असते, कारण अधिसत्तेची सत्ता ही व्यक्तीच्या वर्तनात घडून आलेल्या आपोआप बदलास प्राधान्य देते, ती लोकमान्य असते. त्यामुळे नियंत्रणासाठी विशेष प्रयत्नाची आवश्यकता नसते. सत्तेसाठी बळाचा वापर करावा लागतो. अशा प्रकारचा बलप्रयोग करणे खर्चाचे असते. जेव्हा सत्ता लोकमताविरुद्ध कायम ठेवण्याचा प्रयत्न होतो, तेव्हा तर जास्तीत जास्त साधनसामग्रीचा उपयोग सत्ताधाऱ्याला करावा लागतो. सत्ताधारकास नेहमी अधिमान्यता मिळविण्यासाठी धडपड करावी लागते. त्यासाठी त्याला विविध मार्गांचा उपयोग करावा लागतो. अधिसत्ता ही व्यक्तीच्या अंत:प्रेरणेतून निर्माण झाली असल्याने तिचा अवलंब आपोआप होऊन त्यासाठी कोणताही खर्च करावा लागत नाही.

२) अधिसत्तेची प्रतीके असतात : अधिसत्ता ही व्यक्तिगत स्वरूपाची नसते. अधिसत्तेचा संबंध व्यक्तीने धारण केलेल्या पदाशी असतो. अधिसत्तेची निश्चित अशी प्रतीके असतात. पदाची प्रतिष्ठा कायम ठेवण्यासाठी काही प्रतीकांची निर्मिती करण्यात येते. ही प्रतीके राज्यसंस्थेकडून हेतुतः निर्माण केली जातात. उदा. राजमुकुट, ध्वज, राजवस्त्रे, सिंहासन, राजदंड, बोधचिन्हे ही अधिसत्तेची प्रतीके असतात. म्हणजे ज्याचा सन्मान करावा अशा वस्तू. अशा वस्तूला आदरयुक्त भीतीचे अदृश्य वलय असते. समाजात अशा प्रतीकांविषयीचा आदरभाव जाणीवपूर्वक जोपासला जातो. इंग्लंडमध्ये 'राजा मरण पावला राजा चिरायू होवो'. असे राजपदाच्या बाबतीत म्हणण्यात येते. याचा अर्थ असा, की राजा ही व्यक्ती मर्त्य आहे, पण राजपद हे अमर आहे. राजपद अमर राहणे राष्ट्राच्या चिरंतनत्वाचे प्रतीक आहे. अधिसत्तेची प्रतीके केवळ राजतंत्रात्मक पद्धतीतच दिसून येतात असे नाही, तर लोकशाहीतदेखील असतात. जसे, विधिमंडळाच्या सभापतीच्या मेजावर अधिवेशन काळात ठेवण्यात येणारी चांदीची गदा हे लोकशाहीतील प्रतीकाचे उदाहरण आहे. या प्रतीकांच्या मुळाशी जनता भावनात्मक दृष्टिकोनातून जोडली जावी व अधिसत्तेबाबत आदर निर्माण करणे हाच हेतू असतो.

३) आज्ञार्थी भाषा : पूर्वीच्या काळी राजतंत्रात्मक शासनपद्धतीत राजा आणि प्रजेचे संबंध आज्ञार्थी असत. राज्यांतर्गत सुव्यवस्था राखण्यासाठी राजा प्रजेशी वाटाघाटी, युक्तिवाद, विनंती करीत नसे, तर तो आज्ञा करत असे. त्यामुळे राज्यव्यवस्थेने दिलेल्या आदेशाचे पालन जनता निमूटपणे करीत होती. लोकशाही शासनव्यवस्थेमध्येदेखील कायद्याची भाषा आज्ञार्थीच असते. अधिसत्तेला आज्ञा करण्याचा कायदेशीर अधिकार असतो. आज्ञेचे पालन करवून घेण्याचे अधिकार देखील त्यात सामावलेले असतात. अधिसत्तेच्या आज्ञेच्या विरुद्ध वागण्याचे किंवा आज्ञेचा अवमान करण्याचे स्वातंत्र्य व्यक्तीला नसते. आज्ञा किंवा कायद्याचे पालन जनतेकडून झाले नाही, तर कायदेशीर दंडाची तरतूद करण्यात आलेली आहे. अशा प्रकारे आज्ञा करण्याचा वैधानिक अधिकार अधिसत्तेला असतो.

४) अमूर्त स्वरूप : अधिसत्ता ही प्रत्यक्षात दाखविता येणारी संकल्पना नसून तिची व्याप्ती अमूर्त स्वरूपाची असते. सत्तेचा प्रयोग व्यक्तिशः केला जातो. त्यासाठी जाणीवपूर्वक वर्तनबदलाची अपेक्षा केली जाते, मात्र अधिसत्ता अप्रत्यक्ष वापरावर आधारित असून तिचे स्वरूप दिखाऊ नसून अमूर्त असते.

५) संघटनेची आवश्यकता : अधिसत्तेला संघटनेशिवाय अस्तित्वच नसते. अधिसत्तेला संघटनेची आवश्यकता असते. अधिसत्ता ही व्यक्ती व्यक्तींमधील

सुसंवाद कायम राखणारी यंत्रणा आहे. आधुनिक राजकीय व्यवस्थेत तर संघटनेशिवाय अधिसत्तेला काम करणे शक्य नसते. जनतेचा विश्वास असणारी प्रतीके आणि अन्य साधने अधिसत्तेला पूरक ठरतात, पण काम करवून घेण्याच्या दृष्टीने त्याचा फारसा उपयोग होत नाही. त्यासाठी संघटनाच असायला पाहिजे. अधिसत्तेद्वारे व्यक्तीमधील संबंध कायम ठेवले जातात. असे संबंध कायम ठेवण्यासाठी,त्यात सुसंवाद घडवून आणण्यासाठी संघटनेची आवश्यकता असते.राज्याचा आकार,लोकसंख्या, सामाजिक परंपरा, लोकांच्या अपेक्षा आणि गरजेनुसार संघटनेचे स्वरूप बदलणारे असू शकते. बदलत्या परिस्थितीप्रमाणे संघटनेत फेरबदल होऊ शकतात. अशा प्रकारे अधिसत्तेला प्रभावीपणे कार्य करण्यासाठी संघटनेची आवश्यकता हे अधिसत्तेचे महत्त्वाचे वैशिष्ट्य होय.

अधिसत्तेचे प्रकार

अधिसत्ता केवळ राजकीय क्षेत्रापुरतीच मर्यादित नसून तिचा संबंध राजकीय क्षेत्राव्यतिरिक्त इतर क्षेत्रांतही येतो. जसे, कुटुंब, धार्मिक संस्था, व्यावसायिक गट तसेच इतर हितसंबंधी समूह यामध्ये अधिसत्तेचा संबंध येतो. याआधारे मॅक्स वेबरने अधिसत्तेचे वर्गीकरण केले आहे. मॅक्स वेबरच्या मते, सत्तेला जेव्हा अधिमान्यता प्राप्त होते, तेव्हा त्याचे रूपांतर अधिसत्तेत होते. अशी अधिमान्यता मिळविण्याचे आणि सत्तेचे रूपांतर अधिसत्तेत करण्याचे तीन प्रकार पुढीलप्रमाणे–

१) वैधानिक विवेकसंपन्न अधिसत्ता (Legal Rational Authority) : वैधानिक, विवेकसंपन्न अधिसत्तेचा आधार राज्यघटना हा असतो. कायदे आणि नियमाप्रमाणे अशी अधिसत्ता कार्यान्वित होत असल्यामुळे लोकांची त्याला संमती असते. राज्यसंस्था सत्तेचा वापर केवळ सर्वसामान्य जनतेच्या हितासाठीच व्हावा या दृष्टीने कार्य करीत असते.समाजाचा विकास व्हावा अशाच प्रकारची धोरणे राबविली जातात. म्हणजे समाजाचा विकास हाच वैधानिक, विवेकसंपन्न, आधारभूत घटक असतो. लोकहिताला पोषक असल्यामुळे लोकांची संमती वैधानिक अधिसत्तेला प्राप्त होते. थोडक्यात, विधिनियमांनुसार जी अधिसत्ता लोकमान्य असते, तिला वैधानिक अधिसत्ता म्हणतात.

अधिसत्ताधारकाच्या आज्ञा कायदेशीर आणि त्यांच्या अधिकारक्षेत्राच्या अंतर्गत दिलेल्या असतील, तरच त्याचे पालन होते. याचा अर्थ असा, की अधिसत्ता धारकाला अमर्याद अधिकार नसतात. जे विधिनियम तयार केले जातात, ते लोकांच्या विवेकशक्तीच्या आधारे केले जातात. लोकांच्या सामान्य इच्छेचा परिपाक असे स्वरूप विधिनियमाचे असल्यामुळे त्याला लोकांची संमती आपोआप प्राप्त होते. ज्या नियमांच्या आधारे व्यक्तीला अधिसत्ता प्राप्त होते, त्या नियमांचे बंधन त्याच्यावर

आदेश देताना असतात. अशा प्रकारे स्वतःच्या लहरीनुसार तो आदेश देऊ शकत नाही. पदाचे अधिकार आणि त्या कार्यक्षेत्राच्या मर्यादा निर्धारित असतात. या मर्यादेअंतर्गत तो आपल्या अधिकाराचा उपयोग करीत असतो.लोकांची अधिमान्यताही पदाला मिळते. पदावरील व्यक्तीच्या व्यक्तिमत्त्वाशी तिचा संबंध नसतो.

अशा प्रकारे विधिनियमांचे स्वरूप निष्पक्षपाती असते. समाजजीवनाची श्रेष्ठ मूल्ये विधिनियमांचे आधार असतात, त्यामुळे विधिनियमांचे उल्लंघन होण्याचा प्रश्नच निर्माण होत नाही.

२) पारंपरिक अधिसत्ता (Traditional Authority) : समाजामध्ये परंपरेने काही वर्ग निर्माण होतात. त्यांच्या हाती सत्तेचे केंद्रीकरण होत जाते. परंपरेतून त्यांचे स्थान भक्कम बनत जाऊन त्यांना समाजमान्यता मिळते. त्या पदाला अधिसत्ता प्राप्त होते. अशा प्रकारची अधिसत्ता ही पारंपरिक अधिसत्ता म्हणून ओळखली जाते. पारंपरिक अधिसत्ता रूढी व परंपरेच्या विश्वासावर आधारित असते. शासनकर्त्याच्या सत्तेला मिळणारी मान्यता जेव्हा पिढ्यान् पिढ्यांच्या परंपरेवर आधारलेली असते, तेव्हा तिला पारंपरिक अधिसत्ता म्हणतात. जसे, पितृसत्ताक पद्धतीत वडील माणसांच्या आज्ञेचे पालन कुटुंबातील सर्व सभासदांनी करण्याची परंपरा आहे. वडील माणसाच्या आज्ञेचे पालन सर्व सभासद करतात, कारण ही अधिसत्ता त्यांना परंपरेने प्राप्त झालेली असते. वडिलांची मुलांवर, मालकाची नोकरावर किंवा पतीची पत्नीवर असलेली अधिसत्ता पारंपरिक स्वरूपाची आहे.

वैधानिक विवेकसंपन्न अधिसत्तेच्या तुलनेत पारंपरिक अधिसत्ता कमी स्थिर स्वरूपाची असते. पारंपरिक अधिसत्तेत अधिसत्ता प्राप्त होण्याचे मूळ स्त्रोत आणि अधिसत्ता वापरणारे एकमेकांपासून स्वतंत्र असतात.जसे, कुटुंबप्रमुख असलेल्या वडिलांच्या आज्ञेचा प्रभाव त्यांच्या निवृत्तीनंतर जरी कमी झाला, तरी त्या पदाच्या पारंपरिक प्रतिष्ठेला धक्का लागत नाही. थोडक्यात, प्रमुख बदलू शकतो, पण अधिसत्ता कायम राहते. आज वडिलांच्या ठिकाणी असलेली अधिसत्त्ता मोठ्या मुलाला प्राप्त होते. व्यक्तिगत स्वरूपाची अधिसत्ता जरी अस्थिर असली, तरी प्रमुखाची अधिसत्ता ही परंपरेने मान्य केली असल्यामुळे ती स्थायी स्वरूपाची असते.पारंपरिक अधिसत्तेचे स्वरूप कालमान परिस्थितीनुसार बदलते. समाजाच्या बदलत्या स्वरूपानुसार पारंपरिक अधिसत्तेची अधिमान्यता देखील डळमळीत होत जाते. जसे, मालकाची नोकरावरील अधिसत्ता सुधारलेल्या समाजात अधिमान्य समजली जात नाही.

३) संमोहक/दिव्यवलयी अधिसत्ता (Charismatic Authority) :

संमोहक अधिसत्तेला दिव्यवलयी अधिसत्ता असे म्हणतात. दिव्यवलयी

अधिसत्ता म्हणजे जेव्हा एखादी व्यक्ती आपल्या विशिष्ट कार्याच्या जोरावर किंवा आपल्या कर्तृत्वाच्या जोरावर राज्यसंस्थेचा कारभार आपल्या ताब्यात घेते, त्यावेळी जनमानसात त्यांची सर्वश्रेष्ठ प्रतिमा तयार होते.जनता अशा राज्यकर्त्यांचे आदेश किंवा आज्ञा यांचे पालन करते. अशी अधिसत्ता लोकांच्या विश्वासावर आधारित असते. सत्ताधारकापाशी अलौकिक गुण आहे असा लोकांचा विश्वास असतो आणि त्या आधारे त्यांच्या आज्ञांचे लोक पालन करतात. संमोहक अधिसत्ताधारकाच्या व्यक्तिगत स्वरूपाची असते. सत्ताधारकास स्वतःचे निर्णय घेण्याचे अमर्याद स्वातंत्र्य असते. संमोहक अधिसत्ताधारकावर कोणत्याही प्रकारच्या मर्यादा नसतात. अशा प्रकारची अधिसत्ता त्याच्या व्यक्तिगत यशावर अवलंबून असते.

संमोहक अधिसत्ता ही नैसर्गिक स्वरूपाची असते. लोकांचा विश्वास तिचा आधार आहे. संमोहक व्यक्तित्व असलेले नेते नैसर्गिक पुढारी समजले जातात. त्यांच्या ठिकाणी आधिभौतिक स्वरूपाचे गुण असतात, असा लोकांचा विश्वास असतो. उदा. दक्षिण आफ्रिकेतील नेल्सन मंडेला, तुर्कस्थानातील कमाल पाशा तसेच भारतात महात्मा गांधी यांचे नेतृत्व हे दिव्यवलयी स्वरूपाचे होते. संमोहक अधिसत्तेचा संबंध बाह्य गोष्टींपेक्षा आंतरिक बाबींशी असतो. संमोहक शक्ती असलेली व्यक्ती तिच्या ठिकाणी असलेली संमोहक शक्ती गमावू शकते. संमोहक अधिसत्ता अस्थिर स्वरूपाची असते. संमोहकाच्या ठिकाणी असलेले अलौकिक गुण नष्ट झाले असा विश्वास जेव्हा लोकांना होतो, तेव्हा त्याची अधिसत्ता लोक मानीत नाहीत. बुवाबाजीची प्रथा संमोहक अधिसत्तेतून निर्माण होते.

अधिसत्तेचे आधार

व्यक्ती वा व्यक्ती गटाकडून राजकीय अधिसत्तेचे पालन करण्यात येत असले तरी सर्वच परिस्थितींत आणि सर्वच घटकांकडून तिचे पालन होतेच असे नाही, मात्र अशी परिस्थिती फारच कमी वेळा अनुभवास येते, कारण आज्ञाधारकपणा हा मनुष्याचा स्वभाव आहे. अधिसत्तेचा अपमान करणारे लोक समाजात असतात, पण त्यांची संख्या आज्ञेचे पालन करणाऱ्यांपेक्षा फार कमी असते. समाजातील शांतता आणि सुव्यवस्था मनुष्याच्या आज्ञाधारक स्वभावावर अवलंबून असते. सामाजिक नियमनाची व्यक्तीला लागलेली सवय त्यास पालन करण्यास बाध्य करते, तर कधी कायदेशीर बंधनामुळे त्याच्या कृती मर्यादित होतात. पण कधी कधी अधिसत्तेला विरोध करण्याची प्रवृत्ती लोकांमध्ये वाढीस लागते, म्हणजे अधिसत्तेला असलेली मान्यता अशावेळी नष्ट होते. वेगळ्या आधारावर अधिसत्ता पुनर्गठित व्हावी अशी त्यांची मागणी असते. इतिहासात अधिसत्तेच्या पुनर्रचनेची मागणी करणाऱ्या सुधारकांची, क्रांतिकारकांची

संख्या बरीच आढळते. अशावेळी राजकीय अधिसत्तेच्या पालनाच्या आधाराचे थोडक्यात विवेचन पुढीलप्रमाणे –

१) अधिसत्तेचा आधार दैवी सिद्धांत : प्राचीन काळी दैवी सिद्धांताच्या आधारावर अधिसत्तेच्या आज्ञेचे पालन होत असे. 'अधिसत्ता ही ईश्वराच्या ठिकाणी अधिष्ठित आहे' या विचाराचा पगडा मानवावर प्राचीन काळापासून बसलेला होता. सर्व सृष्टीची निर्मिती ही दैवी इच्छेचे फलित असून त्यात हस्तक्षेप करण्याचा मानवी शक्तीला अधिकार नसून दैवी शक्तीच्या नियमांच्या पालनातच व्यक्तीचे हित असून त्याच्या विरुद्ध कृती करणाऱ्यावर दैवाची अवकृपा होते. त्यामुळे दैवी कोपापासून वाचण्यासाठी मानवाने अधिसत्तेचे पालन करणे हितावह समजले जात असे.अधिसत्ता ही दैवी इच्छेनुसार निर्माण झालेली आहे, म्हणून या विश्वासावर लोक अधिसत्तेच्या आज्ञेचे पालन करीत असत. प्राचीन काळी याच आधारावर लोकांवर हुकमत गाजविण्याचा प्रयत्न करण्यात आल्याचे इतिहासावरून दिसून येते. राजाचा राज्य करण्याचा अधिकार ईश्वरदत्त आहे, त्यामुळे त्याला विरोध करण्याचा लोकांना अधिकार नाही असे प्राचीन काळी मान्य करण्यात येत होते. म्हणजे अधिसत्तेचा आधार दैवी सिद्धांत आहे हे लोकमान्य होते. आज हा सिद्धांत मान्य नाही, तरी समाजात अधिसत्ता कायम ठेवण्याचे महत्त्वाचे काम या सिद्धांताने केले आहे. जेव्हा लोकांत राजकीय जागृती झाली नव्हती, अशावेळी अधिसत्तेला लोकमान्यता केवळ याच आधारावर प्राप्त होऊ शकत होती. अशाप्रकारे प्राचीन काळी अधिसत्तेचा आधार दैवी सिद्धांत हा होता.

२) परंपरेचा आधार : पूर्वीपासूनच मानवी जीवनात विविध परंपरांना स्थान आहे. अधिसत्तेच्या आज्ञापालनात परंपरेचा मोठा हातभार लागतो, कारण एकदा रूढ झालेल्या गोष्टीचे समाजाकडून आपोआप पालन केले जाते.या नियमानुसार राजकीय अधिसत्तेच्या आज्ञापालनाचा आधार परंपरेत आणि त्यावेळच्या चालीरीतीत आढळतो. राज्याला राज्य करण्याचा अधिकार प्राचीन काळापासून प्राप्त झाला आहे. म्हणून त्याची अधिसत्ता लोक मान्य करीत असतात. दीर्घकाळपर्यंत ती अधिसत्ता टिकून राहिल्याने तिला मान्यतेचे स्वरूप प्राप्त होते.किंबहुना ती सत्ता मान्यताप्राप्त असल्यामुळे दीर्घकाळ टिकून राहते आणि त्याचे रूपांतर परंपरेत होते. अशा प्रकारे परंपरेनी निर्माण झालेल्या अधिसत्तेच्या आज्ञेचे पालन लोकांकडून केले जाते.

३) करार सिद्धांताद्वारे आज्ञेचे पालन : 'चांगल्या जीवनासाठी मानवाने आपसात केलेल्या कराराचे पालन सर्वांकडून केले जाते' हा करार सिद्धांतातून निर्माण झालेला विचार राजकीय अधिसत्तेच्या आज्ञेचे पालन करण्यास हातभार लावतो.

या सिद्धांताप्रमाणे अधिसत्तेचे अधिष्ठान लोकसंमती हे होय. या आधाराचे समर्थन करणारे विचारवंत हॉब्ज, लॉक आणि रूसो हे आहेत.अधिसत्तेच्या आज्ञेचे पालन करण्यासाठी करण्यात आलेल्या कराराचे स्वरूप तिन्ही विचारकांचे वेगवेगळे आहे. पण लोकांनी करार करून राजकीय अधिसत्ता निर्माण केली, ह्या बाबतीत त्यांची एकवाक्यता आहे. अशा प्रकारे अधिसत्तेचे अधिष्ठान शोधण्याचा प्रयत्न या सिद्धांतांनी केला आहे.

४) अधिसत्तेचे अधिष्ठान:संविधान : राजकीय अधिसत्तेच्या आज्ञापालनाचे वरील विविध आधार हे परंपरागत विचार म्हणून ओळखले जातात. आधुनिक राजकीय व्यवस्थेत राष्ट्रराज्याच्या संकल्पनेत आज सर्वच देशात अधिसत्तेचे अधिष्ठान हे संविधानात आहे आणि लोकसंमती हा संविधानाचा आधार आहे. राजकीय व्यवस्था कोणत्याही प्रकारची असली तरी संविधानाच्या आधारावर अधिसत्तेचे पालन महत्त्वाचे मानण्यात येते. अशा प्रकारे अधिसत्तेचे अधिष्ठान शोधण्याचा प्रयत्न वेगवेगळ्या काळात प्रचलित असलेल्या सिद्धांतानुसार करण्यात येतो.

थोडक्यात, जेव्हा सत्ताधारकांच्या आज्ञेचे पालन आज्ञेच्या पाठीशी असलेल्या बळाच्या आधारावर न होता 'त्या आज्ञा योग्य आहेत' या आधारावर बहुसंख्य लोकांकडून होते, तेव्हा सत्तेचे रूपांतर अधिसत्तेत होते. याला अधिसत्तेचा नैतिक आधार म्हणतात. अधिसत्तेचे मुख्य लक्षण हे स्वाभाविकरित्या आज्ञापालन मिळविणे आहे. जेव्हा अशा प्रकारचे आज्ञापालन होत नाही तेव्हाच सत्तेच्या साधनाचा वापर करावा लागतो. अशा प्रकारे अधिसत्तेच्या आज्ञेचे पालन नैतिक आधारावर होते.

सत्ता आणि अधिसत्तेचा संबंध

अनेकदा सत्ता आणि अधिसत्ता या दोन्ही संकल्पनांचा उपयोग समान अर्थाने केला जातो. या दोन्ही संकल्पनांचे अर्थ वेगवेगळे आहेत. असे असले तरी त्या परस्परांशी निगडित असलेल्या संकल्पना आहेत. लोकांची संमती मिळाल्यानंतर सत्तेचे रूपांतर अधिसत्तेत होते. बळाचा वापर न करता ज्या मार्गाने व्यक्तीच्या वर्तनाचे नियंत्रण करण्यात येते, त्याचा बोध अधिसत्तेतून होतो.

सत्ताधारकाला आज्ञेचा अधिकार विधिनियमानुसार मिळालेला नसतो. आज्ञापालन करणाऱ्यांच्या मनात सत्ताधारकाबद्दल दायित्वाची भावना नसते. अधिसत्ताधारकाचा अधिकार नियमांवर आधारित असतो. अधिसत्ताधारकाची निवड नियमाप्रमाणे झालेली असते. त्यांच्या तर्कसंगत बुद्धीला पटेल असे आपल्या कृतीचे समर्थन करण्याची क्षमता असते. आज्ञापालन करणाऱ्यांना त्या आज्ञा योग्य वाटत असल्यामुळे अधिसत्तेबद्दल संबंधाची भावना असते. अशा प्रकारे अधिसत्ता वैधानिक

असते. अधिसत्तेच्या आज्ञा लोक योग्य मानतात, त्यामुळे अधिसत्तेला लोकांची अधिमान्यता मिळते.

सत्ता हा अधिसत्तेचा आधार असला, तरी पाशवी बळाचा वापर करून मिळविलेली सत्ता टिकवून ठेवण्यात अपयश आल्याचीच उदाहरणे अधिक आहेत. सत्ता आणि अधिसत्तेमध्ये मूलभूत फरक असला म्हणजे अधिसत्तेला सत्तेची आवश्यकता पडत नाही असा त्याचा अर्थ नाही.जे स्वाभाविकपणे आज्ञेचे पालन करतात अशा अधिसत्तेला सत्तेची आवश्यकता नसते. पण थोडे लोक आज्ञेचा अवमान करतात, त्यांच्यासाठी मात्र अधिसत्तेजवळ पुरेशी सत्ता असणे आवश्यक असते. अशा प्रकारची सत्ता नसल्यास काही लोक सशस्त्र विद्रोह करून अधिसत्तेला उलथून पाडू शकतात. त्यामुळे सत्ता आणि अधिसत्ता परस्परपूरक असून दोन्हीचा घनिष्ट संबंध असतो.

सत्ता आणि अधिसत्ता या दोन्ही संकल्पनांना लोकशाही व्यवस्थेत अधिक महत्त्व आहे. लोकशाही व्यवस्थेत लोकांच्या मनाविरुद्ध राज्यकारभार चालू शकत नाही. संख्येने जास्त आणि प्रभावी अशा अल्पमतातील लोकांकडून लोकशाहीच्या राज्याला धोका निर्माण होण्याचा संभव असतो. केवळ बहुमताच्या आधारावर राज्य करणे नेहमीच शक्य नसते. राज्यकारभार करताना अल्पमतातील लोकांच्या मताची कदर करणे आणि आस्था ठेवणे हे लोकशाही व्यवस्थेची स्थिरता ठेवण्याच्या दृष्टीने अतिशय महत्त्वाचे आहे.अधिसत्ता ही कोणत्याही मनमानी सत्तेचा धिक्कार करते व संमतीच्या आधारावर निर्माण झालेल्या सत्तेचे समर्थन करते.

थोडक्यात, लोकांचे आचरण नियंत्रित करण्याचे सत्ता आणि अधिसत्ता हे दोन मार्ग आहेत. सत्ता तर्कसंगत कारणे न सांगता सक्ती, बलप्रयोग, आमिष, प्रेम, धाक, दडपणाच्या बळावर समाजातील लोकांचे वर्तन नियंत्रित करते. अधिसत्ता बुद्धिसंगत लोकांना आज्ञेचे पालन करायला भाग पाडते. म्हणजे लोकांचे वर्तन नियंत्रित करण्यासाठी अधिसत्तेला बळाचा वापर करावा लागत नाही.

अधिमान्यता

सत्तासंबंध हे जर केवळ बळाच्या प्रत्यक्ष वा अप्रत्यक्ष वापरावर अवलंबून असले, तर ते तत्कालीन ठरतात. त्या संबंधांमध्ये स्थैर्य व सातत्य असल्याखेरीज ते समाजनियंत्रणाचे प्रभावी साधन ठरणार नाही, म्हणून सत्तेच्या पाठीशी बळ जेवढे आवश्यक आहे, त्याहीपेक्षा सत्ता ज्याच्यावर गाजविली जाते अशा जनतेच्या ठिकाणी सत्तेविषयी रास्तपणाची भावना असणे सत्तासंबंध टिकविण्यासाठी आवश्यक असते. सत्ताधीश हा दीर्घकाळ राज्य सुरळीत चालण्याची इच्छा करतो. त्यासाठी सत्तेतील

कायदा, न्यायालय, पोलीस, तुरुंग या साधनांचा तो वापर करतो. प्रत्येकवेळी भीती दाखवून कारभार करण्याचा परिणाम उलट होतो. कडक कारभार करणाऱ्या राजसत्तेला जनतेच्या रोषास बळी पडावे लागलेल्याची अनेक उदाहरणे आहेत. जनतेच्या पाठिंब्याशिवाय सत्ता असू शकत नाही. जनतेचा हा पाठिंबा म्हणजेच अधिमान्यता होय. त्यातूनच सत्तेला स्थिरता लाभते.

अर्थ

अधिमान्यता हा शब्द इंग्रजीतील Legitimacy या शब्दाचे मराठी रूप असून मूळ लॅटीन Legitimus या शब्दापासून बनलेला आहे. त्याचा अर्थ कायदेशीर असा होतो. त्यासाठी पर्यायी शब्द म्हणून सनदशीरता, वैधता, अधिमान्यता या शब्दांचा वापर केला जातो. राजकीय समाजशास्त्रातील महत्त्वाची संकल्पना म्हणून अधिमान्यतेचा विचार केला जातो.समाजमान्य म्हणून अधिमान्यतेस अर्थ प्राप्त झाला आहे. वैधतेमुळे आज्ञापालनाची प्रक्रिया सुरू होते.

लोकशाहीत बहुमताने संमत केलेला प्रस्ताव वैध असतो. राजेशाहीत राजाचा मुलगा सनदशीर वारस असतो. त्यास राज्याभिषेक करणे म्हणजे सनदशीरतेचा शिक्का मारणे होय. लोकशाहीत देखील सनदशीरपणा तपासला जातो. बहुमताचे सरकार सनदशीर असते, म्हणूनच पंतप्रधानाची नियुक्ती केल्यानंतर सनदशीरता पडताळून पाहण्यासाठी राष्ट्रपती बहुमत सिद्ध करण्यास सांगतात. जर सनदशीरता सिद्ध झाली नाही तर राजीनामा द्यावा लागतो. लोकशाही व्यवस्थाच पूर्ण सनदशीरतेच्या तत्त्वावर उभी असते.

राज्याची शक्ती किंवा सामर्थ्य ज्याद्वारे आज्ञा देत असते व इतरांकडून आज्ञेच्या अनुपालनाची अपेक्षा करीत असते त्या सामर्थ्याच्या निकषाची सर्वसामान्य शब्दात केलेली अभिव्यक्ती म्हणजे वैधता होय. –अलेक्झांडर व एण्ड्रेव्हज

ज्या प्रक्रियेमुळे शासन व शासित परपस्परांस संमती, आज्ञाधारकता, पावित्र्य व काही गोष्टी पार पाडण्यासाठी मंजुरी देऊ शकतात, त्या प्रक्रियेस अधिमान्यता म्हणतात.

अधिबलनापेक्षा जनमानसातील सहकार्य व औचित्य भावना महत्त्वाची मानली जाते. व त्या भावनेतून सत्ता स्वीकारणाऱ्यास महत्त्व प्राप्त करून दिले जाते त्याला अधिमान्यता म्हणतात.

अधिमान्यता प्राप्त करण्याचे मार्ग

राजकीय व्यवस्था विविध मार्गांनी अधिमान्यता प्राप्त करते किंवा विविध मार्गांनी अधिमान्यता मिळते.

१) धर्मग्रंथांमुळे : 'सर्वच देशांत जी महाकाव्ये असतात त्या महाकाव्याचा नायक अर्थात समूहाचा, देशाचा प्रमुख चांगला असतो, कारण तो ईश्वराचा अंश असतो किंवा ईश्वराचा प्रेषित असतो' असा विचार पिढयान्पिढया रुजवला गेला. त्याच्याशी पाप-पुण्य जोडले गेले. हेगेलसारख्या विचारवंतानी राज्य म्हणजे ईश्वराचा पृथ्वीवरील अवतार म्हटले. राज्यास त्याने विवेकाचा सर्वश्रेष्ठ आविष्कार म्हटले. तो कधीच चूक करीत नाही असा विचार मांडला गेला व तो रुजविला गेला. परिणामतः राजाच्या आज्ञा पाळणे केवळ कर्तव्याचा भाग राहिला नाही, तर पुण्याचे काम झाले. राजाज्ञेची अवहेलना म्हणजे पाप मानले गेले. या प्रकारे राजकीय व्यवस्थेस अधिमान्यता मिळाली. राज्याच्या दैववादी सिद्धांताने अधिमान्यतेस बळकटी दिली. काही धर्मग्रंथांनी राजास ईश्वराचा प्रेषित म्हटले व त्यास अधिमान्यता मिळाली. या अधिमान्यतेत राजाच्या कर्तव्याचा भाग थोडाही नव्हता.

२) वैधानिक पद्धतीने : लोकशाही व्यवस्थेत अधिमान्यता प्रामुख्याने वैधानिक पद्धतीने प्राप्त होते. या व्यवस्थेत सत्ताप्राप्तीचे निश्चित मार्ग असतात. त्या मार्गांचा अवलंब करून जो सत्ता प्राप्त करतो त्यास अधिमान्यता प्राप्त होते. राष्ट्रपती, पंतप्रधान, मुख्यमंत्री व राज्यपाल यांचा आदेश आपण मानतो, कारण संविधानात तशी तरतूद असते. सत्ता प्राप्त करण्याचा निर्वाचनाचा मार्ग आपणच मान्य केलेला असतो. अधिमान्यतेचा हा सर्वस्वीकृत असा मार्ग आहे.

३) विचारसरणीच्या स्वीकृतीने : सर्वच राजकीय व्यवस्था एखादी विचारसरणी स्वीकारतात किंवा विचारांचा संच तयार करतात. या विचारसंचाद्वारे किंवा विचारसरणीद्वारे आपल्या नेतृत्वाचे समर्थन करीत असतात. त्यांनी स्वीकारलेल्या विचारातच देशाचे भले असल्याचे पटवून दिले जाते. प्रत्यक्षात वस्तुस्थिती वेगळीच असू शकते. अशा विचारसरणीचा स्वीकार प्रत्येक देश करतच असतो. त्यातून आपल्या नेतृत्वाला अधिमान्यता मिळविण्याचाच प्रयत्न केला जातो. उदा. माओ चा साम्यवाद.

४) योग्य संसूचनाद्वारे : अधिमान्यता प्राप्त करण्याचा प्रभावी मार्ग म्हणजे योग्य संसूचन आहे. शासनाची विविध कामे विविध प्रसारमाध्यमांतून लोकांपर्यंत पोहोचवली जातात. त्या कामाचा देशाला व समाजाला कसा फायदा होईल हे सांगितले जाते. त्यातूनच लोकमत अनुकूल बनविले जाते.योग्य संसूचनांद्वारे अधिमान्यता मिळते तर योग्य संसूचन झाले नाही,तर अधिमान्यतेस उतरती कळा लागते.१९७७ मधील गांधी सरकार आणि २०१४ मधील मनमोहन सिंग सरकार यात कमी पडल्याचे दिसून येते.

५) राजकीय सामाजिकीकरण : राजकीय सामाजिकीकरणाद्वारे अधिमान्यता प्राप्त करता येते. राजकीय व्यवस्था कोणत्याही प्रकारची असो त्यांच्या यशासाठी विशिष्ट प्रकारच्या मानसिकतेचा समाज हवा असतो. असा समाज राजकीय सामाजिकीकरणाद्वारे प्रयत्नपूर्वक निर्माण केला जातो. दुसऱ्या महायुद्धानंतर आशिया व आफ्रिकेतील अनेक देश स्वतंत्र झाले. या देशांनी लोकशाही व्यवस्थेचा स्वीकार केला. ही व्यवस्था या देशांसाठी नवीन होती. या व्यवस्थेतील मूल्यांची ओळखदेखील नागरिकांना नसते, मात्र जाणीवपूर्वक जनतेत या व्यवस्थेविषयी जागृती करण्यात येते. एक प्रकारे राजकीय प्रबोधन घडवून आणले जाते. यातूनच राजकीय सामाजिकीकरण घडून येते, त्यामुळे जनतेकडून सत्तेस अधिमान्यता मिळते.

६) हितसंबंधांच्या जपणुकीद्वारे : समाजात वर्ग व त्यांचे हितसंबंध असतात. प्रत्येक धर्माचे स्वतंत्र हितसंबंध असतात. राजकीय व्यवस्था, अधिमान्यता प्राप्त करण्यासाठी त्या समाजातील विविध सामाजिक गटांच्या हितसंबंधांची जपणूक करते.भारतात देखील विविध धर्मीयांसाठी तसेच हितसंबंधीयांना दिल्या जाणाऱ्या सवलती या त्यांच्या विकासाबरोबरच व्यवस्थेची अधिमान्यता टिकविण्याचा प्रयत्न असतो.

७) व्यवस्थेची कार्यक्षमता : राजकीय व्यवस्था उपलब्ध साधनसामुग्रीचा उपयोग करण्यात यशस्वी होत असेल तर त्या व्यवस्थेस अधिमान्यता प्राप्त होते. राजकीय व्यवस्थेच्या कार्यक्षमतेमुळे उत्पादनात वाढ झालेली असेल, बेकारीचा प्रश्न सुटलेला असेल, आर्थिक संपन्नता निर्माण झाली असेल तर नागरिक त्या राजकीय व्यवस्थेला पाठिंबा देतात. अशा प्रकारची अधिमान्यता व्यवस्थेच्या कार्यक्षमतेमुळे प्राप्त होते. राजकीय व्यवस्थेच्या अकार्यक्षमतेमुळे अनेक राजकीय व्यवस्थांनी अधिमान्यता गमावल्याची अनेक उदाहरणे आहेत.

अधिमान्यतेचे महत्त्व : राजकीय व्यवस्था कोणत्याही प्रकारची असो, तिला असे वाटत असते की, तिच्या आज्ञा प्रजेने केवळ भीतीपोटी पाळू नयेत तर त्या समाजव्यवस्थेची गरज व विकास यासाठी आवश्यक म्हणून पाळाव्यात. यासाठी अधिमान्यता आवश्यक असते. कायदा व सुव्यवस्था हा राजकीय व्यवस्थेचा सर्वात महत्त्वाचा प्रश्न सोडविण्यासाठी सतत शक्तीचा उपयोग केल्यास राज्य करण्यासाठी अधिक शक्ती, अधिक खर्च लागतो., मात्र राजकीय व्यवस्थेला सनदशीरता प्राप्त झाली, तर कमी खर्चात व साधनात राज्य करता येते. यासाठी अधिमान्यता आवश्यक आहे. राजकीय व्यवस्थेला स्थिरता व निश्चितता अधिमान्यतेमुळे मिळते. राज्य करण्याचा अधिकार अधिमान्यतेमुळे प्राप्त होतो. शक्तीचे अधिकारात रूपांतर करण्यासाठी अधिमान्यता आवश्यक असते. लोकशाहीत सत्ताधीशांना नियंत्रित ठेवण्यासाठी

अधिमान्यता आवश्यक आहे. सत्ताधीशांनी स्वीकृत मूल्यांचे उल्लंघन केल्यास राजकीय सत्तेस सत्ता गमवावी लागते. देशाच्या विकासासाठी लोकांच्या निःस्वार्थ सेवेची, बलिदानाची आवश्यकता असते. लोकांनी देशासाठी थोडा त्याग करावा असे व्यवस्थेला वाटते. जर राजकीय व्यवस्थेला पूर्ण अधिमान्यता असेल तरच लोक त्याग करतात.

प्रश्न

अ) खालील प्रश्नांची थोडक्यात उत्तरे लिहा.

१. सत्ता म्हणजे काय ते सांगून तिच्या व्याख्या सांगा.

२. सत्तेचे प्रकार स्पष्ट करा.

३. अधिमान्यता प्राप्त करण्याचे मार्ग सांगा.

४. अधिसत्तेचे स्वरूप सांगा.

ब) खालील प्रश्न सोडवा : (५०० शब्दांत)

१. सत्ता आणि अधिसत्ता यातील संबंधाची चर्चा करा.

२. सत्तेच्या स्वरूपाची चर्चा करा.

प्रकरण ८

राजकीय परिवर्तन, राजकीय विकास
(Political Change, Political Development)

प्रास्ताविक

राजकीय संस्कृतीतून राजकीय विकासाची दिशा ठरत असते. कोणत्याही राजकीय व्यवस्थेस आपला विकास निश्चित दिशेने व्हावा असे वाटत असले, तरी त्यासाठी राजकीय व्यवस्थेत आवश्यक ते बदल घडवून आणावे लागतात.जेव्हा राजकीय क्षेत्रातील विविध घटकांतून असा बदल दिसू लागतो, तेव्हा होणाऱ्या बदलास परिवर्तन म्हटले जाते, मात्र परिवर्तन ही एकाएकी घडून येणारी प्रक्रिया नसते.परिवर्तन हे मानवी समाजाचे मुख्य लक्षण आहे. आधुनिक युगात परिवर्तनशीलतेने कमालीचा वेग धारण केला आहे. आज विविध क्षेत्रांत परिवर्तन ही संकल्पना वापरली जाते. ज्ञानाच्या कक्षा रुंदावणे, मानवी ज्ञानाच्या भौगोलिक कक्षा विस्तारणे, उत्पादन आणि वितरण पद्धतीत आमूलाग्र बदल घडून येणे यासारखे बदल हे परिवर्तनाचे सूचक असतात.

मानवी प्रयत्नाने अनेक नवनवीन क्षेत्रे पादाक्रांत केली असून एकीकडे मानवाची विध्वंसक शक्ती वाढत आहे, तर दुसरीकडे आधुनिकीकरणाच्या वेगामुळे प्रदूषण, मानसिक असंतुलन यासारखे प्रश्न निर्माण होत आहेत. यामुळे मानवी जीवनात विविध सुखांची रेलचेल होण्याबरोबरच आहेरे आणि नाहीरे यातील दरी वाढत आहे. एकंदरीत समाज अस्थिर होत आहे.तांत्रिक, आर्थिक व सामाजिक क्षेत्रांतील परिवर्तनामुळे राजकीय जीवनावर परिणाम होत आहे. शासकीय धोरण जिच्यामुळे ठरते, ती प्रक्रिया या दोहोंवर सामाजिक परिवर्तनाचा प्रभाव पडत असतो. उलट राजकीय नेते, राजकीय संस्था व राजकीय विचार यांचा भोवतालच्या जगावर प्रभाव पडत आहे. या प्रभावामुळे राजकीय परिवर्तनाची दिशा, व्याप्ती व गती ठरत असते. राजकीय परिवर्तन म्हणजे काय, ते कसे घडत असते, राजकीय परिवर्तनाविषयी काही सामान्य निष्कर्ष काढता

येतील का, असे अनेक प्रश्न आधुनिक राजकीय विश्लेषकांना भेडसावत आहेत. निरनिराळ्या देशांच्या विकासाची शास्त्रीय चिकित्सा करण्याचे प्रयत्न होत आहेत. या संदर्भात सुधारणा, क्रांती, विकास, आधुनिकीरण, गतिमानता असे अनेक शब्दप्रयोग केले जात आहेत. यातून राजकीय परिवर्तनाच्या अभ्यासाची आवश्यकता पटवून देण्याच्या अभ्यासकांच्या प्रयत्नांची आधुनिक राजकीय विश्लेषणात दखल घेणे क्रमप्राप्त ठरते.

अर्थ

राजकीय परिवर्तन ही संकल्पना आज सामाजिक शास्त्रांच्या दृष्टीने महत्त्वाची मानली जाते. कोणत्याही राजकीय व्यवस्थेत ज्या विविध प्रकारच्या क्रिया-प्रक्रिया सातत्याने घडत असतात व त्यातून होणाऱ्या बदलाचा प्रत्यक्ष व अप्रत्यक्ष परिणाम जेव्हा राजकीय व्यवस्थेवर होत असतो तेव्हा त्या बदलांना राजकीय परिवर्तन मानले जाते. एखाद्या समाजातील शासन, सत्तेचे विभाजन आणि अंमलबजावणी यावर परिणाम घडवून आणणाऱ्या रचना, प्रक्रिया आणि उद्दिष्टे यांमधील बदल म्हणजे राजकीय परिवर्तन होय. उदाहरणार्थ, एखाद्या देशाच्या पंतप्रधानाची जागा रिक्त होणे व त्या जागेवर नवीन नेता निवडला जाणे, एखाद्या देशाच्या संविधानात काही दुरुस्त्या केल्या जाणे इत्यादी. त्याचबरोबर अविश्वासामुळे एखादे सरकार अल्पमतात येत असेल अथवा एखाद्या देशात राजकीय उलथापालथ होऊन राजकीय सत्तेत मोठे बदल होत असतात इत्यादी गोष्टी राजकीय बदलाशी संबंधित आहेत, मात्र हे सर्व राजकीय बदल म्हणजे राजकीय परिवर्तन असे म्हणता येणार नाही. समाजातील राजकीय जीवनाला नवे वळण मिळाल्याचे स्पष्ट दिसते, त्यांनाच फक्त राजकीय परिवर्तन म्हणता येईल. याचे अधिक स्पष्टीकरण आपणास पुढील व्याख्येद्वारे करता येते-

एम. आर. डेव्हीस : 'राजकीय परिवर्तन सामाजिक व आर्थिक घटकांशी व्यापक अर्थाने निगडित आहे'.

सर्वसाधारण व्याख्या : 'ज्या घटनांमधून शासनपद्धतीच्या रचनांमध्ये मौलिक स्वरूपाचे बदल होतात किंवा शासक शासित संबंधामध्ये फेरफार घडतात किंवा सामाजिक संबंध साकार होतात, त्या घटनांचा समावेश राजकीय परिवर्तनात होऊ शकतो'.

'नागरिकांच्या विचार करण्याच्या पध्दतीत व कार्य करण्याच्या पध्दतीत होणाऱ्या मूलभूत स्वरूपाच्या बदलास राजकीय परिवर्तन म्हणतात'.

मूलभूत अर्थाने, राजकीय संरचनेत बदल म्हणजे राजकीय बदल असे म्हणता येईल. राजकीय व्यवस्थेत राजकीय संरचना म्हणजेच कायदेमंडळ, न्यायमंडळ व

कार्यकारीमंडळ, नोकरशाही इत्यादींबरोबरच विविध राजकीय संघटना यांचा समावेश होतो. या सर्व घटकांत परस्परसंबंध असतात. यातील परिवर्तन म्हणजे राजकीय परिवर्तन होय. राजकीय परिवर्तनाचा संबंध राजकीय बाबींबरोबरच सामजिक व आर्थिक घटकांशीही जोडला जातो. त्यामुळे राजकीय परिवर्तन या संकल्पनेचा विचार अनेक अंगांनी करावा लागतो.

राजकीय परिवर्तनाची वैशिष्ट्ये

१) सार्वत्रिकता : राजकीय बदलाचे एक महत्त्वाचे वैशिष्ट्य म्हणजे बदलाची ही प्रक्रिया सर्व स्तरांतून होत असते, किंबहुना बदलात सार्वत्रिकता अभिप्रेत असते. म्हणजेच राजकीय बदल हा सामाजिक बदलाप्रमाणेच सार्वत्रिक स्वरूपाची प्रक्रिया आहे. व्यवस्थेत विविध मार्गांनी बदल घडत असतात, मात्र एखाद दुसऱ्या घटकातील बदल म्हणजे परिवर्तन असे म्हणता येणार नाही, कारण परिवर्तन ही व्यापक स्वरूपाची संकल्पना असून राजकीय परिवर्तन हा त्यातील एक घटक आहे व राजकीय घटक व्यवस्थेतील सर्वच घटकांवर प्रभाव टाकत असतो. याचा अर्थ असा, की जगातील सर्वच देशांमध्ये किंवा सर्व प्रकारच्या राजकीय व्यवस्थांमध्ये राजकीय बदल घडून येत असतो. कोणताही देश मग तो विकसित असो की विकसनशील असो वा ती राजकीय व्यवस्था लोकशाही असो अथवा सर्वंकष असो त्यास अपवाद असू शकत नाही. अर्थात निरनिराळ्या देशांतील राजकीय बदलाची गती व प्रमाण यांत फरक असू शकतो, परंतु सर्व ठिकाणी बदल हा होतच असतो, म्हणूनच राजकीय बदलाला सार्वत्रिक प्रक्रिया असे म्हटले जाते.

२) गुंतागुंतीचे स्वरूप : परिवर्तनात विविध घटकांचा समावेश होत असल्याने ही प्रक्रिया गुंतागुंतीची असते.विविध घटकांतील सातत्यपूर्ण होणारा बदल हा व्यवस्थेतील परिवर्तनास साहाय्यभूत ठरत असतो. काही वेळा राजकीय बदलाची सुरुवात नेमकी कोणत्या घटकापासून व कशी झाली आहे हे सांगणेही कठीण असते. तसेच राजकीय बदलाला नेमका कोणता घटक कारणीभूत झाला हेही ठरविणे अवघड असते, कारण राजकीय बदलात अनेकविध घटकांचा समावेश होत असतो. ते सर्व घटक एकाच वेळी कार्यरत असतात. त्यांच्यातील परस्पर क्रिया-प्रतिक्रियांचा परिणाम सभोवतालच्या पर्यावरणावर सातत्याने होऊन परिवर्तनाची दिशा ठरत असते. त्यातील काही घटक इतरांना चालना देण्याचे कार्य करतात. त्या सर्वांतून क्रिया व प्रतिक्रिया यांची एक श्रृंखलाच तयार होते. त्यामुळे राजकीय बदलास कोणता घटक कारणीभूत झाला आहे हे प्रत्येक वेळी सांगणे अवघड असते.

३) तटस्थता : परिवर्तन ही विविध मार्गांनी व विविध स्तरांतून होणारी प्रक्रिया असली तरी राजकीय बदल ही तटस्थ संकल्पना आहे. याचा अर्थ असा, की राजकीय बदल चांगले किंवा वाईट, हितकारक वा अहितकारक असे कोणत्याही प्रकारचे असू शकतात. उदाहरणार्थ, स्वातंत्र्यानंतर झालेली फाळणी हा राजकीय परिवर्तनाचा भाग असला तरीही भारतात लोकशाहीला यश आलेले दिसते. तर पाकिस्तानात लोकशाहीला अपयश आलेले दिसून येते. एखाद्या देशातील राजकीय बदल हा त्या देशातील प्रगतीच्या किंवा विकासाच्या दिशेने घेऊन जाण्यास कारणीभूत होतो. याउलट दुसऱ्या देशातील राजकीय बदलामुळे त्या देशाची वाटचाल अधोगतीच्या किंवा क्वचित प्रसंगी विकासाच्या दिशेने होण्याचीही शक्यता असते. राजकीय बदलाकडे पाहण्याच्या निरनिराळया व्यक्तींच्या दृष्टिकोनातही भिन्नता असू शकते. एखाद्या राजकीय व्यवस्थेत घडून आलेले परिवर्तन काहींना इष्ट वाटेल, तर दुसऱ्या काहींना ते अनिष्टही वाटेल.त्याचप्रमाणे असे परिवर्तन समाजाच्या काही घटकांच्या दृष्टीने लाभदायक ठरू शकेल. याउलट काही घटकांच्या दृष्टीने ते हानिकारक होऊ शकेल.

४) गतीमधील भिन्नता : व्यवस्थेत होणाऱ्या बदलाची स्थिती कशी आहे–म्हणजे तिची गती कशी आहे यावरून त्या व्यवस्थेचे स्वरूप ठरत असते. राजकीय बदल ही संकल्पना सार्वत्रिक स्वरूपाची असली आणि सर्वच देशांत व तेथील व्यवस्थेत राजकीय बदल होत असला, तरी त्या बदलाची गती सर्वत्र सारखीच नसते. राजकीय परिवर्तनावर विविध घटकांचा व व्यवस्थेअंतर्गत असलेल्या भिन्नतेचा परिणाम होत असतो. दुसऱ्या शब्दात सामाजिक बदलाच्या गतीमध्ये देश, काल, परिस्थितीनुसार बदल असू शकतात. प्रत्येक देशाच्या राजकीय परिस्थितीच्या स्वरूपानुसार राजकीय बदलाची गती अवलंबून असते. काही देशांमध्ये किंवा राजकीय व्यवस्थांमध्ये राजकीय स्थैर्याला प्राधान्य दिलेले असते. त्याकरिता निरनिराळया प्रकारचे उपाय योजण्यात येतात. राजकीय स्थैर्याकडे लक्ष पुरविलेल्या देशामध्ये राजकीय बदलाची गती काहीशी मंद असते. याउलट राजकीय अस्थिरतेच्या वातावरणातून वाटचाल करीत असलेल्या देशांत अतिशय वेगाने बदल होत असल्याचे पाहावयास मिळते.

५) विविध मार्ग : राजकीय परिवर्तन ही विविधमार्गी प्रक्रिया आहे.व्यवस्थेच्या विविध अंगांत विविध मार्गांनी सातत्याने परिवर्तनाची प्रक्रिया सुरू असते. ती शांततापूर्ण किंवा हिंसात्मक अशा दोन्ही प्रकारची असू शकते. व्यवस्थेतील विविध बदल हे शांततेच्या मार्गाने तसेच हिंसात्मक मार्गाने देखील होतात. राजकीय क्रांती हा देखील राजकीय परिवर्तनाचा एक मार्गच असतो. क्रांतिकारक परिवर्तन हे सामान्यतः हिंसात्मक किंवा सशस्त्र मार्गाने झालेले परिवर्तन असते. त्याचबरोबर व्यवस्थेतील बदल शांततेच्या

किंवा सुधारणेच्या मार्गाने देखील घडून येत असतो. दोहोत फरक करायचा झाला तर असे म्हणता येईल, की क्रांतिकारक बदल हा व्यापक स्वरूपाचा असतो की ज्यामुळे मोठया प्रमाणावर राजकीय उलथापालथ घडून येत असते. उदा.फ्रान्सची राज्यक्रांती, पहिले व दुसरे महायुद्ध, तर सुधारणात्मक बदल हे शांततेच्या मार्गाने होत असतात.उदा.भारतातील सामाजिक सुधारणा, स्त्री मतदानाचा हक्क व प्रतिनिधित्व इत्यादी. परंतु सुधारणेच्या किंवा शांततेच्या मार्गाने घडून येणारे परिवर्तन हे धीम्या गतीने व मर्यादित स्वरूपाचे असते.

राजकीय परिवर्तनाची कारणे

राजकीय बदलाचे स्वरूप हे गुंतागुंतीचे असते. त्याप्रमाणेच राजकीय बदल घडून येण्यास अनेक घटक कारणीभूत असतात. राजकीय वातावरणाचा व्यवस्थेवर सातत्याने परिणाम होत असतो. विविध घटकांच्या सक्रियतेमुळे राजकीय परिवर्तनाची अनेक कारणे असू शकतात, म्हणूनच काही वेळा राजकीय बदलाच्या निश्चित घटकांचा शोध घेणे कठीण होते. अर्थात काही ठिकाणी एखादा विशिष्ट घटकही राजकीय बदलाचे कारण असू शकतो,परंतु बऱ्याच बाबतीत तो निरनिराळ्या प्रकारच्या घटकांच्या प्रभावांचा एकत्रित परिणाम असतो. त्यातील प्रमुख कारणे पुढीलप्रमाणे-

१) आर्थिक घटक : कोणत्याही व्यवस्थेतील परिवर्तनास कारणीभूत ठरणारा सर्वात महत्त्वाचा घटक म्हणून आर्थिक घटकाचा उल्लेख करावा लागतो, कारण आर्थिक घटक हा व्यवस्थेतील सर्वच स्तरांवर प्रभाव टाकत असतो. तसेच कोणत्याही समाजाच्या अर्थव्यवस्थेत होणारे क्रांतिकारक बदल हे त्या समाजाच्या राजकीय जीवनावरही मोठा परिणाम घडवून आणतात.उदा. १९व्या शतकात झालेल्या औद्योगिक क्रांतीमुळे युरोपात भांडवलशाही व्यवस्थेचा उदय झाला. औद्योगिक क्रांतीमुळे वस्तू व सेवांचे उत्पादन मोठ्या प्रमाणावर वाढून आर्थिक घटकास महत्त्व प्राप्त झाले. या भांडवलशाही व्यवस्थेने तत्कालीन युरोपच्या राजकारणाचे स्वरूप आमूलाग्र बदलून टाकले. अर्थव्यवस्थेचा किंवा आर्थिक घटकाचा राजकारणावर होणाऱ्या परिणामांत पुढील घटकांचा समावेश होतो –

अ) समाजव्यवस्थेचा पायाभूत घटक : आर्थिक घटकास समाजव्यवस्थेचे आधार म्हटले जाते. साम्यवादाचा जनक कार्ल मार्क्स याने तर आर्थिक घटकास अवास्तव महत्त्व देऊन व्यवस्थेच्या परिवर्तनास केवळ आर्थिक घटकच कारणीभूत असल्याचे म्हटले आहे. त्याच्या मते, आर्थिक घटक हा संपूर्ण समाजव्यवस्थेचा पायाभूत घटक असतो. कोणत्याही समाजातील राजकीय व्यवस्थेची उभारणी ही त्या समाजाच्या

आर्थिक पायावर होत असते व इतर सर्व प्रकारच्या व्यवस्था या त्यावरच आधारित रचना असतात. म्हणजे आर्थिक घटक किंवा अर्थव्यवस्था हा सामाजिक रचनेचा पाया असतो आणि अन्य व्यवस्था म्हणजे त्या पायावर उभा राहिलेला डोलारा असतो, त्यामुळे समाजाच्या अर्थव्यवस्थेत म्हणजे समाजातील उत्पादनासंबंधात बदल घडून आले तर राजकीय व सामाजिक व्यवस्थेतही क्रांतिकारक बदल होतात, म्हणूनच मार्क्सने असे म्हटले आहे की, 'समाजातील आर्थिक शक्ती इतिहासाचा प्रवाह निश्चित करतात'.त्याने व्यवस्थेतील क्रांतिकारक बदलासाठी आर्थिक घटक महत्त्वाचा मानून त्या आधारावरच आपल्या सिद्धांताची मांडणी केली आहे.

ब) आर्थिक सत्तेचे राजकारणावरील नियंत्रण : राजकारण हे आर्थिक सत्तेचे वास्तविक स्वरूप असते. विविध राजकीय उलथापालथ होण्यास आर्थिक घटकाचा सहभागच अधिक असतो. पहिल्या व दुसऱ्या महायुद्धास समाजवादास व वसाहतवादास कारणीभूत मानले जाते; मात्र त्याचे मूळ आर्थिक घटकातच सापडते. कार्ल मार्क्स याचे विचार सर्वच राजकीय विचारवंतांना मान्य आहेत असे नाही. मार्क्सने आपल्या तत्त्वज्ञानात आर्थिक घटकांना अवास्तव महत्त्व दिल्याची टीका अनेकांनी केली आहे. परंतु मार्क्सच्या विचाराशी सहमत नसलेल्या विचारवंतांनाही राजकारणावरील आर्थिक घटकांचा प्रभाव नाकारता आला नाही. कोणत्याही देशाचे राजकारण तेथील अर्थव्यवस्थेशी निगडित झालेले असते. हा सार्वत्रिक अनुभव आहे. राजकीय परिस्थितीच्या या वास्तवतेची दखल सर्वांनाच घ्यावी लागते. आर्थिक सत्ता राजकारणावर कसे नियंत्रण गाजविते याचे दर्शन पदोपदी होत असते. संसदीय शासनप्रणालीत कार्यकारी मंडळ कायदेमंडळास जबाबदार राहून कार्य करते, तेव्हा त्यांच्यातील परस्परसंबंधात आर्थिक घटक हाच एकमेव नियंत्रणाचा मुख्य आधार असल्याचे स्पष्ट होते. आर्थिकदृष्ट्या प्रबळ वर्गाच्या हाती राजकीय सत्तेचे केंद्रीकरण हे आधुनिक व्यवस्थांचे लक्षण बनत चालले आहे. आर्थिक घटकाचे हे महत्त्व लक्षात घेता तो राजकीय परिवर्तनाचे कारण ठरावा यात काहीच आश्चर्य नाही. आर्थिक व्यवस्थेच्या कोणत्याही भागात होणाऱ्या बदलांचे परिणाम समाजाच्या राजकीय जीवनावर अपरिहार्यपणे होतात आणि त्यातून राजकीय बदलास चालना मिळतात.

क) आंतरराष्ट्रीय संबंध व आर्थिक घटकांचा प्रभाव : आज आधुनिक राजकीय व्यवस्थेचे स्वरूप व व्याप्ती पाहता तिला देश, काल व समाजाच्या मर्यादा उरलेल्या नाहीत, त्यामुळे आर्थिक घटक केवळ विशिष्ट देशांतर्गत राजकारणावरच आपला प्रभाव टाकतात असे नाही, तर आंतरराष्ट्रीय राजकारणावरही प्रभाव टाकतात. आंतरराष्ट्रीय राजकारणात घडून येणाऱ्या अनेक घडामोडी आणि त्यातून होणारे परिवर्तन यापाठीमागे

अर्थकारणाचाच प्रभाव असतो. १९९१ नंतर जागतिकीकरणाच्या प्रक्रियेने वेग घेतल्यानंतर तर बहुराष्ट्रीय कंपन्यांकडून विकसनशील देशांच्या राजकारणात होत असलेला प्रत्यक्ष व अप्रत्यक्ष हस्तक्षेप हे याचे उदाहरण होय. अलीकडील दशकात काही प्रगत राष्ट्रांनी अवलंबलेले आर्थिक साम्राज्यवादाचे धोरण हा जगातील अनेक देशांच्या चिंतेचा विषय बनला आहे. अमेरिका व इराक दरम्यान निर्माण झालेल्या तणावाचे खरे कारण खनिज तेलाचे अर्थकारण हे होय किंवा भारताच्या आर्थिक महासत्तेला अमेरिकेचा हिरवा कंदिल म्हणजे चीनचा आर्थिक दर्जा कमी भासविण्याचा जागतिक अर्थकारणाचाच भाग आहे. आंतरराष्ट्रीय संबंधावर आर्थिक घटकांचा असलेला प्रभावही राजकीय बदलाचे कारण ठरत असतो.

२) सामाजिक घटक : आर्थिक घटकाचा राजकीय परिवर्तनावर प्रभाव असणे जसे स्वाभाविक आहे, त्याचप्रमाणे सामाजिक घटकही राजकीय बदलास चालना देतात. समाजाचा आद्य घटक म्हणून सामाजिक शास्त्रात मानवाच्या विशेष संबंधांना महत्त्व दिले जाते. मानवाचे सामाजिक जीवन त्याच्या राजकीय जीवनाशी निगडित असते, त्यामुळे त्यांचा परस्परांवर प्रभाव असणे अगदी स्वाभाविक असते. मानवाचे सामाजिक जीवन सातत्याने बदलणारे असते. या बदलासच सामाजिक बदल किंवा सामाजिक परिवर्तन असे म्हणतात. सामाजिक परिवर्तन हे बऱ्याच वेळा राजकीय परिवर्तनाचे कारण ठरते. सामाजिक व्यवस्थेत होणाऱ्या बदलाचा परिणाम राजकीय क्षेत्रावर होणे हा राजकीय परिवर्तनाचाच भाग असतो. सामाजिक संबंधात होणाऱ्या बदलांमुळे समाजातील सत्ता संबंधाचे स्वरूप बदलणे हे राजकीय परिवर्तनातून आपोआप घडत असते. अशा प्रकारे सामाजिक घटक राजकीय परिवर्तन घडवून आणण्यास साहाय्यभूत ठरतात. त्यात सामाजिक चळवळीचा वाटा मोठा असतो.

सामाजिक चळवळी : सामाजिक चळवळी या राजकीय परिवर्तनाचे माध्यम म्हणून भूमिका पार पाडताना दिसतात, कारण सामाजिक चळवळीमुळे कोणत्याही समाजात फार मोठे बदल होत असतात. किंबहुना सामाजिक परिवर्तनाच्या एका विशिष्ट उद्देशानेच या चळवळी सुरू करण्यात आलेल्या असतात, त्यामुळे जसजसा त्यांचा प्रभाव वाढत जातो, तसतसे सामाजिक परिवर्तनाला अनुकूल वातावरण तयार होते, परंतु सामाजिक चळवळींचा प्रभाव सामजिक क्षेत्राबरोबरच राजकीय, सांस्कृतिक अशा अनेक क्षेत्रांत जाणवू लागतो. तेव्हा त्याचे क्षेत्र निश्चितच विस्तारते. सामाजिक चळवळीमुळे राजकारणाला नवे परिमाण लाभल्याची अनेक उदाहरणे आहेत. महाराष्ट्रात १९ व्या शतकाच्या उत्तरार्धात आणि २० व्या शतकाच्या सुरुवातीस सुरू झालेल्या सत्यशोधक व ब्राम्हणेतर चळवळीमुळे येथील राजकारणातील उच्चवर्णीयांचा प्रभाव ओसरत गेला

आणि बहुजन समाजाच्या हाती राजकीय नेतृत्वाची सूत्रे आली. सत्तेच्या विकेंद्रीकरणासाठी पंचायत राज्याच्या स्थापनेचे यश हा भारताच्या निरनिराळ्या प्रांतांतील समाजसुधारणेच्या चळवळींचा परिणाम होता असे म्हटले तर ते वावगे ठरू नये. सामाजिक चळवळींनी कनिष्ठ जातीच्या म्हणविल्या गेलेल्या लोकांची अस्मिता जागृत केली, त्यामुळे त्यांच्यात आपल्या राजकीय हक्कांविषयी जागृती निर्माण होऊन राजकारणातील एक प्रभावी शक्तीचा त्यांचा उदय होण्याची प्रक्रिया सुरू झाली. तसेच त्याचा राजकीय क्षेत्रात परिवर्तन घडवून आणण्यास हातभार लागलेला दिसतो. भारतातील समाजसुधारणेच्या चळवळीमुळे येथील स्त्रियांच्या सामाजिक स्थितीत सुधारणा झाली. स्त्रियांच्या दृष्टीने अन्यायकारक ठरलेल्या अनेक प्रथा-परंपरा यांचे हळूहळू समाजातून उच्चाटन झाले, परंतु त्याच चळवळीमुळे स्त्रियांना राजकीय क्षेत्रातही महत्त्वाचे स्थान प्राप्त झाले. यावरूनही सामाजिक घटकांचा राजकीय परिवर्तनातील सहभाग स्पष्ट होतो.

३) तंत्रविद्यात्मक घटक : राजकीय बदलास कारणीभूत होणाऱ्या आणखी एका महत्त्वाच्या घटकात तंत्रज्ञानात्मक घटकांचा समावेश होतो. मानवाने आपल्या बुद्धिचातुर्याच्या जोरावर शोधून काढलेली विविध उपकरणे आणि उत्पादनाच्या तसेच अन्य प्रकारच्या कामांसाठी त्याने अशा उपकरणांचा केलेला वापर यालाच 'तंत्रशास्त्र' असे म्हटले जाते. आज मानवाने आपल्या दैनंदिन जीवनातील विविध प्रश्नांच्या सोडवणुकीसाठी तंत्रविद्यात्मकतेला प्राधान्य दिलेले दिसते. मानव समाजाच्या अगदी प्राथमिक अवस्थेपासून तंत्रविद्येचा वापर करत आलेला आहे.तथापि आधुनिक काळात या क्षेत्रात केलेली प्रगती खरोखर थक्क करून सोडणारी आहे. अर्थात तंत्रविद्येच्या क्षेत्रातील प्रगतीला विज्ञान कारणीभूत झालेले आहे. आधुनिक काळात विज्ञानाची झपाटयाने प्रगती झाली. क्रांतिकारक म्हणता येतील असे अनेक प्रकारचे वैज्ञानिक शोध लागले. विज्ञानाच्या या प्रगतीचा मानवाने तंत्रज्ञानाच्या क्षेत्रातील प्रगतीसाठी उपयोग करून घेतला. आधुनिक काळात तंत्रविद्येच्या साहाय्याने आश्चर्यकारक प्रगती साधलेली आहे.

तंत्रज्ञान व राजकीय परिवर्तन:तंत्रज्ञान हा मानवी विकासाचा निकष समजला जाऊ लागला आहे. मानवाने विज्ञान व तंत्रविद्येच्या क्षेत्रात केलेल्या या प्रगतीमुळे राजकीय क्षेत्रातही अनेक महत्त्वपूर्ण बदल घडून येत आहेत. दळणवळणाच्या सुविधांतील झालेली वाढ व संसूचनातील क्रांतिकारक बदल ही आधुनिक काळातील तंत्रज्ञानाची देणगी आहे. आज तंत्रविद्येने मानवाचे जीवन आमूलाग्र बदलून टाकले आहे. त्याची एक बाजू प्रकाशाची असली तरी दुसऱ्या बाजूला असलेला काळोख दुर्लक्षून चालणार

नाही. जगात साम्राज्यशाहीचा झालेला उदय व विस्तार हे त्याचे उदाहरण होय. साम्राज्यशाहीच्या उदयास प्रामुख्याने तंत्रविद्येच्या क्षेत्रातील प्रगती कारणीभूत झालेली होती. पुढे या साम्राज्यशाहीमुळेच जगातील वासाहातिक राष्ट्रात नव्या राजकीय नेतृत्वाचा उदय होऊन तेथे साम्राज्यशाही लढ्यांना जोर चढला. तंत्रविद्येच्या क्षेत्रातील प्रगतीमुळेच मानवाच्या हाती अत्यंत विनाशकारी शस्त्रास्त्रेही लागली. ही गोष्टही राजकीय बदलास साहाय्यभूत झाली आहे. आकाशवाणी-दूरदर्शन यांसारख्या प्रसारमाध्यमांचा राजकारणावर होत असलेला परिणाम हा आपल्या नित्याच्या अनुभवाचा भाग आहे. तंत्रविद्येच्या प्रगतीमुळे सामान्य जनतेत मोठ्या प्रमाणावर राजकीय प्रगती घडून आली आहे, त्यामुळे प्रत्येक देशातील राजकारणाला नवी दिशा प्राप्त होऊ लागली आहे.

४) धार्मिक घटक : धर्माचा राजकारणावरील प्रभाव हा पुरातन काळापासून चालत आलेल्या ऐतिहासिक परंपरेचा भाग बनलेला आहे. परस्परांच्या संबंधातून झालेल्या लढाया आणि त्यामुळे तत्कालीन राजकारणाला मिळालेली कलाटणी यांच्या वर्णनाने इतिहास भरलेला आहे. प्राचीन व मध्ययुगीन काळात धर्माचा राजकारणावरील अंमल अतिशय प्रभावी होता. या काळात धर्माच्या नावावर जितक्या लढाया झाल्या व जितका रक्तपात झाला तो अन्य कोणत्याही कारणाने क्वचितच झाला असेल. जुन्या काळात धर्माने संपूर्ण मानवी जीवनच व्यापून टाकले होते. समाजजीवनाच्या सर्व स्तरांवर धर्माचा व धार्मिक कल्पनांचा विलक्षण पगडा होता. राजकारणाचे क्षेत्र हे त्यास अपवाद नव्हते. राज्यसत्तेवरही नियंत्रण ठेवण्याइतके सामर्थ्य व अधिकार धर्मसंस्थेच्या हाती एकवटले होते, त्यामुळे राकजकारणात हवे तसे बदल घडवून आणणे तिला अशक्य वाटत नव्हते. राजेशाहीत तर राजा हा ईश्वराचा अंश असून त्याची आज्ञा म्हणजे ईश्वराचीच आज्ञा मानली जात होती. त्यामुळे एक प्रकारे राजसत्तेला धर्मामुळे अभय प्राप्त झाले होते.

राजकारणावरही धर्मसंस्थेचा प्रभाव : धर्माचा राजकारणावरील प्रभाव आधुनिक काळातही कमी झालेला नाही. हे सध्याच्या काळातील राजकारणाच्या अध्ययनावरून निदर्शनास येते. आज जागतिक पातळीवर राजकारणात धार्मिक मूलतत्त्ववाद्यांचा प्रभाव प्रचंड प्रमाणावर वाढत चालला आहे. काही देशांत तर तेथील राजकारणाची सर्व सूत्रे धार्मिक अतिरेकी गटांच्या हाती गेलेली आहेत. त्यामुळे जागतिक राजकारणात अनेक महत्त्वपूर्ण बदल घडून येऊ लागले आहेत. अमेरिका आणि मध्यपूर्वेतील मुस्लीम मूलतत्त्ववादी गट व संघटना यांच्यातील संघर्षाने अलीकडील काळात जागतिक शांतता व सद्भाव यांचेपुढे गंभीर धोका निर्माण झाला आहे. भारतातील सध्याच्या राजकीय परिस्थितीचे अवलोकन केल्यास येथील राजकारणही धर्माने कसे प्रभावित

केले आहे हे पाहावयास मिळते. गेली दोन दशके भारताच्या राजकारणात धार्मिक प्रश्नांशी संबंधित असलेले मुद्देच विशेष प्रभावी ठरले आहेत, त्यामुळे भारतीय राजकारणात मोठे स्थित्यंतर घडून आले आहे. त्याच्या जोडीने राजकीय जीवनात मोठी अस्थिरता निर्माण झाली आहे.

राजकीय तत्त्वप्रणाली : मनुष्य हा विवेकशील प्राणी आहे. आपल्या बुद्धीला पटणारी तत्त्वे व विचार याविषयी आग्रही भूमिका घेणे हे मानवी स्वभावाचे एक वैशिष्ट्य मानले जाते. या वैशिष्ट्यामुळेच राजकीय तत्त्वप्रणाली ही राजकीय परिवर्तनाचे महत्त्वाचे कारण ठरली आहे. प्रत्येक व्यक्ती एखाद्या राजकीय तत्त्वज्ञानाशी किंवा विचारप्रणालीशी बांधीलकी मानते. अर्थात सर्वच व्यक्ती स्वतःच्या बुद्धीला पटणाऱ्या विचारप्रणालीचा आग्रहाने पुरस्कार करतात असे म्हणता येणार नाही, परंतु काही व्यक्ती मात्र त्यासंबंधी बऱ्याच आग्रही असतात. त्यामुळे आपणास पटणारी मते व विचार प्रत्यक्षात उतरविण्यासाठी त्यांच्याकडून प्रयत्न केले जातात. राजकीय विचारप्रणाली ही समाजातील व्यक्तींना कार्यप्रवण बनविणारी एक महत्त्वाची प्रेरक शक्ती असते. त्यामुळे राजकीय जीवनात परिवर्तन घडवून आणण्याची प्रेरणा देण्याचे कार्य तिच्याकडून केले जाते. युरोपात १९व्या शतकात उदारमतवादाचा जो प्रसार झाला, त्यामुळे तेथे लोकशाहीच्या विकासाला चालना मिळाली.समाजवाद, साम्यवाद यांसारख्या तत्त्वप्रणालींनी निरनिराळ्या देशांच्या राजकारणात फार मोठे बदल घडवून आणले आहेत. बऱ्याच वेळा राजकीय क्रांती घडवून आणण्यास वैचारिक जागृती कारणीभूत झाली असल्याचे आपणास आढळून येते. राजकीय तत्त्वप्रणाली, मग ती डावी असो अगर उजवी असो,प्रतिगामी वा पुरोगामी असो मानवाचे विचार व भावना दोहोंनाही खाद्य पुरविते. त्यातून राजकीय परिवर्तनाच्या प्रक्रियेला चालना मिळते.

५) राजकीय व्यवस्थेमधील उणिवा : राजकीय व्यवस्थेतील उणिवा हेही राजकीय बदलाचे एक कारण आहे. कोणत्याही राजकीय व्यवस्थेकडून जनतेच्या काही किमान अपेक्षा असतात. या अपेक्षांची पूर्तता राजकीय व्यवस्थेने करणे आवश्यक असते.जर राजकीय व्यवस्था जनतेच्या या अपेक्षा पूर्ण करू शकली नाही, तर तिच्याविषयी जनतेच्या मनात असंतोष निर्माण होणे स्वाभाविक असते, परंतु अनेकदा राजकीय व्यवस्थेमधील काही उणिवांमुळे तिला जनतेच्या किमान अपेक्षा पूर्ण करणे वा आपली कर्तव्ये व्यवस्थितपणे पार पाडणे शक्य होत नाही. काही प्रसंगी राजकीय व्यवस्थेचे काही विभाग आपली कामे परिणामकारक रीतीने करू शकत नाहीत. काही वेळा राजकीय व्यवस्थेत निरनिराळ्या पदांवर काम करणाऱ्या व्यक्ती किंवा व्यवस्थेच्या यंत्रणा कार्यक्षम राहात नाहीत, तर काही वेळेस संपूर्ण भ्रष्टाचार, लाचलुचपत, वशिलेबाजी.

पक्षपात यांसारखे गंभीर दोष शिरकाव करतात. वरील कारणाने राजकीय व्यवस्था आपली भूमिका चांगल्या प्रकारे पार पाडण्यास असमर्थ ठरते, त्यामुळे त्या व्यवस्थेत काही महत्त्वपूर्ण बदल घडवून आणण्याच्या दृष्टीने निरनिराळे घटक प्रयत्न करू लागतात. राजकीय बदलाचे हेही एक महत्त्वाचे कारण आहे.

वरील कारणाशिवाय राजकीय नेतृत्वाची भूमिका, शिक्षणाचा प्रसार, औद्योगिकीकरण, प्रादेशिकता, आंतरराष्ट्रीय परिस्थिती इत्यादी कारणांचाही या संदर्भात उल्लेख करणे आवश्यक ठरत असते. यापैकी प्रत्येक घटक राजकीय बदलास कमी अधिक प्रमाणात कारणीभूत ठरत असतो. अर्थात एखाद्या विशिष्ट देशातील राजकीय बदलास कोणते घटक कारणीभूत ठरतील हे त्या ठिकाणची स्थानिक परिस्थिती व त्या देशाच्या राजकीय विकासाची अवस्था यावर अवलंबून असते.

राजकीय परिवर्तनाचे मार्ग/दिशा

१) शासन पद्धतीची पुनर्रचना : औपचारिक वा अनौपचारिकपणे शासनपद्धतीत मौलिक फेरबदल घडतात. एखाद्या कायद्यात किंवा संविधानातील दुरुस्तीतून बदल घडवून आणला जातो, तेव्हा तो बदल हा औपचारिक स्वरूपाचा असतो, तर संविधान रचना किंवा कायद्यात कोणताही विशेष बदल न होता शासनपद्धतीत घडून येणारा बदल हा अनौपचारिक स्वरूपाचे परिवर्तन असते. कोणत्याही शासनव्यवस्थेत अशा प्रकारचे परिवर्तन कमी-अधिक फरकाने घडून येत असते.परिवर्तनाचा हा औपचारिक तसेच अनौपचारिक मार्ग असतो. शासनपद्धतीत प्राचीन काळापासून असे बदल होत आलेले आहेत. या बदलातून अनेकदा चांगले तसेच वाईटही परिणाम घडून आलेले आहेत. शिवाय भूतकाळातील या बदलांचा उपयोग अनेकदा वर्तमान काळातील परिवर्तनासाठी देखील केला जातो. राजेशाहीची जागा सरंमजामदारीने, सरंमजामदारीची जागा वसाहतवादाने, वसाहतवादाची जागा साम्राज्यवादाने, साम्राज्यवादातून साम्यवाद तर पुढे भांडवलवाद व लोकशाहीबरोबरच समाजवाद इत्यादी शासनांच्या पुनर्रचनेतून शासनपद्धतीत परिवर्तन घडून आलेले आहे. दुसऱ्या महायुद्धानंतर जागतिक परिवर्तनास झपाट्याने सुरुवात झाली. यानंतरचा काळ हा परिवर्तनाचे युग म्हणून मानला जातो, कारण येथपासून जागतिक स्तरांतून मोठ्या प्रमाणात परिवर्तनास महत्त्व प्राप्त झाले. त्यानंतर अलीकडील दशकांत जागतिकिकरणाची प्रक्रिया ही जागतिक परिवर्तनाच्या भूमिकेचाच परिणाम आहे. भविष्यात जागतिक शासनव्यवस्थेची निर्मिती झाल्यास ती राजकीय परिवर्तनाची सर्वोच्च स्थिती ठरावी यात नवल नसावे.

२) शासक शासित संबंधात बदल : कोणतीही राजकीय व्यवस्था, जनता व राज्यकर्ते या शिवाय असू शकत नाही.राजकीय व्यवस्थेत शासन व शासित यांचा संबंध प्राचीन काळापासूनचा आहे.वेगवेगळया काळांत वेगवेगळया शासनव्यवस्था जगाच्या पाठीवर येऊन गेल्या. त्या सर्व व्यवस्थांत शासन व जनता यांचा संबंध महत्त्वाचा राहिला आहे. शासनव्यवस्था कोणत्याही स्वरूपाची असली तरी तेथे शासनाला शासिताशिवाय अर्थ प्राप्त होत नाही. थोडक्यात, शासक व शासित यातील संबंध हा राजकीय व्यवस्थेत महत्त्वाचा असतो. मग त्या शासनाचे स्वरूप कोणतेही असो. प्रत्येक राजकीय व्यवस्थेत शासक संबंधात एका विशिष्ट आकृति बंधात शासकांचा, तर कधी शासितांच्या पुढाकाराने बदल घडण्याची शक्यता असते. उदा.रशियन लोकांनी अनेक वर्षांपासून साम्यवादी शासनाच्या आधिपत्याखाली राज्यकारभार करतानाच तेथील जनतेने केलेल्या लोकशाहीकरणाच्या मागण्यांची दखल घेऊन गोर्बाचेव्ह सरकारने तेथील शासक-शासित संबंधाबाबत जे महत्त्वाचे बदल केले, त्याचे येथे उदाहरण म्हणून सांगता येते.

३) सामाजिक संबंध : कोणत्याही समाजाची विशिष्ट अशी रचना असते. या रचनेवर भूतकाळातील प्रदीर्घ वाटचालीचा प्रभाव असतो. त्यांचे स्वरूप सामाजिक रूढी व परंपरेतून घडत आलेले असल्याने त्यात बदल म्हणजेच सामाजिक परिवर्तन घडून येण्यास मोठा कालावधी लागतो. अनेकदा सामाजिक स्वरूपाच्या बदलास समाज अनुकूल नसतो, तर कधी समाजातील प्रस्थापितांकडून त्यास विरोध केला जातो, परंतु अशा समाजातही सामाजिक परिवर्तनाची लाट आल्याशिवाय राहात नाही. एखाद्या समाजात सामाजिक संबंधाची फेरजुळवणी होण्याचे मूलगामी परिणाम राजकारणावर होत असतात. शतकानुशतके राजकीय परिघाबाहेर ठेवण्यात आलेल्या बहुसंख्याक समाजाकडून उपेक्षितपणाच्या भावनेतून जागृती घडून येऊन त्यांचेकडून राजकीय प्रक्रियेवर प्रभाव टाकला जाऊ शकतो. उदा. डॉ.बाबासाहेब आंबेडकरांनी दलितवर्ग संघटित करून तेव्हाच्या परिस्थितीत सामाजिक परिवर्तन घडवून आणले आहे.

४) नवीन तंत्रज्ञान : विज्ञान आणि तंत्रज्ञानाच्या प्रगती व प्रसारामुळे सामाजिक संबंधात तसेच शासक व शासित संबंधात कमालीचे बदल घडून आले आहेत. आज दळण-वळण, संप्रेक्षण, दूरसंचार, उत्पादनतंत्र इत्यादींची कार्यक्षमता वाढलेली आहे. लोकसंख्या नियंत्रित ठेवणे नवीन तंत्रज्ञानामुळे शक्य झाले आहे. एकमेकांपर्यंत संदेश पाठविणे शक्य झाले आहे. सर्व जगातील व्यक्तींना घरात बसूनही जगात चाललेल्या घडामोडींवर लक्ष ठेवता येत आहे. औद्योगिक क्षेत्रात तर नव्या तंत्रज्ञानाचा प्रवेश

झाल्यामुळे संगणकाचे क्षेत्र वाढत आहे.तसेच या नवीन तंत्रज्ञानामुळे सर्व व्यवहार संगणकाच्या साहाय्याने होत आहेत.

५) आर्थिक बदल : समाजाचा अभ्यास करताना जरी आर्थिक, सामाजिक व राजकीय व्यवस्थांचा वेगवेगळा विचार अभ्यासक करीत असले, तरी वस्तुतः त्या व्यवस्था एकमेकांशी निगडित अशाच असतात. ज्यांचे मुळीच राजकीय परिणाम संभवत नाहीत असे काही सामाजिक व आर्थिक बदल असू शकतात. तरी प्रत्यक्षात मात्र कोणताही आर्थिक व सामाजिक बदल लक्षणीय प्रमाणावर समाजात घडतो. तेव्हा त्याचा परिणाम राजकीय परिवर्तनावर पडत असतो. राज्यकर्त्यांनी सार्वजनिक क्षेत्रापेक्षा खाजगी क्षेत्राला झुकते माप देणे हा बदल वरवर पाहता आर्थिक स्वरूपाचा दिसत असला, तरी मुळात तो राजकीय स्वरूपाचा असतो आणि जातीय व धार्मिक दंगलीच्या मुळाशी राजकीय प्रवाहच असतो. हे तथ्य आता सर्वमान्य झाले आहे.

आर्थिक धोरणांमधील बदल, आयात-निर्यात निर्बंधाचे कमी अधिक शिथिलीकरण, चलनवाढ व क्रयवस्तूच्या किमतीतील चढउतार अशा आर्थिक बदलांचे परिणाम राजकीय बदलावर होतात, पण आर्थिक व राजकीय बदल यातील संबंध एवढ्यापुरताच मर्यादित नसतो, तर अधिक खोलवर जाणारा असतो.

६) सामाजिक बदल : सामाजिक क्षेत्रातील परिवर्तनामुळे राजकीय जीवनावर परिणाम होत आहे. शासकीय धोरण ज्या गोष्टीमुळे ठरते, ती प्रक्रिया या दोहोंवर सामाजिक परिवर्तनाचा प्रभाव पडत असतो. तसेच समाज म्हणजे अनेक व्यक्तींचा समूह असतो व त्यातून भोवतालच्या परिस्थितीतून राजकीय परिवर्तन होत असते. समाजात अनेक लहान, मोठे संघर्ष होत असतात, त्यातून वेगवेगळ्या स्वरूपाचे बदल सातत्याने सामाजिक वातावरणात होत असतात. सामाजिक बदलांचा थेट प्रभाव राजकीय परिवर्तनावर पडत असतो.

मानव हा समाजाचा केंद्रबिंदू असतो. मानवाच्या प्रत्येक कृतीचे प्रतिबिंब समाजावर पडत असते. या कृती सामाजिक, आर्थिक व राजकीय अशा कोणत्याही स्वरूपाच्या असतात, मात्र त्यांचा संबंध प्रत्यक्ष राजकीय कृतींशी येतच असल्याने अशा सामाजिक कृतींना राजकीय वळण देण्याचा जाणीवपूर्वक प्रयत्न केला जातो. सामाजिक वातावरणात तर अशा कृतींकडे विरोधकांचे शक्ती प्रदर्शनाचे हत्यार म्हणून पाहिले जाते, त्यामुळे लोकशाही शासनाकडून विरोधकांना सामाजिक शक्तीप्रदर्शनाची संधी मिळणार नाही याचीच अनेकदा खबरदारी घेतली जाते, तर विरोधकांकडून सामाजिक प्रश्नांना राजकीय वळण देण्याचाच प्रयत्न होत असतो, कारण त्यांना राजकीय सत्तास्थानी परिवर्तन घडविण्यास हा सर्वात जवळचा मार्ग वाटत असतो.

राजकीय परिवर्तन/प्रकार

परिवर्तन ही व्यापक स्वरूपाची संकल्पना आहे. आजचे परिवर्तनाचे स्वरूप हे ऐतिहासिक, सामाजिक, आर्थिक तसेच राजकीय असे आहे. समानता आणि कार्यक्षमता यावर परिवर्तन अवलंबून असते. अल्फ्रेड डायमंडच्या मते, सामाजिक स्थितीतील परिवर्तन हे राजकीय परिवर्तनास कारणीभूत असते, तर डेव्हीड ॲप्टर म्हणतात, 'एखाद्या समाजात परंपरेचा प्रभाव जास्त तर दुसऱ्या समाजात शिक्षणाचा प्रभाव जास्त असेल तर परिवर्तनाचा प्रकार वेगवेगळया स्वरूपाचा असतो'.

राजकीय व्यवस्थेत घडून येणारे परिवर्तन हे प्रामुख्याने दोन प्रकारे होत असल्याचे मानले जाते. त्यात एक प्रकार सुधारणात्मक असतो. समाजाला व्यवस्थेत परिवर्तन घडवून आणण्यासाठी सामाजिक सुधारणांची आवश्यकता वाटते, तेव्हा सुधारणात्मक मार्गांचा अवलंब केला जातो. मात्र वर्षानुवर्षे व्यवस्थेतील बदलाची प्रतीक्षा करूनही जेव्हा समाजाची निराशाच होते तेव्हा राजकीय परिवर्तनासाठी क्रांती या दुसऱ्या प्रकाराचा समाजघटकाकडून स्वीकार केला जातो. त्यांची सविस्तर चर्चा पुढीलप्रमाणे-

क्रांती : विविध देशांमध्ये घडून आलेल्या राजकीय परिवर्तनाचा अभ्यास करून आधुनिक राज्यशास्त्रज्ञांनी राजकीय परिवर्तनाच्या मार्गाचे दोन मुख्य प्रकारांत वर्गीकरण केले आहे. त्यांच्या मते, पहिला प्रकार म्हणजे हिंसाचारी मार्गाचा असून राजकीय व्यवस्थेच्या स्थैर्याच्या दृष्टीने तो घातक व म्हणून त्याज्य असतो, तर दुसरा मार्ग क्रमाक्रमाने केल्या जाणाऱ्या सुधारणांचा असतो. या मार्गाचा जर सत्ताधारकांनी तत्परतेने वापर केला तर पहिला मार्ग टाळणे त्यांना शक्य होते. तसे करणे त्यांची सत्ता टिकून राहण्याच्या दृष्टीने उपकारक असते. त्यापैकी एक मार्ग पुढीलप्रमाणे-

१) क्रांतीच्या मार्गाने राजकीय परिवर्तन : क्रांतीच्या मार्गाने होणारे राजकीय परिवर्तन हा राजकीय परिवर्तनाचा जलद व जवळचा मार्ग म्हणून ओळखला जातो. क्रांतीच्या संकल्पनेशी हिंसाचाराची सांगड घालून क्रांती घडवून आणण्याच्या उद्दिष्टातून परिवर्तनाची अपेक्षा ठेवली जाते. यात राजकीय व्यवस्थेतील संकट, विक्षेप आहे अशी भावना असते. बंडाळी, दंगली, युद्ध आणि क्रांती या सर्वांमध्ये विश्लेषणाच्या दृष्टीने काहीही फरक करण्याची आवश्यकता त्यांना वाटत नाही. त्यासाठी प्रसंगी हिंसाचाराचा आधार घ्यावा लागला तरी त्यांचे दृष्टीने वावगे नसते, म्हणूनच राजकीय परिवर्तनात हिंसा हा त्यांचा स्थायिभाव असतो. फक्त हिंसाचाराचे प्रमाण कमी जास्त असते एवढाच काय तो फरक असतो. त्याशिवाय सहजासहजी परिवर्तन होणे असंभवनीय असल्याचे क्रांतिकारी मार्ग अनुसरणाऱ्यांना वाटते.

सत्ता संपदा, दर्जा, समता, स्वातंत्र्य, सुरक्षितता वगैरे अनेक मूल्ये आधुनिक

समाजाने उपलब्ध करून ठेवली आहेत,मात्र प्रत्येक समाजात या मूल्यांविषयी मतभिन्नता असणे स्वाभाविक असते. समाज जेवढा विकसित असतो, तेवढी लोकांची या मूल्यांच्या प्राप्तीची अपेक्षा वाढत जाते, पण काही व्यक्ती व गट यांना अपेक्षित प्रमाणावर ही मूल्ये मिळत नाहीत. किंवा काही मूल्ये मिळविण्यासाठी अन्य काही मूल्यांवर पाणी सोडावे लागते. अशावेळी त्यांना असमाधान, वंचितता व संताप हा त्यांच्यातील उद्वेगास बाहेर पडण्यास प्रवृत्त करतो व क्रांती हा त्यांच्या दृष्टीने जवळचा मार्ग असतो. अशा परिस्थितीत काय असावे आणि काय आहे यामध्ये तफावत पडल्यामुळे जो तणाव निर्माण होतो त्यासाठी सापेक्ष वंचितता अशी संज्ञा वापरली जाते. गुर या विचारवंताच्या मते ही सापेक्ष वंचितताच सर्व हिंसाचाराची जननी असते. ती जेवढी तीव्र असेल, तेवढे हिंसाचाराचे प्रमाण मोठे आणि ती जितक्या जास्त लोकांना जाणवत असेल तेवढा क्रांतिकारी उठावातील सहभाग मोठा असतो. आपल्या वंचिततेसाठी पूर्वजन्मीचे पाप वगैरे कारणीभूत नसून वर्तमान व्यवस्था हेच कारण आहे अशी जाणीव होण्यामधूनही हिंसाचाराला चालना मिळते. काही समाजांच्या संस्कृतींमध्ये मुळातच हिंसाचाराबद्दल अनुकूल धारणा असते. तिथे स्वाभाविकच हिंसेचे प्रमाण वाढलेले दिसते.

क्रांतीचे स्वरूप व तिची कारणे भिन्न भिन्न समाजांत विविध प्रकारची असू शकतात. सी जॉन्सन आपल्या 'रिव्हॉल्युशनरी चेन्ज' नामक पुस्तकात क्रांतीची स्पष्टीकरणे सामाजिक परिवर्तनाच्या संदर्भात शोधतो. 'क्रांती म्हणजे हिंसाचाराकडे परागमन करणे' हीच क्रांतीची व्याख्या जॉन्सनला अभिप्रेत होती. त्याच्या मते, प्रत्येक समाजात हिंसाचाराची सुप्त क्षमता असते, पण काही सामाजिक बांध का व कसे फुटतात वा तोडले जातात हे पाहिल्याशिवाय तिथल्या क्रांतीचे आकलन होणे शक्य नाही. सामाजिक पर्यावरणात जेव्हा बदल होतात, तेव्हा त्यांना अनुरूप बदल जर राजकीय व्यवस्थेत घडून आले नाहीत, तर लोकांच्या राजकीय विश्वासाला तडे जातात. त्यातून सत्ता समतोलाला तडा जाऊन राजकीय व्यवस्थेमध्ये असंतुलन निर्माण होते. हे असंतुलन दूर करून वेळीच जर संतुलन प्रस्थापित केले नाही, तर ती व्यवस्था क्रांतीपूर्व अवस्थेत प्रवेश करते. अभिजन वर्ग केवळ बलप्रयोगाद्वारे आपला एकाधिकार दीर्घ काळ टिकवून ठेवू शकत नाही. उलट त्याचा विपरित परिणाम होऊन हिंसक क्रांतिकारक उठाव घडल्याची उदाहरणे इतिहासात दिसून येतात. थोडक्यात असे, की सामाजिक गरजेची निर्मिती व सामाजिक गरजपूर्ती यांत सुसंवाद न राहता राजकीय हिंसाचार उद्‌भवतो.

क्रांती ही विविध परिस्थितींत घडून येते, तशी ती विविध कारणांनी घडून येत असते. क्रांतीची कारणे देताना गुर यांनी मानसिक तर जॉन्सन यांनी सामाजिक

कारणांची मांडणी केली होती, पण त्या दोघांनी क्रांती हा एक राजकीय परिवर्तनाचा हिंसक मार्गच ठरवला होता. क्रांतीचे स्वरूप व कारणे याबद्दल मार्क्सने केलेले प्रतिपादन क्रांतीचे समर्थन करणारे असले तरी या दोन्ही विचारवंतांपेक्षा निराळे आहे.

२) सुधारणेतून राजकीय परिवर्तन : क्रांती आणि आणि सुधारणा हे राजकीय परिवर्तनाचे दोन मार्ग असले, तरी त्या दोहोत परिवर्तनाचा वेग, व्याप्ती व दिशा या तिन्ही बाबतीत कमालीची तफावत आढळते. दोहोंतील महत्त्वाचा फरक म्हणजे क्रांतीद्वारे होणारा राजकीय बदल झपाट्याने होतो व आमूलाग्र असून त्याची व्याप्ती सार्वत्रिक स्वरूपाची असते. सुधारणेद्वारे होणारा राजकीय बदल क्रमाक्रमाने होतो तसेच त्याची व्याप्ती व गती दोन्ही मर्यादित असतात. क्रांतीत हिंसाचार अटळ असतो. सुधारणेतून जरी मौलिक बदल घडला, तरीही त्यात हिंसेला स्थान नसते. क्रांतीतील हिंसाचार इतस्ततः व अपघातवजा नसतो, तर जाणीवपूर्वक व पूर्वनियोजित असतो. राजकीय परिस्थितीला हिंसक वळण लागू नये यासाठी आधुनिक राज्यांत नेतृत्वाकडून वेळीच दक्षता घेतली जाते. सुधारणात्मक राजकीय बदल घडवून आणून सामाजिक व राजकीय वस्तुस्थितीची व्यवस्थित घडी बसविण्याचे काम ते करतात. असे असले तरी वरवर दिसतो तसा सुधारणांचा मार्ग सोपा नाही. त्यासाठी नेतृत्वाच्या ठिकाणी उच्च कोटीचे राजकीय कौशल्य असावे लागते. सुधारणा हा राजकीय परिवर्तनाचा एक मार्ग असला तरी सुधारणा देखील आपोआप घडत नसतात. सुधारणा करू इच्छिणाऱ्यांना एका बाजूने जैसे थे वादी पुराणमतवाद्यांशी आणि दुसऱ्या बाजूने आमूलाग्र फेरवादी क्रांतिकारकांशी संघर्ष करावा लागतो. त्यांनी आपल्या कार्यपद्धती व कृती याबाबत पुरेशी लवचीकता व जुळवून घेण्याची तयारी ठेवली, तरच सुधारणा शक्य असतात. शिवाय त्यासाठी समाजजीवनात क्रांतीस पूरक परिस्थिती निर्माण न होऊ देण्याची दक्षताही घ्यावी लागते.

शांततेच्या मार्गाने सुधारणा घडवून आणणे हे व्यवस्थेचे उद्दिष्ट असल्यास त्यामुळे विशिष्ट वेळी कोणती बदलाची कृती किती प्रमाणात करायची हे ठरविताना उचित निवड करणे व तारतम्य बाळगणे आवश्यक असते. परिवर्तनाच्या प्रक्रिया काबूत ठेऊन त्यांचा वेग प्रमाणाबाहेर वाढणार नाही, तसेच घडणारे फेरबदल मर्यादा ओलांडून जाणार नाहीत याची दक्षता घ्यावी लागते. तसे न घडल्यास क्रांती होण्याची शक्यता असते. त्यामुळे सुधारणा हे संथ गतीने व मर्यादित प्रमाणावर बदल करण्याचे तंत्र असते असे म्हटले जाते.

सुधारणा केवळ शासकास अभिप्रेत असून चालत नाही, तर प्रभावी सुधारणांच्या दृष्टीने शासक व शासित यांच्यातील संसूचनाच्या यंत्रणा कार्यक्षम असणे आवश्यक

असते. पर्यावरणाच्या मागण्यांची अभिजनांना यथार्थ माहिती वेळीच झाली तर परिस्थिती हाताबाहेर जाऊन क्रांतिकारी उठावास पोषक होण्यापूर्वीच ते योग्य त्या सुधारणा करू शकतात. दुसरे असे, की सुधारणांचा मार्ग जर यशस्वीपणे अवलंबायचा असेल, तर राजकीय सत्ताधारक साधनसंपन्न असणे आवश्यक असते. विद्यमान व्यवस्था टिकवून ठेवताना नव्याने येणाऱ्या मागण्यांची पूर्तता करतेवेळी व्यवस्थेची खऱ्या अर्थाने कसोटी लागत असते. या प्रसंगातून तारून जाणारी व्यवस्थाच स्थैर्यास पात्र ठरते. अन्यथा तिला कोलमडण्यावाचून गत्यंतर नसते व ती वेळ क्रांतीचीही असू शकते.

राजकीय सुधारणेतून सामाजिक ताणतणाव कमी करण्यास हातभार लागत असतो. राजकीय सुधारणा क्रांतीची शक्यता बाद करीत असते. हे खरे असले तरी काही वेळा मात्र सुधारणेचा परिणाम क्रांतीच्या प्रक्रियेस चालना देण्यासाठीही होत असतो. सुधारणेतून काही मागण्या पूर्ण झाल्या की आणखी मागण्या निर्माण होतात आणि राजकीय व्यवस्था त्या पूर्ण करू शकत नाही. यातून क्रांतीस पोषक परिस्थिती उद्भवते. केली जाणारी सुधारणा धोरणात्मक सुधारणेतून राजकीय व्यवस्थेच्या दोष दौर्बल्यांवर अधिकच प्रकाश पडून क्रांतिकारक शक्तींना चालना मिळू शकते. त्यामानाने नेतृत्वात्मक बदल त्या शक्तींना आवर घालण्यात यशस्वी ठरू शकतात.

सुधारणेत एक विशिष्ट उद्दिष्ट समोर असेल तर ते पूर्ण होताना ते कोणत्या टप्प्यावर जातात यालाही महत्त्व असते. चळवळीच्या अपेक्षा कमालीच्या उंचावून गेल्यानंतर केवळ सुधारणांवर त्यांचे समाधान होण्याची शक्यता कमीच असू शकते. उलट आणखी थोडया प्रमाणात प्रयत्न केल्यास आपण संपूर्ण सत्ताच हस्तगत करू अशी शक्यता जेव्हा चळवळीच्या कार्यकर्त्यांमध्ये दिसू लागते तेव्हा सवलती व सुधारणांची ओढ कमी झाल्यासारखी वाटते. याउलट चळवळ या टप्प्यावर येण्यापूर्वीच तिच्या प्रमुखांनी वाटाघाटी केल्या, तर व्यवस्थेच्या स्थैर्याची हमी त्यात अधिक असू शकते.

परिवर्तनाची वैशिष्ट्ये

१) सहभागाची निश्चिती : सहभागाचे प्रमाण हे बऱ्याचदा राजकीय परिवर्तनावर अवलंबून असते. राजकीय सुधारणा या राजकीय सहभागाचे प्रमाण देखील ठरवितात. राजकीय क्रांती झपाटयाने वाढत असल्यामुळे लोकांच्या राजकीय जाणिवांमध्ये ती भर घालते. त्यांच्या राजकीय सहभागाचे प्रमाण वेगाने वाढते, मात्र क्रांतीतून निर्माण झालेला सहभाग हा कायम असेलच असे नाही. उलट सुधारणेतून लोकांच्या जाणिवा दीर्घकाळापासून निर्माण होत असल्याने त्यानुसार राजकीय सहभागाचे प्रमाण ठरत असते. नवे सामाजिक गट राजकीय मैदानात उतरतात. त्या सर्वांना सामावून घेणे जेव्हा विद्यमान राजकीय संरचनांना अशक्य होते, तेव्हा त्या संस्था व संरचना कोलमडून

पडतात आणि त्याजागी नव्या संस्था व संरचना उभ्या राहतात. अशाप्रकारे जुन्या राजवटी उलथून त्याजागी नव्या उभ्या राहण्याची शक्यता नाकारता येत नाही, मात्र नवजागृत सामाजिक घटकांना व त्यांच्या मागण्यांना राजकीय प्रक्रियेमध्ये सामावून घेण्याइतपत आपल्या राजकीय संरचना लवचीक ठेवल्या तर क्रांतीची शक्यता टाळून सुधारणेतून राजकीय सहभाग वाढविला जाऊ शकतो.

२) विविध कारणे : व्यवस्थेनुरूप परिवर्तनाचा वेग धीमा असला तरी परिवर्तनाची कारणे मात्र भिन्न असतात. जसे, शहरी मध्यमवर्गीयांच्या पदरात पडणाऱ्या सुधारणा क्रांतिकारक आकांक्षांना जन्म देणाऱ्या असू शकतात, तर ग्रामीण किसान वर्गासाठी केलेल्या सुधारणांमधून क्रांतीच्या शक्यता बाद करता येतात. शहरी मध्यमवर्गीय घटक क्रांतिप्रवण असतात, कारण भौतिक तुटवड्यात त्यांच्या असंतोषाचे मूल्य नसते. अमुक एक गोष्ट न मिळाल्यामुळे जो असंतोष उद्भवतो तो त्या वस्तूचा पुरवठा करून नाहीसा करता येतो. शहरी मध्यमवर्गीयांच्या असंतोषाचे कारण मानसिक असुरक्षितता, दुरावा, अपराधीपणाची भावना व अस्मितेचा शोध यापैकी कशात तरी असते, त्यामुळे त्याचे निराकरण करणे अशक्यप्राय असते. राष्ट्रीय प्रतिष्ठा, प्रगती व सहभागातून नवसमाज निर्मिती वगैरे आशावादाच्या स्वरूपाची त्यांची साध्ये व त्यांच्या मागण्या शासनाकडून पूर्ण होतीलच असे नाही. त्यामुळे सुधारणांद्वारे या वर्गांना संतुष्ट ठेवणे अशक्य असते. सुधारणा करून शासक जेवढे काही करतील त्यातून या वर्गाच्या अपेक्षा कमी होण्याऐवजी वाढतातच आणि त्या प्रमाणात क्रांतीच्या चळवळीची शक्यता वाढते. याउलट ग्रामीण किसान वर्गाचा असंतोष व असमाधान भौतिक आर्थिक गरजांतून उद्भवलेले असल्यामुळे सुधारणा करून काही सोयी सवलती दिल्या की ते नाहीसे करण्यात व्यवस्थेला यश येऊ शकते.

३) भिन्न स्वरूप : सर्वच समाजांमध्ये क्रांती वा सुधारणेच्या सारख्याच शक्यता असतात असे नाही. पारंपरिक समाजात सामाजिक, आर्थिक मागण्यांची पातळी खूप खाली असल्यामुळे विद्यमान राजकीय व्यवस्थेवर सहभागाचा ताण पडण्याची शक्यताच नसते. त्याचप्रमाणे अत्यंत आधुनिक समाजात मागण्यांची पातळी उंचावलेली असली आणि सहभागाचे प्रमाण वाढलेले असले तरी नव्या सामाजिक गटांना राजकारणात सामावण्याची तिथल्या राजकीय व्यवस्थांची क्षमताही मोठी असते, त्यामुळे या दोन्ही प्रकारच्या समाजांमध्ये क्रांतीची शक्यता नसते, तर विकसनशील समाजात थोडीफार वाटचाल सामाजिक व आर्थिक आधुनिकतेच्या दिशेने झालेली असते, पण राजकीय विकास मात्र पर्याप्त झालेला नसतो. राजकीय सहभागाच्या मागण्या घेऊन पुढे आलेल्या नव्या समाजघटकांना सामावून घेण्यात त्या यशस्वी होत नाहीत आणि त्यामुळे

क्रांतीची शक्यता असते. यावरून वेगवेगळया समाजांत परिवर्तनाचे प्रमाण वेगवेगळे दिसून येते

४) सत्ता स्थानात बदल अपेक्षित : राजकीय परिवर्तनात सत्तेच्या बदलास महत्त्वाचे मानले जाते. समाजात काही गट असे असतात की जे राजकीय उलथापालथ, बंडाळी किंवा नाट्यपूर्ण राजकीय बदल घडवून आणू शकतात. कोणताही एक गट क्रांती घडवू शकत नाही. असे अनेक असंतुष्ट गट एकत्र आले तरच क्रांती करू शकतात. येथे लष्कराचे उदाहरण घेता येईल. अनेक विकसनशील देशांच्या राजकीय व्यवस्थेमध्ये तिथल्या लष्कराची राजकीय भूमिका आज निर्णायक ठरत असलेली दिसते. याउलट लोकशाही व्यवस्थांमधून शांततेच्या मार्गाने होणाऱ्या सत्तांतरावर विश्वास ठेवला जातो. राजकीय सहभाग हे लोकशाही व्यवस्थेचे लक्षण समजले जाते व लोकशाहीतील हा सहभाग निवडणुकांच्या माध्यमातून नोंदविला जातो. निवडणुका हे लोकशाहीतील राजकीय सहभागाचे महत्त्वाचे माध्यम समजले जाते. शासनाला आपल्या स्थैर्यासाठी असा सहभाग उपयुक्त ठरत असतो, त्यामुळे या काळात जनतेच्या विचारास प्राधान्य दिले जाते. असे असले, तरी सुसंगठित संरचना, स्पष्ट उतरंड, कडक शिस्त, संसूचन माध्यमे त्यामुळे विखुरलेल्या अवस्थेतही शक्य होणारी सुसंवादी निर्णय प्रक्रिया समूहभावना व लढाऊ वृत्ती आणि या सर्वापेक्षा महत्त्वाची गोष्ट म्हणजे राजकीय व्यवस्थेच्या हिंसक शस्त्रास्त्रांवर असलेला एकाधिकार या सर्वच बाबतीत लष्कर हा घटक समाजात इतर सर्व घटकांपेक्षा वेगळा ठरतो. पण राजकीय प्रक्रियेमध्ये लष्कराचा हस्तक्षेप हा सत्तांतराचा मार्ग मानला जातो. विकसित देशांमध्ये लष्करी हस्तक्षेपाची शक्यता फारच कमी असण्याचे महत्त्वाचे कारण म्हणजे सुधारणेच्या मार्गाने या समाजात झालेली राजकीय जागृती होय.

परिवर्तनाचे महत्त्व

राजकीय परिवर्तन ही राजकीय व्यवस्थेत सातत्याने सुरू असलेली प्रक्रिया होय. गतिमान समाजाच्या बदलत्या आशा आकांक्षांचे प्रतिबिंब परिवर्तनातून उमटत असते. राजकीय परिवर्तनाच्या मार्गाचा उपायोग असा करावा, की राजकीय व्यवस्था व सामाजिक आर्थिक व्यवस्था यांच्यातील सुसंवाद कायम राहावा. सत्तावाटपात आवश्यक फेरफार होण्याच्या कामी राजकीय परिवर्तनाचे महत्त्व अधिक असते. नवजागृत समाजघटकांना सत्तेत व निर्णयप्रक्रियेत वाटा मिळावा, परिस्थितीनुसार मूल्ये, आदर्श व संरचना यामध्ये उचित ते फेरफार केले जावे, असे बदल घडून आल्यास राजकीय व्यवस्थेचे स्थैर्य व संतुलन अबाधित राहू शकते, असे आधुनिक राज्यशास्त्रज्ञांना वाटते व ते राजकीय परिवर्तनातून शक्य असते. हिंसा व रक्तपात

यांच्या मार्गाने राजकीय बदलांची गती व व्याप्ती वाढवता येते, पण त्यातून अस्थैर्याचा धोका अटळ ठरतो. त्यापेक्षा चतुर राज्यकर्ते बदलत्या परिस्थितीचा तत्पर फायदा घेऊन शांततामय मार्गाने जो राजकीय बदल शासितांच्या गळी उतरवण्यात यशस्वी ठरतात, तो अधिक स्वागतार्ह ठरतो. प्रभावी सुधारणावादी चळवळींच्या साहाय्याने समाजात जागृती घडवून क्रमाक्रमाने राजकीय परिवर्तन घडवून आणणे शक्य होते. कल्याणकारी राज्याच्या माध्यमांतून समाजातील संघर्षाला आळा घालता येतो, मात्र त्याचा परिणामकारक उपयोग करता येणे हे शासकाच्या हाती असते. थोडक्यात, परिवर्तनाचा मार्ग हा व्यवस्थेला नवीन अस्तित्व व ओळख निर्माण करून देणारा असतो.

राजकीय विकास (Political Development)

प्रास्ताविक

पहिल्या महायुद्धाच्या अस्तानंतर जागतिक राजकीय व्यवस्थेचे स्वरूप हळूहळू बदलू लागले होते. नवनवीन संकल्पनांची भर सामाजिक शास्त्रांमध्ये पडत होती. त्यातच १९२० मध्ये अमेरिकेत राजकीय विकास ही संकल्पना उदयास आली. दुसऱ्या महायुद्धानंतर म्हणजेच १९५० च्या दशकात नव्याने स्वतंत्र झालेल्या विकसनशील देशांच्या अभ्यासाला गती आली. या अभ्यासातून राजकीय विकासाची कल्पना मांडली गेली. राजकीय विकासाबाबत अनेक राज्यशास्त्रज्ञांनी वेगवेगळी मते मांडली आहेत. काही राज्यशास्त्रज्ञांनी आधुनिक बनणे म्हणजे राजकीय विकास म्हटले आहे. सर्वसाधारणपणे राजकीय विकास या सिद्धांताची मांडणी दोन संदर्भांमध्ये झालेली दिसते. एक म्हणजे तिसऱ्या जगातील राष्ट्रांना विविध समस्या सोडविताना येणाऱ्या अडचणी आणि त्यातून त्यांनी स्वीकारलेले मार्ग आणि दुसरे म्हणजे त्यांच्या राजकीय विकासाच्या बरोबरीने आर्थिक आणि सामाजिक विकास घडून येत आहे की त्यापेक्षा वेगळया पद्धतीने त्याची विकास प्रक्रिया घडते आहे या प्रश्नांची उकल करणे होय. हे करीत असताना सर्वच अभ्यासकांकडून पाश्चिमात्य राजकीय आणि भौतिक प्रगतीच्या इतिहासाचेच समर्थन होताना दिसते. त्यामुळे राजकीय विकासाच्या सिद्धांतात नवोदित राष्ट्रे आणि विकसित राष्ट्रे यांच्यातील राजकीयदृष्ट्या परस्परांतील तुलना यांचा समावेश होतो.

अर्थ

राजकीय विकास या संकल्पनेचा अर्थ सांगताना बऱ्याच राज्यशास्त्रज्ञांनी 'विकास म्हणजे एखादी विशिष्ट अवस्था प्राप्त करणे होय' असे सुचविले आहे, मात्र राजकीय विकास या संकल्पनेबाबत वेगवेगळे विचार दिसून येतात. 'विकास' याचा अर्थ

ढोबळमानाने प्रागतिक स्थित्यंतर असा घेतला जातो. आधुनिक राज्यशास्त्राच्या अभ्यासात राजकीय विकास या संज्ञेला फार महत्त्व प्राप्त झाले आहे. दुसऱ्या महायुद्धानंतर नवोदित राष्ट्रांना राजकीय विकासाबरोबरच सामाजिक व आर्थिक विकास करणे आवश्यक वाटू लागले होते. त्यामुळे विकास म्हणजेच सुधारणा या अर्थाने राजकीय विकासाकडे पाहिले जाऊ लागले. त्यामुळे विकास या संकल्पनेचा विचार करणे क्रमप्राप्त ठरते. ऑक्स्फोर्ड डिक्शनरीमध्ये 'विकास म्हणजे हळुवार, सातत्याने पण धीमेपणाने होणारा विकास, पूर्ण क्षमतेने कार्य करणे, जीवाणूंचा विकास' असा अर्थ दिलेला आहे. या आधारावर विकासाचा संबंध राजकीय व्यवस्थेच्या क्षमतेशी व त्यावरून राजकीय विकासाशी लावला जातो. सर्वसाधारणतः स्थूलमानाने राजकीय विकासाच्या व्याख्या पुढीलप्रमाणे केलेल्या आहे -

एस.एन.एजेनस्टेडच्या मते,'प्रत्येक समाजाचे प्रश्न सोडविताना परिवर्तनाची गती टिकवून ठेवणे म्हणजे राजकीय विकास होय'.

सी.एच.डॉड : 'राजकीय विकासाचा अभ्यास केवळ परिवर्तनाच्या दृष्टिकोनातूनच झाला पाहिजे.सुनिश्चित ध्येयाकडे जाण्यासाठीचे परिवर्तन म्हणजे राजकीय विकास होय.'

आल्फ्रेड डायमंड : 'विशिष्ट राजकीय परिस्थिती निर्माण करण्याची प्रक्रिया म्हणजे राजकीय विकास न मानता सतत वाढणारे सामाजिक प्रश्न सोडविण्यासाठी संस्था व रचनांचे जाळे तयार करणे म्हणजे राजकीय विकास होय.'

'प्रत्येक समाजातील राजकीय पद्धती ठरलेली असते. या राजकीय पद्धतीत बदल घडून येणे म्हणजे राजकीय विकास' अशीही राजकीय विकासाची व्याख्या केली जाते. समाजात सुव्यवस्था व शांतता प्रस्थापित करण्यासाठी समाजाने शासन व्यवस्था निर्माण केलेली असते व ही शासनव्यवस्था बळाचा विधिवत वापर करून समाजात शांतता प्रस्थापित करण्याबरोबरच सामाजाचे प्रश्न सोडवीत असते. सामाजिक प्रश्न सोडविण्याचे कार्य शासनव्यवस्थेबरोबर इतर संस्थाही करीत असतात. असे सामाजिक प्रश्न सोडविण्याच्या कामी इतर कोणत्या रचना निर्माण केल्या जाऊ शकतात यावरून राजकीय विकास झाला किंवा नाही असे ठरवावे असे डायमंड यांचे मत आहे, मात्र आधुनिक समाजातील समस्या सोडविण्यासाठी शासकीय व्यवस्था या दृष्टीने राजकीय व्यवस्था सर्वात महत्त्वाची मानली जाते. अशा संदर्भात ल्यूसियन पाय याचे मते राजकीय विकासाची पुढील काही लक्षणे सांगता येतात-

१) सामान्य जनतेचा सहभाग : सामान्य जनतेचा सहभाग हा राजकीय विकासाचा निकष म्हणून ओळखला जातो. कोणत्याही राजकीय व्यवस्थेच्या विकासाचे मूल्यमापन

करताना त्या राजकीय व्यवस्थेत जनतेचा राजकीय सहभाग महत्त्वाचा ठरतो. व्यवस्थेचा राजकीय विकास होत असताना आढळणारा बदल असा, की नागरिक केवळ वरिष्ठांचे आज्ञापालन निमूटपणे व यांत्रिकपणे करीत नाहीत. राजकीय व्यवस्थेतील जनतेचा सहभागातील हा बदल व्यवस्थेत प्रत्यक्ष सहभाग घेऊन राजकीय निर्णयास वळण लावत असतो. विकसित व्यवस्थेतील जनता अशा प्रकारे राजकीय प्रभावात गुरफटलेली अगर वचनबद्ध असते. याचा परिणाम असा होतो, की ती राजकीयदृष्ट्या अधिक जागरूक बनते. राजकीय निर्णयांचा जाणीवपूर्वक स्वीकार करते.

२) शासकीय पात्रता : राजकीय व्यवस्थेला सार्वजनिक व्यवहार सांभाळावे लागतात. त्यासाठी व्यवस्थेत शासकीय कार्यवाही व्यवस्थित पार पाडण्याची पात्रता आवश्यक असते. विकसित राजकीय व्यवस्थेमध्ये सार्वजनिक व्यवहार सांभाळण्याची अधिकाधिक शासकीय पात्रता प्रत्ययास येते. विविध कार्यक्रमांची चर्चा करून निर्णय घेणे आणि जनतेच्या मागण्यांची दखल घेऊन त्यांच्या पूर्ततेचा उपक्रम करणे अशा व्यवस्थेचे लक्षण असते. उलटपक्षी अविकसित राजकीय व्यवस्थांमध्ये हे लक्षण आढळत नाही.

३) राजकीय व्यवस्थेचे संघटन : संघटनाच्या माध्यमातून व्यवस्थेच्या कार्यातील सूत्रबद्धता आणणे हे विकसित राजकीय व्यवस्थेचे एक लक्षण असते. विकसित राजकीय व्यवस्था आणखी एका गोष्टीवरून ओळखता येते. ती म्हणजे अशा व्यवस्थेच्या संरचनेत अर्थपूर्ण भेद आढळून येतात. हे भेद राजकीय व्यवस्थेच्या कार्यविभागणीला अनुसरून केलेले असतात. यालाच रचनात्मक विभागीकरण असे म्हणतात. प्रत्येक विभागाचे विशिष्ट कार्य असते आणि यामुळे व्यवस्थेची क्षमता उच्च दर्जाची असते. ज्या राजकीय व्यवस्थेमध्ये ही तीन लक्षणे आढळतात ती व्यवस्था विकसित मानायला हरकत नाही.

राजकीय विकासाच्या प्रक्रियेत निश्चित अशा अवस्था सांगणे फार कठीण आहे की ज्या आधारे नवीन राजकीय व्यवस्था विकसित स्वरूप धारण करू शकेल. विकासशील राजकीय व्यवस्था शासनव्यवस्थेच्या द्वारा केवळ शासकीय प्रश्नच सोडविते, असे नसून समाजातील सर्व प्रश्न सोडविण्याचा प्रयत्न करीत असते. उदाहरणार्थ, आर्थिक, कौटुंबिक संबंध, युवक चळवळी इत्यादी.

राजकीय विकासाचा अर्थ खालीलप्रमाणे निरनिराळ्या पद्धतींनी लावण्यात येत आहे-

१) आर्थिक विकास ही राजकीय विकासाची पूर्वअट : राजकीय विकास ही व्यापक संकल्पना आहे. तिच्या अंतर्गत व्यवस्थेच्या विविध अंगांचा आर्थिक विकास साधण्यासाठी अगोदर राजकीय विकास आवश्यक आहे. मात्र दोहोंत असा स्पष्ट भेद करता येत नाही, कारण एका अर्थाने राजकीय परिस्थिती ही आर्थिक विकासाला

तारक व मारक ठरू शकते हे म्हणणे बरोबर आहे; पण निरनिराळ्या स्वरूपाच्या राजकीय व्यवस्थेत आर्थिक विकास घडून आलेला आहे हेही आपणास इतिहासाच्या आधारे सिद्ध करता येईल. प्रत्येक समाजाचे आर्थिक प्रश्न विशिष्ट प्रकारचे असतात. अशा आर्थिक प्रश्नांच्या संदर्भात जर आपण राजकीय विकासाचा प्रश्न लक्षात घेतला तर राजकीय विकास हा समाजपरत्वे भिन्न स्वरूपाचा होऊ शकतो. त्याची परस्परांशी तुलना करता जी तफावत दिसून येईल ती आर्थिक तसेच राजकीय अशा दोन्ही प्रकारची असणे स्वाभाविक असते. अविकसित देशात आर्थिक बाबींपेक्षा राजकीय गोष्टींनाच जास्त महत्त्व प्राप्त झालेले असते. या देशात लोकांचे लक्ष जास्त राजकीय विकासाकडे असते की जो विकास आर्थिक विकासापासून स्वतंत्र असा मानला जातो.

२) राजकीय विकास व उद्योगप्रधानता : कोणत्याही उद्योगप्रधान व आर्थिकदृष्ट्या फार विकसित झालेल्या समाजाचे राजकारण हे राजकीय विकासाशी संबंधित असते असे मत मानण्यात येते. यावरून राजकीय विकास हा राजकारणाचा खास विषय उद्योगप्रधान व्यवस्थेत दिसून येतो. लोकशाही वा अन्य स्वरूपाच्या उद्योगप्रधान समाजात राजकीय व्यवहार व कार्यकाल याची काही प्रमाणे असतात व त्या आधारे राजकीय विकासाची उद्दिष्टे मानली जातात. विशिष्ट कालावधीची मर्यादा शासनाला विकासाची निश्चित योजना तयार करण्यास भाग पाडते.

राजकीय विकासाचे काही निश्चित गुणधर्म सांगण्यात आले आहेत. ते म्हणजे–
१. वैयक्तिक व जबाबदार शासकीय वर्तन, २. समाजातील महत्त्वाच्या भागाचे बहाल करण्यात आलेले हितसंबंध यांना धोका पोहोचेल अशी बेफिकीर कृती टाळणे, ३. राजकारणाच्या प्रभुत्वशक्तीला काही प्रमाणात मर्यादा घालणे, ४. सुव्यवस्थित प्रशासकीय वैधानिक प्रक्रियांच्या मूल्यांची प्रशंसा करणे, ५.प्रश्नांची सोडवणूक करण्याचे दृष्टीने राजकारण हे एक चांगले माध्यम होय व केवळ राजकारणाकरिता राजकारण न करणे याची जाणीव ठेवणे, ६. सार्वजनिक हिताच्या कार्यक्रमावर जोर देणे, ७. कोणत्याही स्वरूपाचा जनसमूहाचा सहभाग मान्य करणे.

३) राजकीय विकास म्हणजे राजकीय आधुनिकीकरण : उद्योगप्रधान समाजातील विशिष्ट किंवा आदर्शवत स्थिती म्हणजे राजकीय विकास होय. विकासाची ही सर्वोत्तम अवस्था प्राप्त करणे शक्य नसले तरी संकल्पित अवस्था गाठण्याचे उद्दिष्ट ठेवावे लागते. या उद्दिष्टाची प्रत्यक्षात पूर्तता म्हणजेच राजकीय विकास होय असे मत मांडले जाते. या मताचा शेवट अशा मतामध्ये होतो, की राजकीय विकास म्हणजे राजकीय आधुनिकीकरण होय. विकसित औद्योगिक राष्ट्रे नवीन लोकवहिवाटीला चालना देणारी

व सामाजिक व आर्थिक जीवनात पुष्कळशा भागात पुढचे पाऊल टाकणारी अशी आहेत. राजकीय क्षेत्रात देखील अशीच गतिमानता पुष्कळ लोकांकडून अपेक्षित करण्यात येत आहे. पण यात एक बाब गृहीत धरण्यात आलेली आहे व ती म्हणजे पाश्चात्त्य उद्योगप्रधान देशातील व्यवहार हे सर्व समकालीन व सार्वत्रिक राजकीय व्यवस्थांच्या बाबतीत आदर्श स्वरूपाची राजकीय विकासाची प्रमाणे होऊ शकतात. ही गोष्ट जरी अमान्य करण्यात आली तरी काही प्रथा व सामाजिक नियम उद्योगप्रधान देशांत निर्माण झालेले आढळतात. हे सामाजिक नियम राजकीय विकासाचे रूपांतर आधुनिकीकरणात करण्याप्रत उपयुक्त ठरतात. बहुजन सहभाग, सार्वत्रिक स्वरूपाचे विधिनियम, जन्म यापेक्षा गुणवत्तेला प्राधान्य, न्याय व नागरिकत्व यासंबंधी सामाजिक कल्पना या गोष्टी, सांस्कृतिक भेद देखील सर्व प्रकारच्या राजकीय व्यवस्थांना मान्य झालेल्या आहेत. ही मान्यता विकासाबरोबरच आधुनिकीकरणात अभिप्रेत असते.

४) राष्ट्रराज्याचा व्यवहार म्हणजे राजकीय विकास : राजकीय जीवनाचे संघटन व राजकीय कार्ये यांची कार्यपूर्ती की ज्या गोष्टी आधुनिक राष्ट्र राज्यात अपेक्षित करण्यात येतात त्यात राजकीय विकास समाविष्ट आहे असे मानण्यात येते. राष्ट्र राज्य निर्माण होण्याच्या अगोदर ज्या राजकीय व्यवस्था अस्तित्वात होत्या, त्यांची राजकारणाची एक विशिष्ट पद्धती होती. परंतु त्यांच्या मर्यादेतून राष्ट्र राज्याची निर्मिती झाल्यावर राजकारणाच्या दृष्टीने काही विशेष गोष्टींची आवश्यकता भासावयास लागली ही गोष्ट गृहीत धरावी लागते. म्हणजे समाजातील राजकीय व्यवस्थेला आधुनिक स्वरूपात कार्य करायचे असेल तर त्यातील राजकीय संस्था व व्यवहार यांना आधुनिक राज्याच्या कार्यमनाची आवश्यकता असावी लागते. यादृष्टीने राजकीय विकासाबाबत दोन लक्षणांचा प्रामुख्याने विचार करावा लागतो–

१. राष्ट्रराज्याची अंतर्गत रचना या दृष्टीने सार्वजनिक संस्थांचा विशिष्ट प्रकारचा संच निर्माण करणे,

२. राष्ट्रीयत्वाची भावना प्रदर्शित करण्यासाठी नियंत्रित प्रदर्शन करणारे राजकीय जीवन.

या दोन गोष्टी लक्षात घेतल्यास आपण असे म्हणू शकतो की राष्ट्र राज्यांचे राजकीय संस्थांच्या संदर्भात चालणारे राजकारण म्हणजे राजकीय विकास होय. राष्ट्रराज्य ही राजकीय विकासाची एक आवश्यक बाब होय असे यावरून मानावे लागते. राष्ट्रराज्याची बांधणी म्हणजे राजकीय विकास होय असे मत आहे.

५) राजकीय विकास म्हणजे प्रशासकीय वैधानिक विकास : राष्ट्रराज्याच्या उभारणीत दोन गोष्टी महत्त्वाच्या ठरतात; १. संस्था व रचनांची निर्मिती, २. नागरिकत्वाचा विकास. संस्था व रचना या अर्थाने राजकीय विकास याला बराच

इतिहास आहे, कारण नागरिकत्वाच्या विकासात संस्था व रचनांचा सहभाग मोठा असतो. पाश्चात्त्य राष्ट्रांचे साम्राज्य आफ्रिका, लॅटिन अमेरिका, आशिया खंडातील ज्या ज्या देशांत प्रस्थापित झाले त्या त्या देशांत या साम्राज्यशाही राष्ट्रांनी एक प्रशासकीय व वैधानिक व्यवस्था निर्माण केली होती व त्या त्या देशातील समाजांना राजकीय स्वरूप प्राप्त करून देण्याचा प्रयत्न केला. परिणामकारक स्वरूपाची शासकीय सेवा, संघटना याचे प्रस्थापन ही गोष्ट विकासातील महत्त्वपूर्ण बाब होय. वैचारिक गोष्टीचा प्रसार, निधर्मी भावना बळकट करणे, वैधानिक संज्ञा व कल्पना आणि तांत्रिक व विशेषत्वाच्या स्वरूपाचे ज्ञान यांना उच्च स्थान या गोष्टीशी प्रशाकीय विकास निगडित झाला आहे. ज्या राजकीय व्यवस्थेत सार्वजनिक स्वरूपाची कार्ये करण्याची क्षमता नाही, त्या राजकीय व्यवस्थेला आपण विकसित व्यवस्था असे म्हणू शकत नाही. आज जवळ जवळ सर्वच व्यवस्थांत थोड्या फार फरकाने सामर्थ्यवान प्रशासकीय व्यवस्था आहे, पण केवळ प्रशासकीय व्यवस्था यावरच राजकीय विकास अवलंबून नाही. प्रशासकीय व्यवस्थेला जास्त महत्त्व दिल्यास राजकीय व्यवस्थेत असंतुलन निर्माण होते व राजकीय विकास कुंठित होण्याची भीती असते. प्रशासकीय विकासाबरोबर नागरिकत्वाचा विकासही राजकीय विकासाच्या दृष्टीने महत्त्वाचा आहे.

६) राजकीय विकास म्हणजे लोकसमुदायाची जुळवाजुळव व सहभाग : राजकीय विकासाचे आणखी एक स्वरूप म्हणजे राजकीयदृष्ट्या लोक जागृती व नागरिकत्वाची भावना उत्तेजित करणे होय. साम्राज्यशाहीच्या बंधनात असलेल्या देशात अशा प्रकारची राजकीय जागृती व नागरिकत्वाची भावना उत्तेजित झालेली आपणास पाहावयास मिळते. पारतंत्र्याच्या काळात राजकीय विकास या नात्याने ही गोष्ट समजण्यासारखी आहे, पण स्वतंत्र झाल्यानंतर देखील लोकांकडून राजकीय निदर्शने करणे म्हणजे राजकीय विकास म्हणता येणार नाही. लोकनिदर्शन हा आज राजकारण खेळण्याचाच एक प्रकार झाला आहे. अशी निदर्शने जिथे कमी दिसून येतात, तेथे लोक राजकीयदृष्ट्या जागृत नाहीत असे समजण्यात येते.

राजकारणात लोकांचा सहभाग हे राजकीय विकासाचे एक महत्त्वाचे लक्षण होय. पाश्च्यात्त्य देशांत मतदानाच्या प्रश्नांबाबत व राजकारणात आणखी काही लोकांचा सहभाग या अर्थाने राजकीय विकासाची प्रक्रिया सुरू होती, परंतु नवोदित राष्ट्रांत लोक निदर्शनाचा संबंध इतर काही महत्त्वाच्या गोष्टींपेक्षा श्रेष्ठीजनांची शक्तीपरीक्षा या गोष्टीशीच जास्त आहे. उदा., भारतात अलीकडे झालेले किसान मेळावे अशा लोकनिदर्शनाचा राजकीय विकास या दृष्टीने फारच मर्यदित महत्त्व आहे, पण सतत होणारी ही लोकनिदर्शने एकतर जनतेच्या भावना उत्तेजित करून आपल्या राजकारणाला त्याचा फायदा करून

घेणे या स्वरूपाची होऊ शकतात. लोकभावना व सार्वजनिक सुव्यवस्था यात मेळ साधणे हा महत्त्वाचा प्रश्न होय व लोकशाहीत तोच मूलभूत प्रश्न होय.

७) राजकीय विकास म्हणजे लोकशाही मजबूत करणे : अलीकडील काळात लोकशाही स्वरूपाच्या संस्था व व्यवहार प्रस्थापित करणे म्हणजे राजकीय विकास होय असे एक मत आहे. लोकशाहीला बळकटी प्राप्त करून देण्याची जी प्रक्रिया तीच राजकीय विकासाची प्रक्रिया होय असे मत या आधारावर मांडण्यात येते. काही लोक विचारप्रणालीच्या आधारावर राजकीय विकासाची कल्पना मांडीत असतात. उदाहरणार्थ, लोकशाही, साम्यवाद किंवा सर्वंकषवाद म्हणजे कोणत्यातरी मूल्यांच्या आधारावर राजकीय विकासाची कल्पना मांडणे असा अर्थ होतो.

बदलत्या परिस्थितीनुसार सामाजिक शास्त्रातही बदल अपेक्षित आहे. आज सामाजिक शास्त्राच्या अभ्यासाचा दृष्टिकोन मूल्यनिरपेक्ष असा आहे. आज जगाच्या राजकारणात दोन शक्तीगट आहेत. एक लोकशाही राष्ट्रांचा गट व त्याचे नेतृत्व अमेरिकेकडे तर दुसऱ्या साम्यवादी गटाचे नेतृत्व रशियाकडून चीनकडे येताना दिसत आहे. अमेरिका आज विकसनशील व अविकसित देशांना, त्या देशात लोकशाही व्यवस्था बळकट करण्याच्या दृष्टीने मोठ्या प्रमाणावर खर्च करताना दिसत आहे. त्यात या राष्ट्रांत अमेरिकाधार्जिणी विचारसरणी पसरविणे हाही मूळ हेतू आहेच, म्हणून लोकांचे मत असे आहे, की राजकीय विकासाची प्रक्रिया ही एक स्वतंत्र प्रक्रिया आहे व ती मूल्यनिरपेक्ष आहे. लोकशाहीशी त्याचा संबंध प्रस्थापित केल्यास राजकीय विकासाची कल्पना विशुद्ध स्वरूपात राहू शकत नाही.

८) राजकीय विकास म्हणजे स्थिरता व सुव्यवस्थित बदल : राजकीय व्यवस्थेत स्थिरता महत्त्वाची असली, तरी स्थिरतेत दोन अर्थ गृहीत आहेत. एक स्थिरता ही सातत्याच्या दृष्टीने तर दुसरी जैसे थे वादी, जी की बदलास प्रतिकूल असते. लोकशाहीत जलद गतीने विकास होणे अशक्य असते, म्हणून आर्थिक व सामाजिक क्षेत्रातील बदलाशी विकासाची कल्पना निगडित केली जाते. हा विकास 'जैसे थे' वादातून न साधता सातत्यातून शक्य असतो. यासाठी राजकीय क्षेत्रात स्थैर्याची फार आवश्यकता असते. स्थैर्य म्हणजे 'जैसे थे' परिस्थिती समजणे म्हणजे विकास नव्हे, पण त्याचबरोबर स्थैर्याच्या विरुद्ध स्थिती म्हणजे अव्यवस्था जी विकासाला पोषक अशी नसते.

विकासाच्या कल्पनेला स्थिरता या मान्यतेच्या स्वरूपात जोडण्यात आली आहे, की जिथे आर्थिक व सामाजिक क्षेत्रात विशिष्ट योजनेनुसार बदल घडवून आणले जातात. असा हा बदल राजकीय क्षेत्रात जे प्रयत्न केले जातात, त्यावर अवलंबून असतो. उदा. नियोजन पद्धती. असे प्रयत्न वैचारिक व हेतुपुरस्सर नियंत्रित

स्वरूपाचे असतात. कोणत्यातरी सामाजिक व आर्थिक क्षेत्रातील बळजबरीच्या आधारावर कसेतरी बदल घडवून आणून लोकांवर नियंत्रण प्रस्थापित करणे या स्वरूपाचे नसतात. आज मानवाने निसर्गावर प्रभुत्व प्रस्थापित केले आहे. पूर्वी मनुष्य निसर्गाशी जुळवून घेत असे. राजकीय विकास म्हणजे या प्रकारची क्षमता की जी सामाजिक बदलाला नियंत्रित करणे किंवा सामाजिक बदलांनी नियंत्रित होणे या स्वरूपात आढळून येणारी क्षमता असा एक अर्थ राजकीय विकासाचा करण्यात येतो, पण सुव्यवस्था कायम ठेवण्याची क्षमता याचा संबंध सामाजिक शक्तीला नियंत्रित ठेवणे याच्याशी असतो.

पण या ठिकाणी स्थैर्याची कल्पना ही मध्यमवर्गीय लोकांची कल्पना आहे. प्रस्थापित समाजव्यवस्थेत सामाजिक व आर्थिक लाभ ज्या मूठभर लोकांना बहाल झालेले आहेत, त्यांची ही स्थैर्याची कल्पना होय. पददलित समाजातील लोकांना त्याची काहीच कल्पना नसते. उलट असे स्थैर्य हानिकारक होय, अशी त्यांची समजूत असते. म्हणूनच राजकीय विकासाचा संबंध स्थैर्याशी प्रस्थापित करीत असताना स्थिरता ही राजकीय विकासाला कितपत साहाय्यभूत ठरते हा प्रश्न महत्त्वाचा आहे. काहीतरी निश्चित व भरीव स्वरूपाचा बदल करणे ही गोष्ट राजकीय विकासात महत्त्वाची आहे.

९) राजकीय विकास म्हणजे बहुविध सामाजिक बदलाचा एक भाग : समाज व्यवस्थेत जे विविध बदल सातत्याने होत असतात, त्यापैकी राजकीय व्यवस्थेत होणारा बदल हा एक होय. समाजात निरनिराळया दिशांनी होणारा बदल यातील राजकीय विकास हा एक भाग होय. राजकीय विकास हा स्वतंत्रपणे होत असतो, पण त्यावर समाजातील इतर क्षेत्रांत होणारे बदल याचाही परिणाम होत असतो, कारण राजकीय क्षेत्रातील शक्तीरचना ही समाजातील आर्थिक व सामाजिक रचनेवर अवलंबून असते. त्यात जसा बदल घडतो तसा शक्तीरचनेत होतो. म्हणून समाजातील इतर क्षेत्रांत होणारा विकास याच्या संदर्भातच आपण राजकीय विकासाचे स्वरूप लक्षात घेऊ शकतो, म्हणून सर्व प्रकारचा विकास हा परस्परांशी संबंधित असतो.

राजकीय विकासाचे सिद्धांत

सामाजिक शास्त्रांना परिवर्तनाची समस्या विचारात घेताना ज्या अडचणी लक्षात घ्याव्या लागतात, त्या सर्व प्रचलित सिद्धांताचे जे स्थितिवाचक स्वरूप आहे, त्यातून निर्माण झालेल्या आहेत. बराच काळपर्यंत राज्यशास्त्रात औपचारिक संस्थांचाच अभ्यास होत असे. त्यानंतर अनौपचारिक संस्था व प्रक्रिया यांचा अभ्यास सुरू होऊन राज्यशास्त्राला एक तुलनात्मक अभ्यासाचे स्वरूप देण्यात आले, तरी पण राज्यशास्त्र

हे स्थितिवाचक शास्त्र आहे असे समजले जात असे, कारण विशिष्ट काळातील संस्था, प्रक्रिया व राजकीय वर्तणूक यांचाच अभ्यास केला जाई. संस्था व वर्तणूक यात बदल कसा होतो, प्रक्रियांचे स्वरूप कोणते व परिवर्तन घडवून आणण्याच्या दृष्टीने कसा प्रयत्न केला जातो या गोष्टी कळणे आवश्यक होते. स्थितिवाचक वाईट व गतिवाचक चांगले असे म्हणून काम भागणारे नव्हते, पण या नवीन गतिशील विश्लेषणाचे अध्ययन कोणत्या मार्गाने व्हावयास पाहिजे ही स्थितिवाचक स्वरूपाच्या सिद्धांतावर टीका करणाऱ्यांना कळले नाही, तरीपण अलीकडे या प्रश्नांचा विचार काही दृष्टिकोनांतून मांडण्यात आलेल्या सिद्धांतानुसार करण्यात आला आहे. त्यातील काही महत्त्वाचे दृष्टिकोन व त्यानुसार मांडण्यात आलेले सिद्धांत पुढीलप्रमाणे-

आम्लंडचा सिद्धांत

आधुनिक राजकीय विश्लेषणाच्या अध्ययनात आल्मंडचा व्यवस्थाविषयक सिद्धांत महत्त्वाचा मानला जातो. व्यवस्थांचा विकासात्मक दृष्टिकोनातून विचार करण्याचा आग्रह आल्मंड याने प्रथम धरला. त्यांनी कोलमन यांच्याबरोबर संपादित केलेल्या 'दि पॉलिटिक्स ऑफ डेव्हलपिंग एरियाज' या ग्रंथात हा विकासात्मक विचार मांडला. राजकीय व्यवस्थांचे वर्गीकरण प्राथमिक, पारंपरिक व आधुनिक या तीन गटांत करता येते, असे सांगून आल्मंडने राजकीय व्यवस्थांचे आधुनिकतेच्या दिशेने स्थित्यंतर होत असते असा दावा केला. प्रत्येक राजकीय व्यवस्थेस बदलाच्या या परिस्थितीस सामोरे जावे लागते. किंबहुना या प्रक्रियेतून जाऊनच विकासाची अवस्था गाठता येते. बदलाचे हे चक्र सर्वत्र सुरू असते. आल्मंडने राजकीय बदलाकडे अशा विकासात्मक दृष्टीने पाहून व्यवस्थांचा राजकीय विकास कसकसा होतो हे पाहण्यावर भर दिला. राजकीय व्यवस्थेला विविध समस्यांना तोंड द्यावे लागते. हे सामर्थ्य कमी विकसित राजकीय व्यवस्थांमध्ये मर्यादित प्रमाणात असते. समस्या सोडविण्यासाठी त्या व्यवस्थेला स्वतःच्या अंतर्गत रचनांमध्ये काही फेरबदल करावे लागतात . त्या रचनांचे विशेषीकरण करावे लागते. ज्या प्रमाणात व्यवस्थेतील रचनांचे असे विशेषीकरण होते, तेवढी त्या व्यवस्थेची क्षमता वाढते आणि त्यालाच आल्मंड राजकीय विकास असे मानतो. राजकीय व्यवस्था आणि राजकीय संस्कृती परस्पर संलग्न असतात. ह्या राजकीय संस्कृती म्हणजे ज्या मूल्यांच्या चौकटीत राजकीय व्यवस्था रुजलेली असते, ती मूल्ये. त्यामुळे राजकीय विकास म्हणजे व्यवस्था आणि संस्कृती या दोन्हीमध्ये परस्परपूरक बदल होणे होय. आम्लंड याने राजकीय विकासाची तीन लक्षणे सांगितली आहेत. १. रचनांचे विशेषीकरण, २.उपव्यवस्थांची स्वायत्तता, आणि ३. राजकीय संस्कृतीचे ऐहिकीकरण.

राजकीय व्यवस्थांचे वर्गीकरण करताना आधुनिक व्यवस्था हा एक प्रकार मानतात आणि पारंपरिक व्यवस्थांनी आधुनिक बनणे यालाच राजकीय विकास मानतात. ही राजकीय विकासाची प्रक्रिया कशी घडते हेही आल्मंड यांनी स्पष्ट केले आहे. राजकीय व्यवस्थेला चार प्रकारच्या समस्यांना तोंड द्यावे लागते आणि त्यांची सोडवणूक केली म्हणजे राजकीय विकास झाला असे म्हणता येते. त्या समस्या पुढीलप्रमाणे :

१. राज्य उभारणी : औपचारिकपणे राज्य निर्माण झाले, तरी संपूर्ण समाजावर शासनाची पुरेशी पकड असणे आवश्यक असते. थोडक्यात, राज्यसंस्थेचा दरारा समाजाच्या सर्व टोकांपर्यंत पोहोचणे जरुरीचे असते. राज्य उभारणीसाठी राजकीय व्यवस्थेच्या नियंत्रणाची क्षमता व वसुलीची क्षमता यांची वाढ होणे आवश्यक असते.

२. राष्ट्र उभारणी : फक्त भौतिकदृष्ट्या राज्य निर्माण होऊन शासनाचे नियंत्रण स्थिरावणे पुरेसे नसते. लोकांनी त्यांच्या मर्यादित संकुचित निष्ठांचा त्याग करून राष्ट्रनिष्ठ बनणे आणि त्यासाठी त्यांच्या प्रवृत्ती बदलणे म्हणजे राष्ट्र उभारणी होय.

३. सहभाग : विविध गट सत्तेमध्ये सहभाग मागू लागतात. समाज राजकीयदृष्ट्या जागृत बनतो, त्यामुळे अराजकता न माजू देता या मागण्या पूर्ण करणे ही कसोटी असते.

४. वितरण : विविध लाभांचे समाजात सम प्रमाणात वाटप करून कल्याण साधणे जरुरीचे असते. अशावेळी व्यवस्थेवर प्रचंड ताण पडतो, कारण मागण्यांची आदाने वेगाने वाढत असतात. या चारही समस्या सोडविताना राजकीय व्यवस्थेची क्षमता अधिकाधिक वाढत जाते, मात्र त्यासाठी विशेषीकरण होणे जसे आवश्यक असते, तसेच विविध उपव्यवस्था स्वायत्त होणे आवश्यक असते, म्हणजेच आल्मंडच्या मते, राजकीय व्यवस्था लोकशाही स्वरूपाची असावी.

हंटिंग्टन यांचा दृष्टिकोन

आल्मंड प्रमाणेच हंटिंग्टन याने ही राजकीय विकासाबाबत महत्त्वाचे विचार मांडले आहेत. आल्मंडचा विचार ज्याप्रमाणे मुख्यतः व्यवस्थेच्या क्षमतेवर आधारलेला आहे, त्याप्रमाणे हंटिंग्टन यांचा मुख्य भर स्थिरता या घटकावर आहे. व्यवस्थेला जशी क्षमता असावी लागते तसेच त्या क्षमतेचा विकास करण्यासाठी व्यवस्थेस स्थिरता आवश्यक असल्याचे प्रतिपादन हंटिंग्टन आपल्या सिद्धांताच्या मांडणीतून करतो. बहुतेक सर्व नव्या राष्ट्रांमध्ये सुरुवातीला अस्थिरता अधिक प्रबळ अवस्थेत असते. त्याचे कारण आधुनिकीकरणाची प्रक्रिया आहे. त्यामुळे राजकीय विकास हा जरी आदर्श असला, तरी व्यवहारात मात्र सर्वत्र राजकीय ऱ्हास हेच वैशिष्ट्य आढळते

असा युक्तिवाद हंटिंग्टनने आपल्या 'पॉलिटिकल ऑर्डर इन चेंजिंग सोसायटीज' या पुस्तकात केला आहे, म्हणूनच या ऱ्हासाची कारणे शोधून काढून विकास कसा करता येईल याची सविस्तर चर्चा त्याने आपल्या ग्रंथात केली आहे.

व्यवस्थेतील सातत्य क्षमतेतून विकसित होते. समाजात शिक्षणाचा प्रसार झाला आणि आर्थिक प्रगतीला प्रारंभ झाला की सामाजिक जागृती होऊ लागते. त्याचा परिणाम व्यवस्थेतील विविध गट जागृत बनून आपल्या प्रगतीचा प्रयत्न करू लागतात,परंतु ज्या प्रमाणात आर्थिक प्रगती होते, त्यापेक्षा कितीतरी झपाट्याने जागृतीच्या या प्रक्रियेला चालना मिळते. म्हणजे एकीकडे जागृती होऊन सत्तेमध्ये वाटा मागणारे विविध गट निर्माण होतात, तर त्याच वेळेस जी आर्थिक प्रगती होते, ती मात्र या सर्वांच्या मागण्या पूर्ण करण्यास असमर्थ असते. अशा वेळी आर्थिक विकास आणि सामाजिक जागृती यांच्यातील तफावतीच्या परिणामातून सामाजिक असंतोषाची निर्मिती होऊ शकते. सामाजिक निराशेची भावना जागृत होत असलेल्या या समाजाची गतिक्षमताही मर्यादितच असते, त्यामुळे या जागृतीचे पडसाद राजकीय क्षेत्रात पडून राजकीय सहभाग वेगाने वाढतो. प्रौढ मताधिकार मिळून मतदानाचा अधिकार तर व्यापक बनतोच. पण समाजाचे राजकीकरण होते. आपल्या अधिकाराची जाणीव झालेला समाज राजकारणात सहभागी होऊ लागतो. हा राजकीय सहभाग निषेधाच्या, विरोधाच्या स्वरूपात असतो. अधिक मागण्या त्यातून जन्म घेतात किंवा अधिक राजकीय विकासाला चालना मिळते. राजकीय सहभाग ही राजकीय विकासाची प्रमुख समस्या आहे यावर विचारवंतांत एकमत आहे,परंतु हंटिंग्टनच्या सिद्धांताप्रमाणे समाजाची वाटचाल राजकीय विकासाच्या दिशेने होईल की राजकीय ऱ्हासाच्या हे वाढत्या राजकीय सहभागाच्या सुसंगत अशा संस्थांची निर्मिती होण्यावर अवलंबून असते. संस्था आणि स्थिरता ह्यांचा फार जवळचा संबंध असतो, कारण संस्था म्हणजे स्थिरता टिकविणाऱ्या, संघर्ष सोडविणाऱ्या आणि नेतृत्व निवडणाऱ्या पद्धतीची मांडणी असते. समाजात संघर्ष असतात. भिन्न हितसंबंध असतात, म्हणूनच त्यांना नियंत्रित करून स्थिरता टिकविणाऱ्या संस्थांची गरज असते. समाज एकत्र येण्याच्या प्रक्रियेला, सामाजिक सुसंवादाला संस्थांचा हातभार लागत असतो. समाजात विविध शक्ती असतात. जसजशा सामाजिक शक्ती विविधतापूर्ण बनतात, तसतशा राजकीय संस्था अधिक स्थिर, अधिक अधिकारपूर्ण बनणे आवश्यक असते. राजकीय संस्थांचा हा अधिकार त्या समाजातील संस्थिभवनावर अवलंबून असतो, म्हणून हंटिंग्टन संस्थिभवन या घटकावर सर्व लक्ष केंद्रित करतो.

संस्थीभवन : संस्था म्हणजे वर्तनाच्या स्थिर आणि नियमित अशा पद्धती असतात. एखादी प्रथा, विशिष्ट कृतीपरंपरा किंवा रचना नियमितपणे अस्तित्वात येत राहते,

तेव्हा तिची संस्था बनते. येथे संस्था याचा अर्थ औपचारिक संघटना असा नसून समाजातील मान्यताप्राप्त,स्वीकृत कृतींचा आकृतिबंध असा आहे. 'एखादी औपचारिक संघटना किंवा अनौपचारिक प्रथा ज्यावेळेस प्रस्थ बनते, तेव्हा तिला संस्था म्हणता येते'. संघटना आणि अनौपचारिक वर्तनपद्धती ज्यायोगे प्रतिष्ठाप्राप्त, मूल्यवान आणि स्थिर बनतात त्या प्रक्रियेला संस्थिभवन असे म्हटले जाते. थोडक्यात, रचना आणि संघटना यांचे संस्थेमध्ये रूपांतर होणे म्हणजे संस्थिभवन.

हंटिंग्टनच्या मते संस्थिभवनाची पातळी चार घटकांच्या आधारे ठरविता येते-

१) परिस्थितीनुसार बदलण्याची क्षमता : पर्यावरणातून येणाऱ्या संपर्कातून प्रत्येक रचनेला काही प्रमाणात ही क्षमता प्राप्त झाली, तर ते संस्थिभवनाचे एक लक्षण असते. त्याचप्रमाणे संघटनेचे आयुष्य जसजसे वाढते, तसतसे बदलत्या काळात टिकून राहण्याचे कौशल्य प्राप्त करावे लागते. बदलण्याच्या क्षमतेचे आणखी एक महत्त्वाचे लक्षण असते. प्रत्येक रचना विशिष्ट हेतूने निर्माण झालेली असते. तिचे विशिष्ट नियत कार्य असते, परंतु काही काळानंतर ते कार्य अनावश्यक बनते; किंवा हेतू साध्य होतो. अशा वेळेस जर ती रचना स्वतःसाठी नवीन कार्य निर्माण करून टिकू शकली, तर तिच्यामध्ये बदलण्याची क्षमता भरपूर आहे असे मानता येते. या संदर्भात भारतीय काँग्रेसचे उदाहरण लक्षणीय आहे. स्वातंत्र्य मिळविण्याच्या हेतूने निर्माण झालेली ही संघटना तो हेतू पूर्ण होत असतानाच तिने नवीन कार्यकारभार, लोककल्याण स्वीकारल्यामुळे टिकून राहू शकली. ह्याउलट महाराष्ट्र राज्य निर्मितीच्या हेतूने निर्माण झालेली संयुक्त महाराष्ट्र समिती १९६० साली महाराष्ट्र राज्याच्या निर्मितीनंतर हळूहळू अस्तंगत झाली. पुढे तर तिचे औपचारिक विसर्जन झाले. बदलण्याची क्षमता भरपूर असण्याचे काँग्रेस हे उत्तम उदाहरण आहे, त्यामुळे काँग्रेस हा केवळ एक पक्ष म्हणून राहात नाही तर ती प्रतिष्ठाप्राप्त, सन्मानप्राप्त संस्था बनते.

२) संघटनेची गुंतागुंतीची रचना : संघटना जितकी गुंतागुंतीची असेल, तेवढे तिचे संस्थिभवन अधिक. गुंतागुंतीची रचना म्हणजे बहुविध संघटनात्मक यंत्रणा असणे, त्यांची श्रेणीबद्ध रचना केलेली असणे आणि कार्याची बहुविधता असणे. आणि अशा रचनेचा एक फायदा म्हणजे संघटना एकाएकी कोलमडत नाही, कारण प्रत्येक घटकाला स्वतःचे स्थान असते. त्यामुळे संकट प्रसंगी वेगवेगळे घटक स्वतःचे अस्तित्व टिकवून ठेऊ शकतात. शिवाय अशा रचनेमुळे ती संघटना समाजाच्या विविध भागांमध्ये स्वतःचा प्रभाव पाडू शकते. विकसनशील देशांमध्ये लष्कराचे महत्त्व का वाढते हेही स्पष्ट करता येते. तेथे अन्य संघटनांचे संस्थिभवन झालेले नसते, पण लष्कर आणि प्रशासन यांची रचना पूर्णपणे श्रेणीबद्ध आणि गुंतागुंतीची असते. या दोन्ही यंत्रणा

विविध स्वरूपाची कार्ये पार पाडीत असतात. यामुळेच त्यांचा प्रभाव विकसनसील समाजामध्ये मोठा असतो.

३) संघटनांची स्वायत्तता : राजकीय संघटनांचे अस्तित्व बिगर राजकीय संघटनांपासून स्वतंत्र असणे आणि एकंदर राजकारण हेच स्वायत्त असणे म्हणजे संघटनांची स्वायत्तता होय. तसेच राजकीय संघटनांच्या कार्यात अन्य यंत्रणांचा हस्तक्षेप न होणे हे देखील स्वायत्ततेचे लक्षण असते,म्हणून गुंतागुंतीची रचना असणे स्वायत्ततेसाठी फायदेशीर असते. राजकरणावर धर्मसंस्थेचा प्रभाव असणे किंवा धर्मगुरूंचे नियंत्रण असणे म्हणजे अशा संस्थिभवनाचा अभाव होय.

४) संघटनेचे ऐक्य : संस्था जितकी सुसंघटित आणि एकात्म असते, तेवढे संस्थिभवन अधिक असते. कोणत्याही गटाला किमान मतैक्य असणे आवश्यकच असते. नेतृत्व,. संस्थेचे कार्य याविषयी मतैक्य असेल तर संस्था अधिक परिणामकारकपणे कार्य करू शकते. मुख्य म्हणजे या संटनेतील ज्या व्यक्ती अधिक क्रियाशील असतात, त्यांच्यात मतैक्य असणे आवश्यक आहे. ऐक्य नसलेल्या संस्थेबाबत लोकांना विशेष आदर, आपुलकी वाटत नाही.शिस्त,ऐक्य आणि संस्थेबद्दलचा अभिमान हे गुण जर क्रियाशील सभासदांमध्ये असतील, तर त्यामुळे संस्थेची प्रतिष्ठा वाढण्यास मदत होते.

अशा प्रकारे हंटिंग्टनच्या मते संस्थिभवन हा राजकीय विकासाचा सर्वात महत्त्वाचा निकष असतो. याचा अर्थ राजकीय विकासासाठी राजकीय सहभाग आवश्यक असतोच परंतु नुसताच राजकीय सहभाग वाढत राहिला, तर अस्थिरता निर्माण होऊन राजकीय ऱ्हास होण्याची शक्यता असते. त्या राजकीय सहभागाला योग्य दिशा देऊ शकेल असे संस्थिभवन झालेले असेल, तरच राजकीय विकास होतो. बहुतेक सर्व नवोदित देशांमध्ये संस्थिभवन मुळातच कमी होते, परंतु आधुनिकीकरणामुळे ज्या प्रमाणात सहभागाला चालना मिळते, त्या प्रमाणत संस्थिभवन होत नाही. उदाहरणार्थ, संसद, राज्यघटना किंवा न्यायालये, राजकीय पक्ष, नेतृत्व यापैकी कोणताही एक घटक राजकीय संस्थिभवनाअभावी स्थिर राजकीय व्यवस्था निर्माण करू शकत नाही.जेथे राजकीय स्थैर्य निर्माण होऊ शकते, तेथेच राजकीय विकास साध्य होऊ शकतो, हेच हंटिंग्टनला आपल्या सिद्धांतात सांगायचे होते.

राजकीय विकासावर परिणाम करणारे घटक

एखाद्या समाजाचा राजकीय विकास कोणत्या पद्धतीने, किती वेगाने होईल हे समाजातील इतर प्रक्रियांवर मोठ्या प्रमाणावर अवलंबून असते, परंतु तरीही त्या समाजाचे पुरेसे ज्ञान असलेले विविध घटक राजकीय विकासाच्या प्रक्रियेची कौशल्याने हाताळणी करून तिला गती देण्याचे कार्य करू शकतात. विशेषतः राजकीय

विकासाबरोबरच आधुनिकीकरण प्रक्रिया घडत असल्यामुळे अशा प्रकारे काही घटक राजकीय विकासाला दिशा देताना दिसतात. वास्तविक राजकीय विकासाला चालना देणारे घटक असू शकतात, परंतु नव्या राष्ट्रांचा आतापर्यंतचा अनुभव पाहिल्यास राजकीय पक्ष, श्रेष्ठीजन आणि लष्कर यांनी फार महत्त्वाची भूमिका पार पाडलेली दिसून येते. त्याखेरीज प्रशासन, राज्यघटना, निवडणुका हे घटकदेखील कमी-अधिक प्रमाणात महत्त्वाचे असतातच, पण त्यांचे महत्त्व काही थोड्याच समाजांपुरते मर्यादित असलेले दिसते. त्यांची चर्चा पुढीलप्रमाणे -

१) राजकीय पक्ष : राजकीय पक्ष हा व्यक्तीच्या राजकीय जाणिवेत वाढ घडवून आणणारा महत्त्वाचा घटक आहे. राजकारणाचा विचार राजकीय पक्षांशिवाय करता येत नाही. आधुनिक राजकीय व्यवस्था या प्रामुख्याने लोकशाही तत्त्वांच्या आधारावर विकसित होत असलेल्या आहेत आणि लोकशाहीत तर राजकीय पक्षाला अनन्यसाधारण महत्त्व दिले जाते, त्यामुळे कोणत्याही राजकीय व्यवस्थेच्या विकासाचा विचार करता प्रथम तेथील राजकीय पक्ष विचारात घ्यावे लागतात. कित्येक देशांच्या आधुनिकीकरणाच्या प्रक्रियेत आणि राजकीय विकासात व्यक्तिगत नेत्यांचे कार्य देखील फार परिणामकारक ठरलेले दिसते. उदाहरणार्थ, भारतात महात्मा गांधी आणि पंडित नेहरू यांचे नेतृत्व हे दूरगामी राजकीय विकासाला पोषक ठरले आहे. परंतु त्याचबरोबर हे सुद्धा लक्षात ठेवले पाहिजे, की या दोन्ही नेत्यांना एका राष्ट्रव्यापी पक्षाचे पाठबळ होते. पक्षाच्या मार्फतच समाजात राजकीय जागृती करता येते. किंबहुना अनेक नवोदित देशांमध्ये एकीकडे प्रबळ नेतृत्व असतानाच दुसरीकडे त्या नेत्याचा पक्ष देखील तितकाच महत्त्वाचा असलेला दिसतो. विशेषतः अप्रगत समाजातील मागासलेल्या किंवा अल्पसंख्याक घटकांना राजकारणात आणण्यासाठी पक्षांचा उपायोग होतो. उदारमतवादी देशांत तर राजकीय पक्षांची भूमिका महत्त्वाची ठरलेली आहे. रशिया, चीन यांसारख्या साम्यवादी राष्ट्रांतदेखील तेथील राजकीय पक्षांनी राजकीय सहभाग नियंत्रित करण्यात आणि अधिमान्यता मिळविण्यात यश मिळविलेले आहे, मात्र अनेक विकसनशील देशांत पक्षीय राजकारण स्पर्धात्मक राजकारण अभावानेच दिसते. एकाच पक्षाचे नेतृत्व असणे आणि तो पक्ष नेतृत्व आणि प्रशासन यांच्या साहाय्याने प्रगती घडविण्यासाठी प्रयत्न करीत असतो. स्वातंत्र्यानंतर भारतातील राजकीय परिस्थिती किंवा इतर नवोदित राष्ट्रातील राजकीय परिस्थिती अभ्यासली असता असेच लक्षात येते, की तेथील राजकीय पक्षांच्या अस्तित्वामुळेच संस्थिभवनाची शक्यता वाढते आणि कमी-अधिक प्रमाणात लोकशाही राज्यपद्धती येण्याची शक्यता देखील वाढते.

२) श्रेष्ठीजन : राजकीय विकासाचा दुसरा महत्त्वाचा आधार राजकीय श्रेष्ठीजन हा असतो, मात्र सर्वच समाजांत श्रेष्ठीजन हे राजकीय विकासाला अनुकूल असतात असे नाही. प्रत्येक व्यवस्थेत पुरोगामी आणि प्रतिगामी असे परस्पर विरोधी वर्ग असतात. आधुनिकीकरणाच्या प्रक्रियेप्रमाणे धर्मगुरू, सरंजामदार, राजे अशा परंपरागत श्रेष्ठीजनांचा बहुधा राजकीय विकासाला आणि आधुनिकतेला विरोधच असतो, परंतु समाजातील उच्चशिक्षित वर्ग, बुद्धिवंत वर्ग आणि आदर्शवादी नेते यांची भूमिका राजकीय विकासाला अनुकूल असते. तसेच श्रेष्ठीजन राष्ट्रवादी आणि वसाहतवाद विरोधी असतात. कित्येकवेळा त्यांनी स्वतः स्वातंत्र्यलढ्यात भाग घेतलेला असतो. त्याचप्रमाणे देशाच्या ऐक्यावर त्यांचा भर असतो. समाजातील फुटीर, विघटनवादी शक्तींना ते प्रतिकार करीत असतात. स्वातंत्र्यानंतर समाजापुढे समाजवाद, सामाजिक न्याय किंवा प्रगत या आदर्शांपैकी एखादा आदर्श ठेऊन ते समाजाला निश्चित विचारसरणी देण्याचा प्रयत्न करतात. शिवाय व्यक्तिशः हे श्रेष्ठीजन आधुनिक, पुरोगामी आणि प्रगतीच्या मूल्यांचा आणि जीवनपद्धतीचा पाठपुरावा करीत असतात. त्यांच्या या प्रयत्नात राजकीय विकास दिसून येतो. म्हणून अप्रगत देशांच्या आधुनिक बनण्याच्या प्रक्रियेत श्रेष्ठीजनांना महत्त्व प्राप्त होते. कोणत्या क्षेत्रात आधुनिक बनायचे, त्यासाठी कोणत्या पद्धती वापरायच्या याविषयी समाज साधारणपणे अज्ञानीच असल्याने श्रेष्ठीजनांची भूमिका विशेष निर्णायक ठरू शकते.

३) लष्कर : राजकीय पक्ष व राजकीय नेतृत्व याबरोबरच राजकीय विकासाला दिशा देण्याचे कार्य लष्कराकडूनही बहुतेकदा पार पाडले जाते, म्हणून राजकीय विकासात लष्कराची भूमिका काय असते हेही समजावून घ्यावे लागते. लष्करी हस्तक्षेप, लष्करी राजवट आणि लष्कराची राजकारणातून निवृत्ती यांचा त्या समाजाच्या राजकीय विकासाशी प्रत्यक्ष संबंध असतो. विशेषतः १९व्या शतकाच्या उत्तरार्धापर्यंत तर लष्कराची भूमिका फारच महत्त्वाची मानली जात होती. दुसऱ्या महायुद्धानंतरच्या वीस वर्षांच्या काळात शंभरहून अधिक विकसनशील देशांत यशस्वी लष्करी उठाव झाले. त्यानंतरच्या दशकातही पाकिस्तान, बांगला देश, थायलंड यासारख्या देशांत लष्करी उठाव झाले. लष्कराजवळ असणारी नियंत्रणशक्ती, लष्करी नेतृत्वाचे उच्च शिक्षण आणि आधुनिक विचार, त्याचप्रमाणे नागरी प्रशासनाबद्दल असणारा अविश्वास आणि राजकीय महत्त्वाकांक्षा या कारणांमुळे लष्करी हस्तक्षेपाचे प्रमाण वाढते. नागरी प्रशासनाला देशाची प्रगती करण्यात अपयश आल्याने किंवा आधुनिकीकरणाला राज्यकर्ते प्रतिकूल असल्यामुळे लष्कर हस्तक्षेप करते. कित्येक देशांमध्ये लष्करी नेतृत्वाने नंतर निवडणुकीच्या मार्गाने अधिमान्यता मिळवल्याची उदाहरणेही आहेत.

आधुनिकीकरण आणि विशेषतः आर्थिक विकास लष्कराकडून घडवून आणला जाणे शक्य असते, परंतु अनेक देशांमध्ये लष्करी राजवटी या सनातनी.उजव्या विचारांच्या असू शकतात, त्यामुळे लष्करी राजवटीचा सरसकट आधुनिकीकरणाला उपयोग होईलच असे नाही. जेथे लष्कर आधुनिकीकरणाला अनुकूल भूमिका घेते, त्या देशांमध्ये अप्रत्यक्षपणे राजकीय विकासालाही लष्कराचा हातभार लागतो, परंतु लष्कर हा राजकीय विकासाचा धोकादायक घटक आहे. कारण लष्करी राजवटी या दडपशाही तंत्राचाच बहुतेकदा वापर करतात. त्यातून राजकीय विकासाला हातभार लागत नाही. तसेच लष्कराचा दृष्टिकोन राजकीय विकासाला पोषक नसेल, तर त्यांच्या संस्थिभवनालाही मदत होणार नाही. इजिप्त किंवा तुर्कस्तान या देशांप्रमाणे क्वचित प्रसंगी लष्कर आधुनिकीकरणामध्ये विधायक भूमिका बजावताना दिसते, मात्र अशी उदाहरणे विरळच. त्यामुळे लष्करी उठावाचा अभाव हेच राजकीय विकासाचे एक लक्षण मानायला हरकत नाही, मात्र राजकीय विकासाला दिशा मिळण्यासाठी श्रेष्ठीजनांचे कार्य आणि राजकीय पक्षाचे अस्तित्व महत्त्वाचे असते. त्यांच्या अनुपस्थितीमुळे किंवा अपयशामुळे लष्करी हस्तक्षेपाला निमंत्रण मिळते.

थोडक्यात, राजकीय विकास प्रक्रियेवर बहुविध घटकांचा परिणाम होत असला तरी केवळ एखादाच घटक दीर्घकाळ असा प्रभाव टिकवू शकत नाही.त्यामुळे राजकीय विकासाचा प्रचंड अभ्यास होऊनही राजकीय अभ्यासकांना त्याचा निश्चित अंदाज बांधता आलेला नाही .

प्रश्न

अ) खालील प्रश्नांची थोडक्यात उत्तरे लिहा.

१. राजकीय बदलाची कारणे सांगा.
२. राजकीय परिवर्तनाची वैशिष्टये थोडक्यात लिहा.
३. राजकीय परिवर्तनाच्या प्रकारांची थोडक्यात चर्चा करा.
४. राजकीय परिवर्तनाची संकल्पना स्पष्ट करा.
५. राजकीय विकासावर परिणाम करणारे घटक सांगा.

ब) खालील प्रश्न सोडवा : (५०० शब्दांत)

१. राजकीय बदलाची साधने विशद करा.
२. राजकीय विकासाचा अर्थ स्पष्ट करून सिद्धांताचे वर्णन करा.

पारिभाषिक शब्दसूची
(Glossary)

Adjective Political Culture	कनिष्ठ राजकीय संस्कृती
Anti-thesis	विरोध-तत्त्व
Authority	अधिसत्ता
Behavioral Approach	वर्तनवादी दृष्टिकोन
Charismatic Authority	दिव्यवलयी अधिकार
Civic Society	नागरी समाज
Civic Culture	नागरी संस्कृती
Class-War	वर्ग युद्ध
Development	विकास
Dialectical Materialism	भौतिकवादी विरोध विकास
Economic Power	अर्थिक सत्ता
Effective	प्रभावात्मक
Evaluative	मूल्यमापनात्मक
Expanded Political Culture	विकसित राजकीय संस्कृती
Feeble Political Culture	दुर्बल राजकीय संस्कृती
Fragmented Political Culture	खंडित राजकीय संस्कृती
Ideological Power	वैचारिक सत्त
Integrated Political Culture	अखंडित राजकीय संस्कृती
Legal Authority	वैधानिक अधिकार
Legal Rational Authorty	वैधानिक विवेकसंपन्न अधिसत्ता
Legitimacy	सनदशीर/अधिमान्यता
Matter	भौतिक वस्तू
Mature Political Culture	परिपक्व राजकीय संस्कृती

Modernization	आधुनिकीकरण
Parochial Political Culture	संकुचित राजकीय संस्कृती
Participant Political Culture	सहभाग प्रधान राजकीय संस्कृती
Political Change	राजकीय परिवर्तन
Political Communication	राजकीय संसूचन
Political Development	राजकीय विकास
Political Ideology	राजकीय विचारप्रणाली
Political Participation	राजकीय सहभाग
Political Socialization	राजकीय समाजीकरण
Political Sociology	राजकीय समाजशास्त्र
Rationalistic	तर्कयुक्त
Response	प्रतिसाद
Stimulus	उत्तेजना
Subject Political Culture	अज्ञांकित राजकीय संस्कृती
Surplus Value	अतिरिक्त मूल्य
Synthesis	समतत्त्व
Thesis	तत्त्व
Traditional Authority	पारंपरिक अधिकार
Traditional Authorty	पारंपरिक अधिसत्ता

संदर्भसूची
(References)

१. काणे प.सि. – राजकीय सिद्धांत आधारभूत संकल्पना

२. कुलकर्णी बी.वाय. – राजकीय समाजशास्त्र

३. गाबा ओ.पी. (अनु. प्रा. तुकाराम जाधव)–ॲन इंट्रोडयशन टू पोलिटीक थिअरी

४. डॉ. भोळे भा. ल. – राजकीय विश्लेषण

५. डॉ. भोळे भा. ल. – राजकीय सिद्धांत आणि विश्लेषण

६. डॉ. बेहरे सुमन – अभिजात सामाजिक विचारवंत

७. डॉ. चव्हाण शंकर – राजकीय तत्त्वप्रणाली

८. डॉ. जोशी बी. आर. – राज्यशास्त्र : संज्ञा सिद्धांताचा कोश

९. डॉ. देव विजय – राजकीय विश्लेषण कोश

१०. डॉ. देवगावकर श.गो. – राजकीय समाजशास्त्र

११. डॉ. नवलगुंदकर श.ना. – आधुनिक राजकीय विश्लेषण

१२. डॉ. इनामदार ना. र., डॉ. वकील अ. क. – आधुनिक राजकीय विश्लेषण

१३. डॉ. जोशी भी., डॉ. देवरे पु. व प्रा. नेरपगार – सामाजिक शास्त्रामधील संज्ञा, सिद्धांताचा स्पष्टीकरणात्मक कोश : राज्यशास्त्र

१४. प्रा. मुठाळ राम – राजकीय सिद्धांत आणि राजकीय विश्लेषण

१५. प्रा. इन्दापवार दि.वा. – राजकीय सिद्धांतवाद

१६. प्रा. पाटील संतोष – राजकीय विचारप्रणाली

१७. प्रा. देशमुख डी.के. – आधुनिक राजकीय विचारप्रणाली

१८. प्रा. तिजोरे रा. अ., प्रा. घांगरेकर चि. ग. – राज्यशास्त्राचे सिद्धांत आणि राजकीय विश्लेषण

१९. प्रा. तिजोरे रा., डॉ. पांढीरपाडे व डॉ. पेशवे – आधुनिक राजकीय विश्लेषण

२०. प्रा. कुलकर्णी अ. ना. – आधुनिक राजकीय विचारप्रणाली

२१. प्रा. ठाकरे एस. बी. – आधुनिक राजकीय विश्लेषण

२२. वाईकर अनंत – राजकीय समाजशास्त्राची ओळख

23. Sharma R.N. - Political Sociology

24. Varma S. P. - Modern Political Theory